'Under The Banyan Tree And Other Stories'
या इंग्रजी पुस्तकाचा अनुवाद

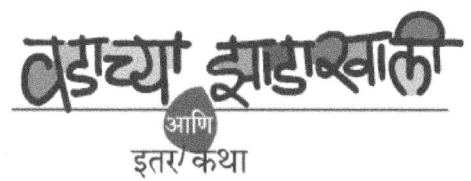

वडाच्या झाडाखाली
आणि
इतर कथा

आर. के. नारायण

अनुवाद
नंदिनी देशमुख

मेहता पब्लिशिंग हाऊस

Please contact us at **Mehta Publishing House,** Pune 411030.
Email : production@mehtapublishinghouse.com
Website : www.mehtapublishinghouse.com

UNDER THE BANYAN TREE & OTHER STORIES

by R. K. NARAYAN

Copyright © Legal Heirs of R. K. Narayan translated into Marathi from the original short stories in English, with permission.

First Indian Edition 1992
Reprint, 2017
Translated into Marathi Language by Nandini Deshmukh

वडाच्या झाडाखाली आणि इतर कथा / अनुवादित कथासंग्रह

अनुवाद : नंदिनी नीळकंठ देशमुख
authors@mehtapublishinghouse.com

मराठी अनुवादाचे व प्रकाशनाचे हक्क मेहता पब्लिशिंग हाऊस, पुणे.

प्रकाशक : सुनील अनिल मेहता, मेहता पब्लिशिंग हाऊस,
१९४१, सदाशिव पेठ, माडीवाले कॉलनी, पुणे - ३०.

अक्षरजुळणी : इफेक्ट्स, २१/६ब, आयडियल कॉलनी, कोथरूड, पुणे ३८.

मुखपृष्ठ : फाल्गुन ग्राफिक्स

प्रथमावृत्ती : ऑगस्ट, २०१९

P Book ISBN 9789353173067
E Book ISBN 9789353173074
E Books available on : play.google.com/store/books
www.amazon.in

माझे पती,
कै. श्री. नीळकंठ राजेश्वर देशमुख, विडूळकर
यांना समर्पित

प्रस्तावना

या एकूण अठ्ठावीस कथांपैकी पहिल्या दोन कथा या वर्षी लिहिल्या आणि बाकी... पण ठीक आहे. बाकी कथा जुन्या आहेत असे मी म्हणणार नाही. कारण कथेची तारीख महत्त्वाची नाही. लेखक हा एखाद्या वनस्पतीप्रमाणे अंकुरतो, वाढतो आणि नष्ट होतो असे नाही. ही संकल्पनाच मुळात असंबद्ध आहे. वर्षानुवर्षे असलेले लेखकाचे योगदान असे जैविक किंवा ऐतिहासिक मुद्द्यांवर अभ्यासता येण्याजोगे नाही. लेखकाने पूर्वी लिहिलेल्या कथा या नंतर लिहिलेल्या कथांपेक्षा वाईटच असतील असे नाही. आणि त्याने मध्यंतरीच्या काळात लिहिलेले साहित्य हे अलौकिक बुद्धिमतेपेक्षा अति सामान्य दर्जाचेही असू शकते. अमर्यादिततेवर माझा विश्वास आहे. एखाद्या तारखेचा शिक्का हा काळासाठी आवश्यक असतो; पण कथेसाठी नाही. या कथांचे आयोजन करताना मी या निकषावर आलो की या सर्व कथा ज्या कालावधीत प्रकाशित झाल्या त्या कालाप्रमाणेच त्या आयोजित कराव्यात. पण काही काही ठिकाणी मी तारखेचा संदर्भही तर्क करू शकलो नाही. त्यानंतर मी असा प्रयत्न केला की त्या त्या कथेतील लेखनाचा विषय जसा आहे तशा त्या आयोजित कराव्यात. पण त्यातही मी यशस्वी झालो नाही. त्यामुळे शेवटी एकच पर्याय उरला आणि तो म्हणजे एक एक कथा घ्यायची, त्याला नंबर द्यायचा आणि त्या तशाच मांडायच्या. जेव्हा अशा प्रकारे या सगळ्या कथांना नंबर देऊन त्या आयोजित केल्या, तेव्हा ते संकलन चमत्कारिक पण एखादे शोभिवंत नक्षीकाम केल्यासारखे वाटले. समानता आणि विरोधाभास यांचा खात्री वाटण्याजोगा एक आकृतिबंध तयार झाल्यासारखा वाटत होता.

एक गोष्ट मात्र मी ठामपणे सांगतो आणि त्यासाठी मी माझ्या मनाची पूर्ण तयारी केली आहे. लिखाणाचे हे जे काही सिद्धान्त आहेत, ते सगळे तद्दन खोटे आहेत. प्रत्येक लेखकाचा विकास हा त्याच्या स्वतःच्या पद्धतीने किंवा पद्धतीशिवायही होत असतो. कधी कधी काही गोष्टी नकळत किंवा कशाही पद्धतीने तयार होत जातात. ही कार्यपद्धती गुंतागुंतीची आहे आणि ती कशी आहे हे काही तात्त्विक पद्धतीने सांगता येणार नाही. एकदा मी एका सर्जनशील लिखाणाच्या व्याख्यानाला गेलो होतो. व्याख्यान देणाऱ्यांनी अशी सुरुवात केली की, ''सगळे लिखाण हे दोन

विभागात विभागले जाते. चांगले लिखाण आणि वाईट लिखाण. चांगली पुस्तके ही चांगल्या लिखाणातून तयार होतात आणि वाईट लिखाण हे अपयशी ठरते.'' जेव्हा लघुकथांचा विषय आला, तेव्हा व्याख्यात्यांनी सांगितले, ''लघुकथा ही लघू असली पाहिजे आणि त्यात काही कथा, गोष्ट असली पाहिजे.'' हा मुद्दा मात्र मी अव्यवहार्यपणे, दुर्दैव म्हणून सहानुभूतीपूर्वक सोडून दिला.

जर मला विचारले, कथा कशी लिहिली जाते तर ते काही मला स्पष्ट करून सांगता येणार नाही. मी एवढेच सांगू शकतो की, माझ्या कथांसाठी मिळणारी सामग्री ही मला खुल्या हवेत, बाजारात आणि म्हैसूरच्या रस्त्यांवर मिळालेली आहे. माझ्या आयुष्याच्या सुरुवातीच्या काळात मी पूर्णपणे स्वतंत्र होतो. आणि आमच्या घरात माझ्या या अशा भटक्या स्वभावाबद्दल किंवा आर्थिकदृष्ट्या मी बेरोजगार असल्याबद्दल मला कुणीही कधी काही विचारले नाही. माझे वागणे कुणी मनावर घेतले नाही. मी थोडे वाचत होतो, थोडेफार लिहिण्याचाही प्रयत्न केला. मी दूरवर तळ्याच्या काठावर, बागेत, झाडाझुडपांमध्ये फिरत होतो. आमच्या गावाच्या बाजूला असणाऱ्या भीतिदायक अशा टेकडीवरही चढून जात होतो. बाजाराच्या काही भागात दिवसा अतिशय गर्दी असलेलीही मी बघितली. मुद्दाम म्हणून किंवा सतर्क राहून काही एखादा विषय मी कथेसाठी उचलला नाही. पण या सगळ्या लोकांचे निरीक्षण करताना मात्र मला आनंद होत असे. मी माझी पहिली कथा एका भिकाऱ्यावर लिहिली होती. त्याला फक्त एकच हात होता. एका अरुंद रस्त्याच्या मध्यभागी असलेल्या एका कॉफीशॉपसमोर तो उभा असायचा. जेव्हा त्या कॉपीशॉपमधून तरुण लोक आनंदाने हसत खेळत आणि मजेत बाहेर येत, तेव्हा तो आपला एक हात पुढे करत असे. माझी पहिली कथा मी त्याच्यावर लिहिली आणि त्या कथेचे शीर्षक होते, 'एका हाताचा राक्षस'. त्या कथेची पहिली ओळ मला अजूनही स्पष्ट आठवते. ती अशी होती, ''तो एका हाताचा होता हे नक्की; पण तो तुमच्याआमच्यासारखा राक्षस मात्र नव्हता.''

हे पहिलेच वाक्य कसे मनावर छाप पडण्यासारखे होते. त्या कथेतील जास्त काही मला आठवत नाही. नंतर तर ती कथा स्मरणातूनही गेली. चाळीस वर्षांपूर्वी ती कथा मद्रासच्या 'द हिंदू'च्या आवृत्तीमध्ये प्रकाशित झाली होती. तो संपादक थोर मनाचा होता, त्याने माझी ती कथा स्वीकारली. एखादे जुने जाकीट आपल्याला मिळावे, ही त्या भिकाऱ्याला पछाडणारी इच्छा. त्या क्षुद्र विषयाभोवतीच ती कथा गोल गोल फिरत होती. ती कथा प्रकाशित झाल्यानंतर 'द हिंदू'चा मी एक नियमित लेखक बनलो. त्यात टिकून राहण्यासाठी आणि अंतिम मुदतीत ते पूर्ण करण्यासाठी, एका महिन्याला दोन कथा देणे आवश्यक होते. हे मला मोठ्या जोमाने आणि जबरदस्तीने करावे लागणारे काम होते. त्यामुळे त्यातील बहुतांश कथा या निराश

मनःस्थितीतच जन्माला आल्या होत्या. दर गुरुवार आणि रविवारच्या सदरात त्या प्रसिद्ध होत.

मी सुरुवातीला उल्लेख केल्याप्रमाणे लघुकथा हे उत्तम माध्यम आहे. उपलब्ध असलेल्या विषयाचा वापर करून तो समृद्ध करण्याचे ते एक सर्वोत्तम साधन आहे. कादंबरी ही प्रवृत्ती वेगळी आहे. कादंबरीचा विषय मोठा असतो आणि त्याच एका मोठ्या विषयाभोवती आवश्यक असलेल्या गोष्टी जुळवून साहित्य उपलब्ध करणे हा परीघ फार मोठा आहे; तर लघुकथेचा आवाका, क्षेत्र मोठे असते. सूक्ष्म गोष्टीवर लक्ष केंद्रित करून मानवी अनुभवाची विपुलता त्यात दिसून येते.

कथेचे मूळ हे कधी कधी वैयक्तिक अनुभव, थोडेसे निरीक्षण अथवा कानावर पडलेले एखादे संभाषण यात असते. 'सैतानाचा श्वास' या कथेचा मजकूर मी एका ध्वनिफितीवर बोलून रेकॉर्ड केला होता. तेव्हा माझ्या डोळ्यांचे मोतीबिंदूचे ऑपरेशन झाले होते आणि दहा दिवस मी डोळ्यांना पट्ट्या बांधून अंथरुणावर पडून होतो. एक पुरुष परिचारक माझ्या सेवेला असायचा. 'अण्णामलाई' ही कथा म्हणजे एक माहितीपटच आहे. एक नवखा आणि चमत्कारिक माणूस पहारेकरी म्हणून माझ्या बंगल्यावर पंधरा वर्षं काम करत होता. त्याची ही कथा. 'एक घोडा आणि दोन बकऱ्या' ही कथा मला एका अमेरिकन माणसाने सुचवली. एका संध्याकाळी तो मला भेटायला माझ्या घरी आला होता. अमेरिकेत पाठीमागे दरवाजे असलेली एक मोठी मोटारगाडी असते, ती घेऊन तो आला होता. त्या गाडीत एक प्रचंड असा मातीचा घोडा कोंबून बसवला होता. बाजूलाच असलेल्या एका खेड्यातून त्याने तो उचलून आणला होता. 'आसरा' ही कथा बसच्या एका प्रवासात एका जोडप्यामध्ये चाललेल्या कुजबुजीतून आणि त्यांच्यातील संवादातून विकसित झाली.

मी सुरुवातीलाच उल्लेख केल्याप्रमाणे कथांचे आयोजन हे कालक्रमानुसार केलेले नाही. एक सक्तीची गोष्ट मात्र मी केली आणि ती मी मानतो. 'नित्या' या कथेची जागा मात्र मी ठरवली. ती एका तरुणाच्या फसफसणाऱ्या मनाची आणि त्याच्यातील बंडपणाच्या प्रवृत्तीची कथा आहे. ती अगदी सुरुवातीलाच घ्यायची हे मात्र मी ठरवले. तसेच शेवटी असलेली एका गोष्ट सांगणाऱ्या म्हाताऱ्या माणसाची कथा. त्याने त्याच्या कारकिर्दीचा शेवट शांततेची शपथ घेऊन केला. उर्वरित आयुष्य काहीही न बोलता शांततेत घालवायचे असे त्याने ठरवले. मला हे जाणवले की कथाकथन करणाऱ्या माणसाला आपण कुठे थांबावे याचे तारतम्य असावे; दुसऱ्याने कुणी थांब म्हणावे याची त्याने वाट बघू नये.

– आर. के. नारायण
२१ फेब्रुवारी, १९८४

अनुवादकाचे मनोगत

आर. के. नारायण यांचा 'Under The Banyan Tree And Other Stories' हा लघुकथा संग्रह वाचण्यात आला. त्यातील पात्रे एवढी जिवंत वाटतात की, आपल्याच आजूबाजूला वावरणाऱ्या एखाद्या माणसाच्या जीवनातील घटना आपण बघत आहोत असे वाटत राहते. कथांमधील पार्श्वभूमी जरी दक्षिण भारतातील असली तरी, त्यातील पात्रे भारताच्या कुठल्याही भागात असावीत तशीच आहेत. भारताच्या कुठल्याही खेड्यात वावरणारा माणूस तसाच असतो. त्याची जीवनपद्धती, त्याचे राहणीमान, त्याची विचार करण्याची पद्धत ही अशीच असत, हे जाणवते.

या कथासंग्रहात एकूण अठ्ठावीस कथा आहेत. त्यात वैविध्य आहे, आकर्षकपणा आहे, हलकेफुलकेपणा आहे, विनोदाची फवारणी आहे, तसेच विचार करायला लावेल असा गंभीरपणाही आहे. त्यात लहान मुलांपासून म्हाताऱ्या माणसांपर्यंत सर्वच प्रकारची माणसे आहेत. प्राणी आहेत. त्यातला विनोद हा माणसाच्या अडाणीपणातून, अजाणतेपणातून निर्माण होणारा सहजविनोद आहे. तो ओढूनताणून आणलेला नाही. तसेच हळवेपणा आहे, अगतिकता आहे. 'अण्णामलाई'चे व्यक्तिचित्र मनाला चटका लावून जाते, तर 'दुसरी जमात'मधील सामाजिक मतभेद, 'आसरा'मधील पती-पत्नीचे भांडण या गोष्टी विचार करायला लावतात.

'नायक', 'दोडू', 'गुन्हा आणि शिक्षा' या कथा लहान मुलांशी संबंधित असल्या तरी त्या निव्वळ लहान मुलांच्या नाहीत. मोठी माणसे त्यात डोकावतात. लहान मुले मोठ्यांबद्दल काय आणि कसा विचार करतात, त्याप्रमाणे कशी कृती घडते, हे यात विनोदी पद्धतीने सांगितले आहे. नुकताच वयात आलेला 'नित्या' जुन्या परंपरांची खिल्ली उडवतो तर इंग्रजी भाषा बोलता येत नसून, समजत नसूनही मुनीसारखा म्हातारा माणूस कसा मजेशीर सौदा करतो, ते बघून आपण मनातल्या मनात हसतो. एका इतिहासकाराच्या संशोधनावर 'रोमन पुतळा' ही एक साधी खुसखुशीत कथा आहे. 'मुका सोबती', 'संध्याकाळची देणगी' या कथांमधील नायकांची कणव येते, त्यांच्याबद्दल सहानुभूती वाटते.

केवळ माणसेच नाही, तर कुत्रा, माकड, खार, उंदीर, साप हेही त्यांच्या कथांचे नायक आहेत. तेसुद्धा माणसांच्या बरोबरीने वावरताना दिसतात. या कथांमध्ये

आपल्याला कोण भेटत नाही? तिथे साधू आहे, वेश्या आहे, नट आहे, पहारेकरी आहे. डोळ्यांनी न बघितलेला माणूस हा 'सैतानाचा श्वास' या कथेचा नायक आहे, तर एका अमावास्येच्या रात्री ड्रायव्हरच्या अंगात शिरलेले भूतसुद्धा आहे. मनातल्या मनात मालकाला वाट्टेल ते बोलणारा, पण समोर आले की गप्प बसणारा सर्वसाधारण माणूस आहे, पैशाला हपापलेला व त्यापायी आपला जीव गमावणारा व्यापारी आहे, तर 'करावे तसे भरावे' या उक्तीची प्रचीती देणारा, दिसायला अगदी साधा भोळा दिसणारा 'रामू' आहे.

आणि सर्वांत कळस म्हणजे शेवटची कथा. वडाच्या झाडाखाली बसून गोष्टी सांगणाऱ्या नंबी नावाच्या एका माणसाची कथा. आर. के. नारायण यांनी त्यांच्या प्रस्तावनेतच सांगितले आहे की, कथेची सुरुवात कोणत्या गोष्टीने करायची आणि शेवट कोणत्या गोष्टीने करायचा हे त्यांनी ठरवून ठेवलेले होते, ते किती सार्थ आहे हे पहिली आणि शेवटची कथा वाचूनच कळते.

असा हा वेगवेगळ्या माणसांना भेटवणारा आणि वेगवेगळ्या भावनांचा आस्वाद देणारा कथासंग्रह. काही काही गोष्टी अशा असतात की, ज्या आपण अनुभवल्या, आपल्या मनाला भिडल्या, की त्या इतरांनाही सांगाव्यात अशी उत्कट इच्छा निर्माण होते. इतरांनीही तो अनुभव घ्यावा, त्याची प्रचीती घ्यावी, एखाद्या चांगल्या कलाकृतीचा आस्वाद घ्यावा असे वाटते. त्यामुळेच या पुस्तकाचा मराठीत अनुवाद करून तो अनुभव मराठी वाचकांनाही मिळवून द्यावा, अशी इच्छा मनात निर्माण झाली. आणि मला खात्री आहे की, 'मालगुडी डेज' या पुस्तकाचा मराठी वाचकांनी जसा आस्वाद घेतला, त्याचे जसे स्वागत झाले, तसेच या पुस्तकाचेही होईल. कारण मराठी वाचक हा चांगल्या कलाकृतींबाबत नक्कीच चोखंदळ आहे.

या पुस्तकातील कथा वाचून, त्यांचा अनुवाद करून तो आपल्यापर्यंत येईपर्यंत तब्बल चार वर्षांचा कालावधी लोटला. त्याची कारणमीमांसा इथे करणे योग्य नाही, पण ही गोष्ट पूर्णत्वाला जाण्यासाठी ज्यांचे सहकार्य लाभले त्यांची मात्र मी ऋणी आहे. माझी बहीण उषा आणि तिचे यजमान श्री. सुनील कुलकर्णी यांच्याबरोबर सतत होत असलेल्या चर्चा ही यामागची मूळ प्रेरणा होय. तसेच माझी अमेरिकेतील मुलगी रश्मी आणि जावई सारंग यांचाही यात बराच सहभाग आहे. विशेषतः मला एखादा इंग्लिश परिच्छेद अवघड वाटला की तो वाचून सारंग मला समजावून सांगायचा. दुसऱ्या दोन्ही मुली आणि जावई यांचाही पाठिंबा होताच.

सर्वांत महत्त्वाचे म्हणजे सुनील मेहता यांचे लाभलेले सहकार्य. माझ्या प्रत्येक मेलला त्यांनी आवर्जून प्रतिसाद दिला. पुस्तकाचे कॉपीराईट्स मिळवण्यासाठी सर्व प्रकारचे प्रयत्न केले. त्यांची मी अत्यंत आभारी आहे.

– नंदिनी देशमुख

अनुक्रमणिका

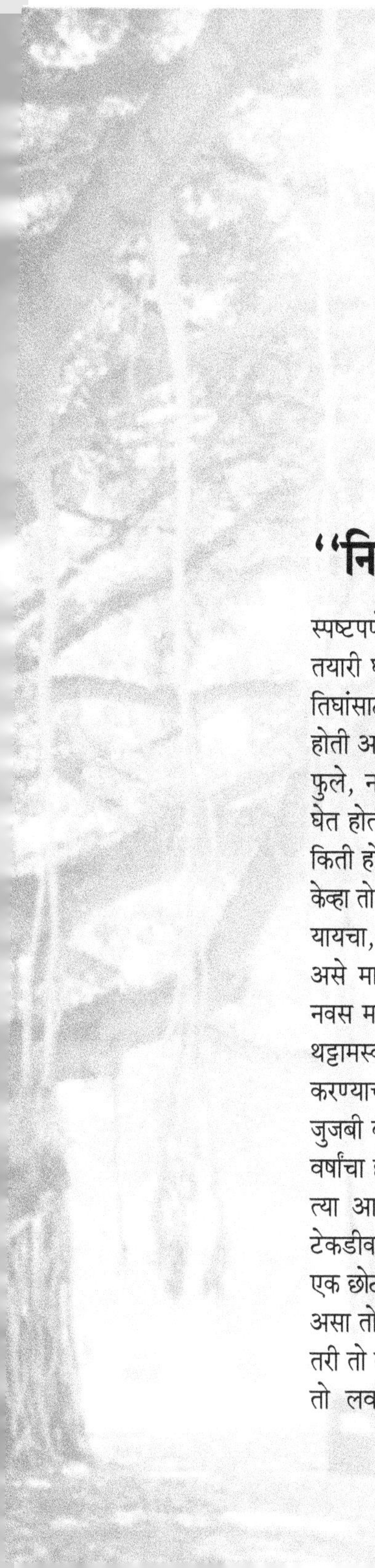

नित्या

"**नि**त्या, शुक्रवारी सकाळी. सहा वाजताच्या बसने आपल्याला निघायचंय.'' वडिलांनी नित्याला स्पष्टपणे सांगितले. बाहेरगावी जाण्यासाठी होणारी सगळी तयारी घरात चालू होती याकडे नित्याचे लक्ष होते. आई तिघांसाठी जेवणाचा डबा तयार करून घेण्याचे ठरवित होती आणि एकीकडे देवाच्या पूजेसाठी लागणारे सामान, फुले, नारळ, उदबत्त्या वगैरे सगळे एका पिशवीत भरून घेत होती. खरे तर त्यांच्या या योजनेत नित्याचा सहभाग किती होता, याची त्याला स्वतःलाही कल्पना होती. जेव्हा केव्हा तो कॉफी घेण्यासाठी किंवा इतर कशासाठी स्वयंपाकघरात यायचा, तेव्हा आई त्याच्याशी बोलत नसे. पण येता जाता असे मात्र बोलून दाखवित होती की, 'काही झाले तरी नवस मात्र पूर्ण करायलाच हवा.' तो विषय बदलण्याचा, थट्टामस्करी, विनोद करून खेळीमेळीचे वातावरण निर्माण करण्याचा नित्या प्रयत्न करीत होता. मध्येच काहीतरी जुजबी बोलून तिथून निघून जात होता. नित्या जेव्हा दोन वर्षांचा होता तेव्हा तो खोकल्याने त्रस्त झाला होता आणि त्या आजारपणातून तो बरा व्हावा म्हणून दूरच्या एका टेकडीवरच्या देवाला आई-वडिलांनी नवस केला होता. एक छोटासा विधी करून नित्याच्या डोक्याचे मुंडण करायचे, असा तो नवस होता. आता नित्या वीस वर्षांचा झाला होता तरी तो नवस फेडायचा राहूनच गेला होता. पण आता तरी तो लवकर फेडून टाकावा, जास्त लांबवू नये, असे

नित्याच्या आई-वडिलांना वाटत होते. एकदा असेच कुठल्यातरी जुन्या डायरीची पाने चाळताना आपण देवाला असा नवस केला होता, या गोष्टीचा वडिलांना शोध लागला. आणि मग आईलासुद्धा एका कुठल्यातरी फडक्यात काहीतरी नाणे ठेवून भाग बांधून ठेवल्याची आठवण झाली. खरे तर ते भाग बांधून ठेवलेले कापड काही आता तिला सापडत नव्हते, पण बांधून ठेवल्याची आठवण मात्र होती. नित्या लहान असताना घराच्या मालमत्तेसंबंधी काही कोर्टकचेरीच्या भानगडी चालू होत्या. त्यामुळे ती डायरी आणि ते भाग बांधून ठेवलेले कापड कुठेच सापडत नव्हते. नित्या हळूहळू मोठा होत गेला आणि नवस फेडायचा राहूनच गेला. कोर्टकचेरीची केसही बरेच दिवस लांबत चालली होती. एक अतिशय वाकबगार आणि हुशार असलेला वकील ही विरुद्ध पार्टीला मिळालेली एक देणगीच होती. एखादा कडक न्यायाधीश आला की ऐन वेळी काहीतरी डावपेच लढवून केस पुढे ढकलण्यात तो प्रसिद्ध होता. नवीन न्यायाधीश आल्यानंतर पुन्हा सुरुवातीपासून सगळी केस उभी करावी लागत असे. पण ही केस लढायचीच, असे वडिलांनी मनात पक्के धरले होते, कारण त्यांना आतल्या आत कुठेतरी असे वाटत होते की या सगळ्या मालमत्तेचे ते एकुलते एक वारसदार होते. पण शेवटी शेवटी त्यांची होती नव्हती ती सगळी मालमत्ता संपुष्टात येत चालली होती. त्यांचा वकीलही उमेदीच्या तरुण वयापासून तोंडाच्या बोळक्यापर्यंत आला होता. आताशा तर तो काळा पोशाख घालून कोर्टाच्या आवारात घिरट्या घालत होता.

आज तर वडिलांनी आपला ठाम निर्णय जाहीर केला आणि बाहेरगावी जाण्याची तारीखही ठरवून टाकली. नित्याने त्यांना विरोध केला.

"वीस वर्षांपूर्वी तुम्ही जो नवस बोलला होता, त्याच्याशी आता माझा काहीही संबंध नाही. बुद्धिबळातील एखाद्या प्याद्याप्रमाणे तुम्ही माझा वापर केला. मला विचारल्याशिवाय तुम्ही माझे डोके असे कसे गहाण ठेवू शकता?"

"त्या वेळी तू फक्त दोन वर्षांचा होतास. तुला काय विचारणार?"

"मग त्या वेळी तुम्ही माझे डोके कसेही वापरू शकला असता, त्या वेळीच काहीतरी करून टाकायचे होते."

"त्या वेळी तू आजारी होतास आणि खूप दिवस तुझे आजारपण लांबत चालले होते..."

"पण मी जिवंत राहिलो. मला तर असे वाटते की, माझ्याऐवजी तो आजारच मरून गेला. मग यात त्या देवाचा हात कसला आला? आणि देवाला तरी माझ्या केसांमध्ये काय रस?"

त्याचे हे असले बोलणे ऐकून आई-वडील दोघेही घाबरून गेले. विनवणीच्या सुरात आई म्हणाली, "नित्या, तू काहीही कर; पण हे असले काही बोलू नकोस."

वडिलांनी पण त्याला सक्त ताकीद दिली, ‘‘नित्या, परमेश्वराची अशी अवहेलना करू नकोस. जर देवाने आमचे बोलणे ऐकले नसते आणि तू जिवंत राहिला नसतास तर..’’ पुढचे वाक्य त्यांच्याच्याने बोलवले गेले नाही.

‘‘असा काही करार झाला होता का?’’ नित्याने उलट विचारले.

‘‘हो.. वास्तविक पाहता तसा करारच झाला होता आणि आता त्यापासून मागे हटणे शक्य नाही.’’ वडील कठोरपणे म्हणाले.

‘‘छान.. पण त्यासाठी जे डोके वापरायचे होते, ते तुमचे नव्हते. जी वस्तू तुमची नाही त्यासाठी तुम्ही अशा वाटाघाटी, करार करू शकत नाही,’’ नित्या म्हणाला.

‘‘ते तुझ्या भल्यासाठीच होते.’’

‘‘मी तुम्हाला तसे काही करा असे म्हणालो होतो का?’’ नित्या उद्वेगाने म्हणाला.

त्याचे हे असे बोलणे ऐकून आई रडायलाच लागली. वडील रागीट चेहरा करून म्हणाले, ‘‘एवढा कसा पापी माणसासारखा बोलतो आहेस रे? देवाच्या बाबतीत असा कसा भावनाशून्य झालास तू? असा नास्तिक कसा झालास? कुणाचा वारसा चालवतो आहेस याचे आश्चर्य वाटते आहे.’’

त्यांचे हे असे जोरजोरात चाललेले बोलणे ऐकून शेजारचे काका बाहेर आले. ते सतत प्यायलेलेच असत.

‘‘गप्प बसा. काय चालवलंय? मला बायको नाही अन् लोकांना तीन तीन बायका असतात. बदमाश साले!’’ असे काहीतरी बडबडायला लागले. ते इंजिनिअर होते आणि सरकारी ऑफिसमध्ये चांगल्या हुद्द्यावर कार्यरत होते; पण त्यांच्या पिण्यामुळे त्यांना बडतर्फ करण्यात आले होते. नंतर तर त्यांच्या घरच्या लोकांनीही त्यांच्यावर बहिष्कारच टाकला होता. त्यांचे हे असे चाळे, माकडचेष्टा बघून नित्याला गंमत वाटत होती. ते जेव्हा त्यांचे खाणे-पिणे आटोपून यायचे, रस्त्यात काहीतरी बीभत्स अश्लील चाळे करायचे, काहीतरी घाणेरडे बोलायचे, तेव्हा नित्या त्यांची थट्टामस्करी करायचा. नित्याने त्याच्या खासगी डायरीत त्यांची नोंदही करून ठेवली होती : ‘एकदा एका इंजिनिअरने चुकून संडासऐवजी स्वयंपाकघरच वापरले. तो त्याच्या अर्धवटपणाचा पुरावाच होता.’ आत्ताही ते असे ओरडत आले तेव्हा त्यांना बाहेर कुठेतरी घालवून देण्याच्या निमित्ताने नित्या बाहेर निघून गेला. त्या निमित्ताने आई-वडिलांपासून त्याने स्वतःची तात्पुरती सुटका करून घेतली. त्यानंतर शुक्रवारी सकाळी बाहेरगावी देवाला जाण्यासाठी मार्केटगेटमधून पिवळ्या बसमध्ये जागा पकडून बसेपर्यंत वडिलांचे त्याच्यावर बारीक लक्ष होते.

जेव्हा बसमध्ये निर्विघ्नपणे नित्या वडिलांच्या शेजारी बसला, तेव्हाच कुठे त्यांना हायसे झाले. काहीतरी बोलून ते त्याला गुंतवून ठेवत होते. आई मात्र त्यांच्या

मागच्या सीटवर बसून आजूबाजूच्या बायकांशी गप्पा मारण्यात दंग झाली होती. बस एल्लमनहून निघाली आणि नल्लपाच्या झाडांच्या गर्द राईतून रस्ता काढून एका नदीच्या काठावर आली. थंडगार पाण्याचे शिंतोडे उडाल्यामुळे सगळीकडे एकदम चैतन्य पसरले. सोसाट्याचा वारा खिडकीतून आत घुसण्याचा प्रयत्न करीत होता. बसचा चालक मात्र या सगळ्या गोष्टींचा आनंद घेत, अगदी बेफिकीरपणे आणि बिनधास्तपणे बस चालवित होता. त्याच्या अशा बेधुंद चालवण्यामुळे बसला सारखे हिसके बसत होते. पण एक नित्या सोडला तर बाकी कुणालाही त्याचे काही वाटत नव्हते. बसमधील यात्रेकरू इकडून तिकडे एकमेकांच्या अंगावर पडत होते, खालीवर होत होते. 'कसला घाणेरडा प्रवास आहे हा...' नित्या मनाशीच कुरकुरला. पुन्हा तो आपल्या मनाशीच म्हणाला, 'कुरकुर करू नकोस उगाच. शांत राहायला शिक जरा. अरे, आपला देश गरीब आहे. आणि अशा खेडोपाडी मुंबई किंवा मद्राससारखे आरामात जाणे परवडणारे नाही.' बसमधील प्रवासी, विशेषतः खेडूत प्रवासी तर या सगळ्या गोष्टीची खूप मजा घेत होते. एकमेकांशी गप्पा मारत होते, हसत खिदळत होते. आणि एखादा विनोद केला तर कंडक्टरलाही त्यात सामील करून घेत होते. मधेच कुठेतरी खर्रर्र आवाज करून धुरळा उडवीत बस थांबली की आतील प्रवासी खाली उतरत, पुन्हा आत येत. एका ठिकाणी बस थांबली आणि पूर्ण रिकामी झाली. पण दारापाशी एवढी मोठी गर्दी जमली होती. कंडक्टर जोरजोरात ओरडत होता, ''लवकर चला, लवकर चला...'' शेवटी कसेबसे लोक चढले आणि जिथे कुठे जागा मिळेल तिथे बसले, वाकडेतिकडे उभे राहिले. या गोष्टीला कुणीही विरोध केला नाही. एवढ्या गर्दी आणि गोंधळातही दिसत नव्हते तरी कुणाच्या आडून मध्येच तोंड काढून, हसून, बोलून लोकांनी आपापल्या नातेवाइकांचे निरोप घेतले. कंडक्टर एका पायरीवर पाय ठेवून एकाच पायावर काळजीपूर्वक उभा राहिला होता आणि जमलेले सगळे पैसे जवळच्या बॅगमध्ये ठेवत होता. या सर्व प्रसंगांनी नित्याच्या मनाच्या डायरीत पुन्हा एकदा नोंद केली – 'बस हलते आहे, डुलते आहे, उसासे सोडते आहे, हे सर्व ओझे तिला असह्य होत आहे, तरी पण तिचा स्फोट मात्र होत नाही. कदाचित शेवटची वेळ अजून यायची राहिली असेल. पण खरा प्रश्न हा आहे की, हे सर्व कुणाच्या मालकीचे आहे? कंडक्टरचे पारडे जरी वरचेवर जड होत चालले असले आणि एखाद्या शूरवीर माणसाप्रमाणे सगळा पैसा तो स्वतःच्या जवळ असलेल्या बॅगमध्ये भरतोय, तरी नक्कीच ते काही या शूरवीर कंडक्टरच्या मालकीचे नाही.'

एका ठिकाणी बस थांबली. कंडक्टरने वडिलांना सांगितले, ''या ठिकाणी तुम्ही उतरा आणि त्या समोरच्या टेकडीपर्यंत पायी चालत जा. बस तिथपर्यंत जात नाही.''

बसमधील गर्दीतून वाट काढत ते तिघेही खाली उतरले. आईने तेवढ्या

गर्दीतूनही तिच्याजवळचा जेवणाचा डबा आणि पूजेची पिशवी सांभाळून आणली होती. जेव्हा बस निघण्याच्या तयारीत होती तेव्हा वडिलांनी कंडक्टरला विचारले, "तुम्ही परत केव्हा येणार?"

"संध्याकाळी पाच-सहा वाजता येऊ. जर बस चुकली तर तुम्हाला उद्या सकाळी यावे लागेल," त्याने सांगितले.

दूरवर टेकडीवरचे मंदिर दिसत होते, पण नेमके किती अंतरावर दूर आहे त्याचा अंदाज येत नव्हता. एका पायवाटेने ते तिघेही निघाले. पुढे वडील, मधे नित्या आणि मागे पिछाडीला आई. नित्याला वाटले कदाचित मी मध्येच कुठेतरी पळून जाईन म्हणून त्यांनी माझे असे सॅण्डविच केले आहे. पण मला तरी कुठे संधी आहे? आजूबाजूला असलेली गर्द झाडी आणि अरुंद रस्ता यांनी पण मला बाजूने कोंडीत पकडले आहेच की!

एक तास चालल्यानंतर त्या टेकडीच्या खाली वसलेले एक छोटेसे खेडे दिसू लागले. नित्याला वाटले, वडिलांना विचारावे, 'देव जर सगळीकडेच आहे तर मग इथे एवढ्या दूर यायची काय गरज? नाहीतरी माझ्या डोक्याने विनायक स्ट्रीटवरच्या न्हाव्याकडे आधीच शरणागती पत्करली आहे. तो तर घरी येऊनसुद्धा तुमची कटिंग करतो.'

जणू काही त्याच्या मनातले हे विचार त्याच्या वडिलांना समजले. ते म्हणाले, "पाचशे वर्षांपूर्वी आपल्या पूर्वजांनी या मंदिराची स्थापना केली आहे. याच टेकडीवर 'कुमाराने' एका दुष्ट राक्षसाचा नाश केला होता. त्या राक्षसाचे नाव मला आता आठवत नाही..."

"राक्षस तो राक्षसच... काही का नाव असेना.." नित्या म्हणाला. वडिलांनी त्याच्या या बोलण्याकडे दुर्लक्ष केले आणि आपले बोलणे पुढे चालूच ठेवले.

"चोल राजे जेव्हा इथे राज्य करीत होते, तेव्हा त्यांनी हे मंदिर बांधून काढले आणि त्याचा वारसा आपल्या पूर्वजांना दिला."

"हे तुम्हाला कसे काय माहीत?" त्याने पुन्हा विचारले.

"प्रत्येक गोष्टीत प्रश्न विचारायची तुला वाईट सवय लागली आहे."

"मला फक्त हे माहीत करून घ्यायचे आहे."

"ठीक आहे, सांगतो. हे सगळे एका दगडी खांबावर, ताम्रपटावर आणि ताडपत्रीवर लिहून ठेवले आहे. अभ्यासू लोकांनी अभ्यास करून तसे अनुमान काढले आहे. फक्त तूच एकटा तेवढा शहाणा आहेस असे समजू नकोस. मंदिरातील एका ताम्रपटावर असे लिहून ठेवले आहे की, एका देणगी समारंभात माझ्या आजोबांच्या नावाने हे देणगीपत्र तयार केले आहे. त्या देणगीतून वर्षाच्या महोत्सवाचा खर्च आपण करायचा असतो. मागच्याच वर्षी मी इथे दोनशे रुपये अन् वीस मापे तांदूळ

गावजेवण घालण्यासाठी दिले होते. महोत्सवाच्या दहा दिवस आधी, डिसेंबरमध्ये ते लोक आपल्याकडे आले होते. नशिबाने त्याची एक प्रत आणि दर वर्षी देणग्या दिल्याच्या पावत्या माझ्याजवळ होत्या. कोर्टात त्याची चिकित्सा झाली आणि त्याचा फायदा आपल्याला झाला.''

नित्याने पुन्हा एकदा त्याच्या मनाच्या डायरीत एक नोंद केली : 'एवढ्या दूर आणि एवढ्या महत्त्वाच्या ठिकाणी येऊनसुद्धा वडिलांचे मन त्या सिव्हिल कोर्टातच गुंतले आहे. त्या बायको नसलेल्या पिदाड्या इंजिनिअरसारखेच.' गावाजवळ येताच वडिलांची पावले थोडी दमाने पडू लागली. वडिलांच्या कपाळावर आठ्यांचे जाळे पसरले आणि रागाने हवेतच त्यांनी जोरात एक प्रश्न विचारला, ''कुठे आहेत सगळे?'' जणू काही एखाद्या स्वागत समितीने त्यांचा स्वागत समारंभ करायला पाहिजे होता.

ते एका बाजूला आडोशाला उभे राहिले आणि पुन्हा एकदा जोरात ओरडले, ''रामा, ए रामा..'' त्यांचे ओरडणे ऐकून काही बायका आणि लहान मुले एका कोणत्यातरी कोपऱ्यातून पळतच आली. त्यांनी सर्वांना त्यांच्या घरात येण्याची विनंती केली. पण उतावीळपणे वडील म्हणाले, ''नाही, नाही... पहिल्यांदा मंदिरात जायचे. कोण आहे इथला मुख्य, त्याला बोलवा आधी.''

''ते सगळे लोक निंदायला शेतात गेले आहेत,'' एका बाईने सांगितले आणि एका मुलाकडे बघून त्याच्या गालात आपली बोटे खुपसून ती म्हणाली, ''जा पळ आणि रामाला बोलावून आण. त्याला सांग, मालक आलेत म्हणावं.''

तो मुलगा एखाद्या तीरासारखा धावत सुटला. त्या लोकांच्या घरात त्यांच्या ऐपतीप्रमाणे जे काही होते, एक-दोन खुर्च्या, सतरंजी वगैरे सगळे त्यांनी बाहेर आणले. सगळेच धावाधाव आणि गडबडगोंधळ करीत होते. त्यांचे आपसात काहीतरी बोलणे चालू होते. शेवटी काहीतरी ठरवून त्यांनी एक तांब्याभर दूध आणि केळ्यांचा एक घड आणून तिथेच एका स्टूलवर ठेवला. नित्या एकदम ओरडला, ''ओह! मला तर खरंच खूप भूक लागली होती. काहीतरी खायला हवेच होते.'' असे म्हणून त्याने केळी घेण्यासाठी हात पुढे केला. तेवढ्यात वडील म्हणाले, ''आत्ताच नाही. नवस पूर्ण झाल्यानंतरच.'' त्यांचे बोलणे ऐकून नित्या एकदम मागे हटला. (त्याच्या मनाने पुन्हा एकदा डायरीत नोंद केली : 'आत्ताच नाही. नवस पूर्ण झाल्यानंतरच. जणू काही देवच माझ्या वडिलांच्या तोंडून हे तालबद्ध पद्धतीने सांगतोय. पण तोपर्यंत ही केळी काळी पडतील आणि दूध नासून जाईल.') तेवढ्यात त्यांचा जो मुख्य होता, रामा, तो आला. आल्यावर नमस्कार चमत्कार झाले. थोडे स्वस्थ झाल्यानंतर व्यवहाराची बोलणी सुरू झाली. हे सर्व चालू असताना रामाच्या मागे बायकामुलांसहित लोकांचा मोठा घोळका जमला होता.

दोघांमध्ये चाललेली बोलणी सर्व जण मन लावून ऐकत होते.

वडिलांनी मोठ्या अधिकारवाणीने विचारले, "मंदिराचा पुजारी कुठे आहे? मंदिर उघडायला पाहिजे. आम्हाला संध्याकाळच्या बसने परत जायचंय."

रामा विनवणीच्या सुरात म्हणाला, "जायलाच पाहिजे का? आजची रात्र राहिलात तर बरे होईल. बरेच दिवसांनंतर आपण इथे आलात."

नित्याने ताबडतोब विरोध केला. "तुम्हाला दोघांना राहायचे असेल तर राहा. मी मात्र संध्याकाळी वापस जाणार." संध्याकाळी जाऊन रोजच्या कट्ट्यावर मित्रांना भेटण्याच्या आठवणीने त्याचे मन व्याकूळ झाले होते.

आई म्हणाली, "थोडा दम धर."

नित्या म्हणाला, "मला आज संध्याकाळी खूप काम आहे."

वडील ओरडले, "देवाच्या कामापेक्षा असे कोणते तुझे मोठे आणि महत्त्वाचे काम आहे? आता इथे आलोच आहोत तर थोडा धीर धर."

मंदिराचा पुजारी आला. त्याने कपाळावर लालभडक कुंकवाचा पट्टा ओढला होता. वर पवित्र अंगारा लावला होता. खांद्यावर लाल रंगाची शाल पांघरली होती. सुस्तपणाने चालत तो जवळ आला. त्याचा आवाज घोगरा होता. एका हातात लोखंडाच्या साखळीमध्ये एक किल्ली लोंबकळत होती. मालकाने आणि पुजाऱ्याने एकमेकांना नमस्कार केले आणि पुजाऱ्याने एकदम वेगळ्याच विषयावर मुसंडी मारली. त्याच्या ज्या काही मागण्या होत्या त्याची एक यादीच त्याने सादर केली.

"मंदिराजवळ असलेली विहीर खोदावी लागणार आहे. मंदिराचे कुलूप बदलावे लागेल. ते खूप गंजले आहे आणि आता दिवसही खूप वाईट आले आहेत. आम्हाला देवपूजेसाठी फुले मिळत नाहीत. दुसऱ्या गावाहून ती आणावी लागतात. त्या लोकांनाही टेकडीच्या मागच्या भागातून ती फुले आणावी लागतात, ती आणण्याचा ते कंटाळा करतात. त्यामुळे ते लोक काहीच्या काही भाव सांगून, वाट्टेल तसे पैसे मागतात. आणि त्यामुळेच त्यांनी अशीही अफवा पसरवली आहे की तिथे जवळपास कोल्हा किंवा लांडगा असतो... असे म्हणून आता तर त्यांनी येणेच बंद केले आहे."

"मूर्ख कुठचे. काहीतरी सबब सांगतात," वडील ओरडले. "काही लांडगा नाही अन् वाघ नाही. अशा मूर्ख गोष्टी मी माझ्या आयुष्यात कधी ऐकल्या नाहीत. काय चालू आहे हे सगळे?"

"वाघ नाही म्हणाला तो. कोल्हा आणि लांडगा म्हणाला," नित्याने दुरुस्ती केली.

"मग काय झाले? काहीतरी जंगली प्राणीच ना? सगळ्या फालतू गप्पा आणि मूर्खपणा सगळा. अफवा पसरवतात..." अतिशय संतापून वडील बोलत होते. या सगळ्या रानटी, अडाणी लोकांचा त्यांना तीव्र संताप आला होता. आपल्या भावनांचा, आपल्या पूर्वजांचा, त्यांनी बांधलेल्या या मंदिराचा सगळ्याचाच अपमान,

उपमर्द झाल्यासारखे त्यांना वाटू लागले. त्यांनी तो विषयच बदलून टाकला आणि लगेच आज्ञा केली, "जा रे, जा त्या न्हाव्याला बोलावून आणा. काही झाले तरी आज माझ्या मुलाचा नवस पार पडलाच पाहिजे."

जमलेले सगळे लोक नवीन कुतूहलाने नित्याच्या डोक्याकडे बघू लागले. त्यामुळे नित्या एकदम खजील झाला आणि अस्वस्थपणे त्याने आपल्या केसातून बोटे फिरवली.

पुजाऱ्याने एका मुलाकडे बघितले आणि त्याला म्हणाला, "नखं खाऊ नकोस, मूर्खा. जा... लगेच नीघ आणि तळ्याच्या काठावर असलेल्या राघवला ताबडतोब त्याची पेटी घेऊन यायला सांग. जा... आत्ताच्या आत्ता जा... पळ." तो लहान मुलगा पुन्हा एकदा तीरासारखा पळाला.

ते सर्व जण पुजाऱ्याच्या मागोमाग टेकडी चढायला लागले. जमलेल्या सगळ्या लोकांची वरातही त्यांच्या मागून निघाली. नित्याची आई धापा टाकत होती आणि तीन ठिकाणी थांबली. तर वडील सारखे अस्वस्थ होऊन तिच्या भोवती घुटमळत होते. शेवटी एकदाचे ते सगळे मंदिराच्या दाराशी येऊन थांबले. मंदिराचे दार उघडेच होते. मोठमोठे दोन दरवाजे ढकलून ते आत गेले. आत संगमरवरी दगडाचा एक चौथरा होता आणि त्यावर एक छोटीशी समाधी होती. त्या ओट्यावर पूजेसाठी थोडीशी मोकळी जागा होती आणि चहूबाजूंनी जाण्यासाठी थोडीशी वाट ठेवलेली होती. एका सभामंडपात गाभाऱ्यात एक दगडी मूर्ती होती. वडील एकदम गंभीर झाले आणि मन एकाग्र करून मूर्तीकडे बघू लागले. आईने डोळे मिटले आणि हात जोडून काहीतरी पुटपुटायला लागली. पुजाऱ्याने दिवा लावला. त्या प्रकाशात त्या मूर्तीच्या अंगावर फासलेले तेल चमकू लागले. मूर्तीचा आकारही लक्षात आला. पुजाऱ्याची कुरकुर सुरूच होती. "या तेलातसुद्धा आजकाल भेसळ होत्येय." त्याने कुठून तरी चार झेंडूची फुले आणली होती, ती त्याने त्या मूर्तीला वाहिली.

ते सर्व जण असे दर्शनात मग्न असतानाच निरोप घेऊन गेलेला तो छोटा मुलगा वापस आला आणि दारातूनच शंख करीत ओरडला, "न्हाव्याचे घर बंद आहे. तिथे कोणीच नाही."

"तू शेजारीपाजारी चौकशी केलीस का?" कुणीतरी विचारले.

"हो... त्यांना काहीच माहीत नाही. त्यांनी फक्त घरातल्या सगळ्यांना सामान घेऊन बसकडे जाताना बघितले."

नित्या जोरात ओरडला, "देवा, तू खरंच महान आहेस."

वडिलांनी शेरा मारला, "एवढ्या सगळ्या लोकांसाठी एकच न्हावी, हे काही खरे नाही. तो त्याच्या मनाला जसे वाटेल तसे करील. जसे एका गावाला एकच पद्मावती तसेच काहीसे..." अशी त्यांची काहीतरी बडबड चालूच होती. स्वतःवर

ताबा ठेवणे त्यांना अशक्य होत होते.

आईने त्यांच्याकडे रागाने बघितले आणि म्हणाली, ''अशा पवित्र ठिकाणी अशी काहीतरी बडबड काय करताय?'' (पद्मावतीचा संदर्भ तिला खटकला असावा.) आपल्याकडे तिचे लक्ष आहे हे पाहून वडीलही थोडे आक्रमक झाले. पण या ठिकाणी सर्व जण देवाच्या दर्शनासाठी, नवस फेडण्यासाठी आले होते, एकमेकांवर ताशेरे ओढण्यासाठी नाही. नित्याला खरे तर खदखदून हसायला येत होते, पण वडिलांची नजर त्याच्याकडे जाताच त्याने ते दाबून टाकले.

रामा थोड्या अजिजीच्या सुरात म्हणाला, ''राघव कधीकधी बाहेरगावी लग्नाच्या ठिकाणी पिपाणी वाजवण्यासाठी जातो. तेवढेच थोडेफार पैसे त्याला मिळतात. असे काहीतरी केल्याशिवाय त्याची हातातोंडाची गाठ पडत नाही. पिपाणी वाजवणे ही त्यांच्या घराण्याची पूर्वापार चालत आलेली परंपरा आहे.''

वडिलांनी खाली मान घातली आणि बायकोकडे बघून ते कुजबुजले, ''हे लोक हजारो वर्षांपासून अशी पारंपरिक वाद्ये वाजवण्यात तरबेज आहेत. ही कला त्यांच्याच नावावर चालते.''

हे असे सगळे चालू असतानाच पुजाऱ्याने घंटी वाजवली आणि देवाच्या मूर्तीला कापूर आरती ओवाळली. सर्व जण एकदम शांत झाले आणि देवाचे ध्यान करण्यात मग्न झाले.

पुजारी गाभाऱ्यातून बाहेर आला. त्याच्या हातात आरतीचे ताट होते. त्यांचे संभाषण पुन्हा सुरू झाले. आता चर्चेचा विषय असा होता की, अशा संस्काराच्या वेळी जर न्हावी गैरहजर असेल तर काय करावे? याबद्दल पोथ्यापुराणात काही लिहून ठेवले आहे का? ''हा एकच न्हावी इथे असल्यामुळे आपली महत्त्वाची कामे अडतात.'' वडील एकाच सुरात पुन्हा पुन्हा तेच ठामपणे बोलत होते. पण बोलत असताना त्यांच्या जिभेवर वारंवार येणारा 'पद्मावती'चा संदर्भ मात्र ते कटाक्षाने दाबून टाकत होते. पुजारी पुन्हा गाभाऱ्यात गेला. आरतीचे ताट आत ठेवून तो पुन्हा बाहेर आला आणि चर्चेत सामील झाला. त्याने नित्याच्या वाढलेल्या केसांकडे एकदा तोंड वासून बघितले, कारण चर्चेचा मुख्य विषय तर तोच होता.

''काही वेळा नवस फेडण्यासाठी दुसरे काही पर्याय शोधले जातात आणि त्यासाठी काहीतरी वेगळे प्रायश्चित्त करावे लागते. आजकालच्या काळात ही तरुण मुले न्हाव्याला आपल्या जवळही फिरकू देत नाहीत.'' तो म्हणाला.

''हो, चांगले तेल लावून चापूनचोपून बसवलेल्या त्यांच्या केसांच्या झुबक्यांना कुणी हात लावलेला त्यांना आवडत नाही.'' वडील म्हणाले.

''अशा प्रकारचा केसांचा पूर्ण गोटा करणे फक्त लहानपणीच शक्य असते,'' पुजारी म्हणाला.

"खरेच आहे. बरोबर बोललात.'' नित्या म्हणाला. चर्चेचा कल ज्या ओघाने चालला होता, ते बघून त्याला मनातल्या मनात आनंद होत होता. "मला एक कात्री द्या. मी आत्ता माझ्या पुढच्या सगळ्यात चांगल्या बाजूच्या केसांची चार इंच बट तुम्हाला देतो. बस, झाले तर मग. देव पण खूश होईल. नाहीतरी एवढ्या सगळ्या लोकांचे एवढे सगळे केस तो कुठे साठवून ठेवणार आहे?''

पुजारी म्हणाला, "तुम्ही पूजेसाठी आणलेले नारळ, फळे आणि इतर साहित्य पुरेसे आहे. ते सर्व तुम्ही इथेच ठेवून जा आणि वर दक्षिणेसाठी काही पैसे वगैरे तुम्हाला जेवढे शक्य असतील तेवढे ठेवून जा.''

या सगळ्या तोडग्यावर आई-वडील थोडे नाराजच होते. ते हावरेपणाने नित्याच्या डोक्याकडे बघत होते. नित्याला एकदम सुटका झाल्यासारखे वाटले, पण त्याची ती सुटका क्षणिक होती. बाहेरच्या बाजूला गलका सुरू झाला. कुणीतरी दारातूनच अति उत्साहाने ओरडले, "राघव वर येत आहे.'' आणि त्याच्या मागोमागच एक लठ्ठसा माणूस हातात लोखंडाची पेटी घेऊन आत आला. तो धापा टाकीत होता. जिथे सगळी गर्दी जमली होती तिथे तो आला आणि एक शब्दही न बोलता सरळ देवळाच्या मागच्या बाजूला असलेल्या विहिरीकडे गेला. त्याने अंगातील बंडी काढली आणि पाण्याचे एक भांडे काढून ते पाणी डोक्यावर ओतून घेतले. तसाच ओल्या अंगानेच तो पुन्हा आत आला.

"जेव्हा केव्हा असा केस काढण्याचा विधी असतो, तेव्हा अंघोळ केल्याशिवाय तो ही पेटी उघडत नाही.'' पुजाऱ्याने कौतुकाने स्पष्टीकरण दिले.

न्हावी म्हणाला, "मी शेजारच्या गावी एका लहान मुलाचे जावळ काढण्यासाठी गेलो होतो. बस...''

"लग्नात पिपाणी वाजवायला नव्हता गेलात?'' कुणीतरी मध्येच विचारलं.

"मुळीच नाही. माझे शेजारी माझ्या विरुद्ध अशा काहीतरी वावड्या पिकवतात, त्यामुळे माझा धंदा मार खातो. मालक येणार हे जर मला माहीत असतं, तर बाहेर कुणी शंभर नंबरी सोने दिले असते तरी मी ते स्वीकारले नसते. जेव्हा हा मुलगा सायकलवर आला आणि त्याने मला सांगितले, तेव्हा त्याच्याच हातातून सायकल हिसकावून घेऊन मी निघालो. मालक, मी तयार आहे माझ्या कामासाठी.''

प्रसंगाने हे जे नवीन वळण घेतले त्यामुळे आई-वडील एकदम खूश झाले. तो लठ्ठ न्हावी त्या मुलाच्या सायकलवर बसलेला आठवून नित्याला खदखदून हसू आले. वडिलांनी नित्याला फैलावर घेतले.

"चल, बस त्या बाजूच्या चौकोनी दगडावर. तिथेच त्याचा तो कार्यक्रम असतो.'' ते नित्याला म्हणाले.

पण नित्या आता मोकळा झाला होता. तो म्हणाला, "माझे चार इंच केस

देण्याचे मी तर कबूल केले आहे आणि त्याला तुमची पण संमती आहे. आता तुमचा तो नवस पूर्ण करण्याची संधी तुम्ही गमावली आहे. कारण तो नवस पूर्वीचा होता आणि मी हे जे कबूल केलंय ते नंतर..!''

''पण आता तो माणूस इथे आलाय ना? त्यामुळे आता आपण जो मूळ नवस होता तोच पूर्ण करायला पाहिजे.'' आई म्हणाली.

''आता काय करायचे ते वडिलांना करू द्या. मला आता त्याच्यात काही रस नाही.''

एकीकडे न्हावी विनवण्या करीत होता. काहीतरी बोलत होता. नित्याच्या या अशा वागण्यामुळे पुजारी थोडा दुखावला आणि रागाने नित्याला म्हणाला, ''तू तुझ्या आई-वडिलांचा आदर करायला पाहिजे. जा... त्या दगडावर बस जा... न्हावी तयार आहे.''

''पण माझे डोके तयार नाही. तुम्हीच माझे चार इंच केस कापून घ्यायचे कबूल केले होते. आता तुम्ही माझे पूर्ण डोके मागताय! तुम्हाला काही सारासार विचार आहे की नाही? कशाची कशाला सुसंगती नाही आणि समाधानही नाही. तुमच्यासारखी अशी लहरी, चंचल माणसे देव तरी कसा सहन करेल? आता तर माझे मन पूर्ण बदलले आहे. आता मी माझ्या केसांचा एक इंचही देणार नाही.''

आई-वडील दोघेही एकदमच जोरात ओरडले, ''इथे देवळात येऊन पुजाऱ्यांना काही बोलू नकोस.''

नित्याला भूक लागली होती आणि रागही आला होता. त्यांनी दोघांनी त्याला एका केळ्यालासुद्धा हात लावू दिला नव्हता. खरे तर गावातल्या लोकांनी एवढी मोठी डझनभर केळी तिथे आणून ठेवली होती. आई-वडील हताशपणे त्याच्याकडे बघत उभे होते.

नित्या एकदम जायला निघाला आणि खाली उतरता उतरता म्हणाला, ''मी तुमची दोघांची तिथे बस स्थानकावर वाट बघतो, पण बस येईपर्यंतच...''

◆

समोरचे घर

तो साधू खिडकीतून समोरच्या त्या घराकडे एकसारखा बघत होता आणि विचार करत होता. अस्वस्थ करणाऱ्या विचारांनी तो घायाळ झाला होता. रस्त्यावरच्या त्या समोरच्या घरात एक निर्लज्ज बाई राहायला आली होती. रात्री बऱ्याच उशिरापर्यंत लोक तिच्याकडे येऊन दार वाजवीत. कधी कधी सुट्टीच्या दिवशी भर दुपारी आणि सणावारीसुद्धा लोक येत. कधी तर ते लोक तिथेच सिगारेटी फुंकत, तंबाखू चोळत गटारात पचापच थुंकत आणि समोरच्या ओसरीवर लोळत पडत. कडक तपश्चर्या करणाऱ्या त्या साधूच्या मते तर हे लोक म्हणजे जगातील सगळ्यात पापिष्ट लोक होते. तो साधू संसारातील अशा निरर्थक गोष्टींपासून लोकांचे मन वळविण्याचा प्रयत्न करत असे. त्याला गावाच्या मागच्या बाजूला ही एक छोटीशी खोली मिळाली होती, तिथे लोकांची जास्त गर्दी नव्हती. आजूबाजूला नारळांची आणि इतरही झाडे होती. लहान मुले तिथे सावलीत खेळत. कधी कधी तो साधू त्या मुलांना बोलावून आपल्याभोवती घेऊन बसत असे. त्यांना काही नीतिकथा सांगे, श्लोक शिकवी. घराच्या भिंतीवर खिळे ठोकून त्याने देवांचे फोटो आणि देवदेवतांची मासिकात आलेली चित्रे लावली होती. घरी जाण्यापूर्वी तो त्या मुलांना त्या फोटोसमोर साष्टांग नमस्कार घालायला लावत असे आणि त्यांच्या हातावर काहीतरी गोड खाऊ ठेवत असे.

त्याचा रोजचा जीवनक्रम एकसुरी होता. पक्ष्यांप्रमाणेच

संध्याकाळ झाली की त्याचे रोजचे कार्यक्रम संपत. तो एखादी लाकडी फळी उशाशी घेऊन जमिनीवर झोपायचा. रस्त्याच्या वळणावरचा कोंबडा आरवला की सकाळी चार वाजता तो उठे. विहिरीवर जाऊन अंघोळ करी आणि मृगाजिनावर ध्यानाला बसत असे. त्यानंतर कोळशाची शेगडी पेटवून सकाळची न्याहरी आणि जेवणासाठी चार पोळ्या आणि भाजी करून ठेवीत असे. भाज्यासुद्धा तो ठरावीक प्रकारच्याच खात असे. कांदा, बटाटा, भेंडी अशा तामसी आणि हलक्या प्रतीच्या भाज्या खाणे तो टाळीत असे.

पण आजकाल एखाद्या बाहेरख्याली किंवा दुर्व्यसनी माणसाने समोरचे दार ठोठावले की तो ध्यानात कितीही मग्न असला तरी समोरच्या दरवाज्याची थोडीशी कुरकुरही त्याच्या कानावर पडे. त्यामुळे त्याची समाधी भंग पावे. तो अगदी काटेकोरपणे आपल्या सगळ्या उत्कट इच्छा दाबून ठेवण्याचा प्रयत्न करी. खाण्यापिण्याच्या आवडींवर निर्बंध घाली आणि वेगवेगळ्या प्रकारे आपल्या शरीराला शिक्षा करून घेत असे. त्याचे कारण जर त्याला विचारले असते तर ते मात्र त्याला देता आले नसते. आरशात बघून छाती फुगवून दंड थोपटणाऱ्या धट्ट्याकट्ट्या पहिलवान लोकांचा त्याला राग यायचा. हा आपला साधू म्हणजे अगदी कृश होता आणि त्याच्या कृशतेचा त्याला अभिमान वाटायचा. तो निःशंक मनाने गुरूच्या आज्ञा पालन करीत असे आणि त्यामुळेच आपल्याला मुक्ती मिळेल, या आशेवर तो होता.

एक दिवस दुपारच्या वेळी खिडकी उघडून खिडकीच्या खाली असलेल्या कपाटावरची धूळ तो झटकत होता. अचानक त्याचे लक्ष समोर गेले. ती बाई उंबरठ्यात उभी राहून रस्ता न्याहाळताना त्याला दिसली. त्याची कानशिलं तापली. तो तिचे निरीक्षण करू लागला आणि निरीक्षण करता करताच तिच्या शरीराकडे आकृष्ट झाला. ती आकर्षक होती. तिचे दंड गोल आणि गुबगुबीत होते. तिच्याकडे पाहून कुणालाही भुरळ पडली असती. तिचे हात मऊ लुसलुशीत होते. दंड आणि मांड्या पुष्ट होत्या. त्या बघूनच पुरुष तिच्याकडे आकृष्ट होत असावेत. त्याचीही नजर तिच्या शरीरावर खिळून राहिली. योगशास्त्रानुसार आणि गुरूने सांगितल्याप्रमाणे जी दृष्टी नासाग्री स्थिर व्हायला पाहिजे, ती तिच्या अंगप्रत्यांगावर घुटमळू लागली.

तिचे नितंब पुष्ट होते. मांड्या केळीच्या खांबाप्रमाणे भरीव होत्या. एकंदरीत काय तर त्या मऊ मऊ गादीवर तिचे गिऱ्हाईक संपूर्ण रात्रभर लोळत पडत असतील. एखाद्या भंगार वस्तूवर झाकण टाकावे, त्याप्रमाणे ते तिला झाकून टाकण्याचा प्रयत्न करीत असतील. तो स्वतःशीच पुटपुटला, "महाभयंकर... राक्षसी कृत्य.. पापाचे, दुष्कृत्याचे मूर्तिमंत उदाहरण..." त्याला खूप राग आला. पृथ्वीवर हे असे क्षुद्र जीवजंतू का जन्माला येतात आणि त्याच्यासारख्या साधूची तपस्या नष्ट करतात? त्याने आत्तापर्यंत कष्टांनी कमावलेले सगळे काही, त्याचे श्रम, त्याचे

गुण, त्याची पात्रता सगळे काही एखाद्या चाळणीतून पाणी गळून जावे तसे वाहून जात होते. हा सर्व मोह त्या राक्षसी बाईच्या मऊ लुसलुशीत बाहूंमुळे, तिच्या उभार वक्षस्थळामुळे आणि तिच्या पुष्ट मांड्यामुळे निर्माण होतो आणि माणसाला का नष्ट करतो, हे सांगणे कठीण होते. या सगळ्या गोष्टींवर त्याने एक लांबलचक नापसंतीदर्शक सुस्कारा सोडला आणि मनाशी आज्ञा दिली, ''हे दुष्ट स्त्रिये, जा, निघून जा. कशाला उभी राहिली आहेस इथे?'' ती बाई एकदम वळली आणि आत गेली. जाताना तिने घराचा दरवाजा लावून घेतला. तिची ही क्रिया खरे तर एक योगायोग होता, पण त्याला मात्र त्याने दिलेली आज्ञा आणि त्यावर तिचे घरात जाणे हा त्याचा स्वतःचा विजय झाल्यासारखे वाटले. त्याने खिडकी बंद केली आणि तो खोलीच्या दुसऱ्या टोकाच्या एका कोपऱ्यात शांत, सुरक्षित वाटणाऱ्या जागी गेला. तिथे मृगाजिन टाकून तो ध्यानस्थ बसला. आपले मन एकाग्र करून त्याने 'श्री राम जय राम जय जय राम'चा जप करण्यास सुरुवात केली.

'राम' या एकाच शब्दात एवढे सामर्थ्य आहे, तो एकच शब्द एवढा प्रभावी आहे, की मनातले भरकटणारे कुठलेही विचार आणि मन चाळवणाऱ्या सगळ्या गोष्टी दूर पळतात, असा समज आहे. साधूला मंत्र आणि त्यांचे माहात्म्य यांचे चांगलेच ज्ञान होते. 'श्री राम जय राम जय जय राम...' तो पुन्हा पुन्हा म्हणत होता; पण खूप जास्त ताप अंगात असल्यानंतर देण्यात येणाऱ्या सौम्य औषधाप्रमाणे ते वाटत होते. त्याचा काहीच परिणाम होत नव्हता. 'श्री राम जय राम..' तो पुन्हा जोरजोरात आणि कळकळीने ते म्हणण्याचा प्रयत्न करीत होता, पण क्षणभरही त्याचे मन एकाग्र होत नव्हते. नकळत त्याचे मन त्या बाईविषयीच्या विचारांनीच भरकटत होते. तिच्याबद्दल भलतेसलते प्रश्न मनात येत होते. काल संध्याकाळी मी जेव्हा बाजारात जात होतो, तेव्हा चौकडीचा शर्ट घातलेला आणि वर सिल्कचे जाकीट घातलेला तिच्या पायऱ्या चढणारा तो माणूस कोण होता? त्याला कुठेतरी पाहिले आहे. कुठे बरे? केव्हा? ओह! तो तर मार्केट रोडवरचा एक प्रसिद्ध टेलर आहे. त्याच्याभोवती नेहमी आधुनिक कपडे घातलेला पुरुषांचा आणि रंगीबेरंगी कपड्यातल्या स्त्रियांचा घोळका असतो. दोन-तीन क्लबचा तो सभासद पण आहे. मोठमोठ्या अधिकारी लोकांमध्ये आणि व्यापाऱ्यांमध्ये त्याची चांगली ऊठबस आहे. आणि हा... रात्री इथे 'त्या' मऊ मऊ गादीवर लोळत पडलेला असतो. तरीसुद्धा त्या रंगीबेरंगी कपड्यातल्या बायका त्याला माप घेण्यासाठी आपल्या शरीराला हात लावू देतात. सगळे वातावरण दूषित झाले आहे, बाकी काही नाही. भ्रष्ट, पापी माणसांचे जग सगळे... पुन्हा त्या एकांतात तो जोरजोरात म्हणण्याचा प्रयत्न करीत होता, ''श्री राम जय राम...'' जणू काही एखाद्या बहिऱ्या माणसाच्या समोर तो रामनामाचा वर्षाव करीत होता.

त्याला एकदम जाणवले की आपले हे सगळे प्रयत्न व्यर्थ आहेत. राम हा एक

अवतारी पुरुष होता हे खरे आहे, पण तो फारच सौम्य आणि सभ्य होता. एखादी गोष्ट मर्यादेच्या बाहेर गेली तरच तो वादळाप्रमाणे पराक्रम करून शत्रूचा समूळ नाश करीत असे. मग तो शत्रू रावणाप्रमाणे कितीही बलाढ्य का असेना..! मुळात तो संयमी होता, मर्यादा पुरुषोत्तम होता. त्याच्या नामाचा जप केल्याने मनाला शांतता आणि प्रसन्नता मिळत होती, पण सध्याची परिस्थिती अशी आहे की त्यावर काहीतरी जालीम उपाय करायला हवा. कदाचित शिवाचा मंत्र या ठिकाणी मदत करील. त्याने त्याचा तिसरा डोळा उघडून मदनाची राखरांगोळी करण्याचा प्रयत्न केला होता. त्या मदनाने मात्र कावेबाजपणाने तो ध्यानमग्न असताना त्याच्यावर बाण रोखला होता. साधूने शिवाचे चित्र डोळ्यांसमोर आणून ते मनाच्या कुलपात बंद केले. त्याच्या अग्नियुक्त तापट डोळ्यांना नजरेसमोर आणले आणि पुन्हा जोरजोरात मंत्र म्हणण्यास सुरुवात केली. 'ओम नमः शिवाय' त्या एकांत खोलीत त्याचा आवाज घुमू लागला. त्याचे भरकटणारे मन, मनातील पापी विचार काही क्षणांसाठी बंद झाले. पण... पण पुन्हा ते जास्त जोराने त्या बाईच्या मागे पळू लागले.

रात्री तिने तिचे दार कमीतकमी सहा वेळा तरी उघडले असेल. म्हणजे सहा लोक रात्री तिच्याकडे आले होते. ती त्या सगळ्यांच्या बरोबर एकदमच झोपली की काय? त्याच्या या विचारांनी त्याचे त्यालाच हसू आले आणि हे पण लक्षात आले की त्या कठोर देवाच्या नामजपावरचा आपला ताबा हळूहळू सुटत चाललाय. त्याने त्याचे दोन्ही हात कानशिलावर ठेवले. त्यामुळे त्याला त्रास होत होता, पण त्यामुळे त्याचे मन थोडेसे एकाग्र होण्यात किंचित सुधारणा झाली. त्याने पुन्हा जोरात उच्चारण केले, "ओम नम: शिवाय!" तेवढ्यात समोरचे दार वाजल्याची कुरकुर त्याच्या ध्यानात आलीच. ती बाई म्हणजे एक प्रकारची नागीण आहे. आपल्या विषारी मिठीत ती सगळ्यांना गुंडाळून घेते आणि त्यांचा नाश करते. तरुण आणि वृद्ध, मध्यम वयाचे, टेलरसारखे प्रतिष्ठित, आणि विद्यार्थीसुद्धा... (काही दिवसांपूर्वी अल्बर्ट मिशन हॉस्टेलमधला बी.एस्सी.चा एक विद्यार्थी तिच्याकडे आलेला त्याने बघितला होता.) वकील पण येतात. (मग न्यायाधीश का नको?) आश्चर्य वाटण्यासारखे त्यात काय आहे? जगाची लोकसंख्याच एवढी वाढली आहे की प्रत्येकाच्या मनाला भौतिकसुख मिळविण्याची गरज वाटते. ती भागविण्याचा ते प्रयत्न करतात. हे देवा.. रामा.. शिवा.. गोविंदा, या बाईचा नायनाट करून टाक. त्याला वाटले की एकदा तिच्या समोर जाऊन बसावे आणि तिला म्हणावे, "हे महामाये, तू इथून निघून जा. हे अधम, पापी स्त्रिये, तू सगळीकडे रोगराई पसरवते आहेस, एखाद्या गटारासारखी तू घाण आणि तिरस्करणीय आहेस. तू हे सगळे वातावरण दूषित केले आहेस त्याबद्दल एकदा विचार कर. मध्यमवयीन टेलरपासून ते बी.एस्सी.च्या विद्यार्थ्यापर्यंत तू कुणालाही सोडले नाहीस. समस्त मानवजातीचा नाश करण्यास तुझ्यासारख्या

स्त्रिया कारणीभूत आहेत. तुझ्या पापाचे तुला काहीतरी वैषम्य वाटू दे. तुझे डोके भादरून टाक, एखादे जाडेभरडे कापड कमरेला गुंडाळ आणि देवळाच्या दारात बसून भीक माग. शेवटी शरयू नदीत जाऊन बुडी मार. देवाला प्रार्थना कर की पुढच्या जन्मात तरी चांगले शुद्ध जीवन तुझ्या नशिबाला येऊ दे...''

असे बरेच काही संवाद त्याचे मनातल्या मनात चालू होते. त्या बाईचे विचार त्याचा पिच्छा सोडायला तयार नव्हते. खूप त्रस्त होऊन एखाद्या आजारी माणसासारखा रात्रभर तो त्या उघड्या जमिनीवर तळमळत पडला होता. दुसऱ्या दिवशी सकाळीच तो लवकर उठला. त्याने मनाशी काहीतरी निश्चय केला आणि तो त्याला ताबडतोब अमलात आणायचा होता. नल्लाप्पाची घनदाट राई ओलांडून तो नदीच्या पलीकडच्या तीरावर गेला. त्याला काही एखाद्या ठिकाणी कायम वास्तव्य करण्याची गरज नव्हती. तो कुठेही दूर जाऊन एखाद्या देवळात, मठात किंवा एखाद्या झाडाखालीसुद्धा राहू शकला असता. त्याच्या गुरूकडून ऐकलेली एक गोष्ट त्याला आठवली. एक दुराचारी वेश्या स्वर्गात गेली आणि तिची नेहमी मानहानी, अपमान करणारा एक सदाचरणी सुधारक नरकात गेला. त्याचे कारण काय तर, ती वेश्या फक्त शरीराने पाप करत होती, पण तो सुधारक मात्र मनाने भ्रष्ट झाला होता. त्याला सतत तिचे वाईट कसे होईल याचाच ध्यास लागला होता आणि त्या एका गोष्टीशिवाय त्याचे मन कुठेही एकाग्र होत नसे.

त्या साधूने त्याचे सगळे सामान गोळा केले. एक लाकडाची पेटी, थोडेफार काही तुरळक सामान, एक तांब्याची देवाची मूर्ती, जपमाळ, मृगाजिन आणि तांब्याचा कमंडलू... बस एवढेच त्याचे सामान होते. एका हातात ती पेटी घेऊन तो घराची पायरी उतरला. त्याने हळूच दार लावून घेतले. सकाळचा धूसर अंधार होता. रस्त्यावर लोकांच्या अस्पष्ट आकृत्या दिसत होत्या. गवळी लोक गाईंच्या धारा काढीत होते. मजूर लोक रस्त्यावरचे शेण, कचरा फावड्याने उचलून टाकीत होते. काही बायका हातात पिशव्या घेऊन सामान आणण्यासाठी बाहेर बाजारात निघाल्या होत्या. आपल्या घराचा शेवटचा निरोप घेण्यासाठी तो क्षणभर थांबला आणि परित्यक्त अवस्थेत निघाला.

तेवढ्यात त्याच्या कानावर एक व्यथित स्वर पडला, ''स्वामीजी..''

तो स्वर समोरच्या त्या घरातून आला होता. पाठोपाठ ती स्त्री फळाफुलांनी भरलेले एक तबक घेऊन त्याच्या समोर आली. तिने त्याला साष्टांग नमस्कार केला आणि हळू आवाजात आदरभावनेने ती पुटपुटली, ''स्वामीजी, कृपया माझ्या देणगीचा स्वीकार करावा. आज माझ्या आईचे वर्षश्राद्ध आहे. आजच्या दिवशी मी साधू महाराजांची प्रार्थना करून त्यांचे आशीर्वाद घेण्याचा प्रयत्न करते. मला माफ करा...''

तिचे ते सगळे बोलणे ऐकून त्याच क्षणी त्या साधूच्या मनातील संघर्ष नाहीसा

झाला. त्याने तिच्या त्या गुबगुबीत शरीराकडे जवळून बघितले. तिच्या डोळ्यांभोवती काळी वर्तुळे बघून त्याला तिची दया आली. त्याला नमस्कार करण्यासाठी जेव्हा ती खाली वाकली तेव्हा त्याच्या लक्षात आले की, तिने तिचे केस रंगवले होते. केसांच्या मधोमध भांग विरळ होऊन फाटला होता. त्यावर माळलेली जाईच्या फुलांची वेणी सुतळीसारखी लोंबत होती. त्याने हाताच्या बोटांनी तबकाला हळुवार स्पर्श केला. तिच्या देणगीचा स्वीकार केल्याची ती खूण होती. एक शब्दही न बोलता लगेचच तो सरळ रस्त्याने निघून गेला.

◆

एक घोडा आणि दोन बकऱ्या

भारताच्या नकाशात असणाऱ्या सातशे खेड्यांच्या टिंब टिंबमध्ये जास्तीत जास्त पाच लाख लोक जन्म घेतात, वाढतात आणि मरून जातात. 'क्रितम' नावाचे गाव म्हणजे भारताच्या नकाशामध्ये सगळ्यात लहान ठिपका. मायक्रोस्कोपमधून बघितले तर एक छोटेसे टिंब दिसेल, असे एक छोटेसे खेडे. महसूल जमा करण्यासाठी गाड्यांना मार्गदर्शन मिळावे म्हणून हे नकाशे वगैरे सगळे महसूल खात्याकडून बनवले जातात. एखादे खेडे अगदीच एका बाजूला कुठेतरी कोपऱ्यात वसलेले असते आणि तिथपर्यंत कुणी पोहोचू शकत नाही. जिथे मोटारगाड्यांचा रस्ता संपतो तिथे या गावांच्या बैलगाडीच्या वहिवाटीचा रस्ता सुरू होतो. पण या गावाचा आकार लहान असला तरी त्याचे 'क्रितम' हे नाव असण्यासाठी कुणाची मनाई नसावी. 'क्रितम' या शब्दाचा अर्थ तमीळमध्ये डोक्यावरचा शिरपेच किंवा मुकुट. त्या खेड्यामध्ये तीसपेक्षाही कमी घरे होती, त्यापैकी एकच घर सिमेंट आणि विटांनी बांधलेले होते. त्यावर पिवळ्या आणि निळ्या रंगांचे भडक असे नक्षीकाम केलेले होते. भिंतींवर देवदेवतांची चित्रे कोरलेली होती आणि कठडे देवदेवतांच्या चित्रांनी रंगवले होते. ते घर 'मोठे घर' म्हणून ओळखले जाई. बाकीची घरे गावाच्या चारही बाजूंनी विभागली गेली होती. ती सर्व घरे बहुतेक

करून बांबूची होती आणि त्यावर वाळलेल्या गवताचे छप्पर असून, ती मातीने शाकारली होती. असाच काहीबाही निरुपयोगी कचराही त्यासाठी वापरण्यात आला होता. चौथ्या रस्त्याच्या एका कोपऱ्यात सगळ्यात शेवटी मुनीचे घर होते आणि त्या घराच्या पलीकडे सगळी शेते पसरलेली होती. मुनीचा जेव्हा वैभवाचा काळ होता, तेव्हा त्याच्याजवळ चाळीस मेंढ्या आणि बकऱ्यांचा कळप होता. रोज सकाळी त्या सगळ्या मेंढ्या आणि बकऱ्यांना हाकीत तो खूप दूर हायवेपर्यंत जात असे. तिथे एका चौथऱ्यावर चिकणमातीने बनवलेला एक घोड्याचा पुतळा होता. जेव्हा त्याची गुरे चरत, तेव्हा तो त्या पुतळ्याच्या चौथऱ्यावर बसून राहत असे आणि आजूबाजूला बघत स्वतःची करमणूक करून घेत असे. त्याच्या हातात समोरच्या बाजूला आकडा असलेली एक बांबूची काठी असे आणि त्याच्या साहाय्याने दुतर्फा असलेल्या झाडांची हिरवी पाने तो ओढून घेई. त्याच्या मेंढ्यांना तो ती खायला देत असे. झाडाच्या वाळलेल्या काटक्याकुटक्या पण तो गोळा करी आणि संध्याकाळी घरी जाताना जळणासाठी त्या बरोबर घेऊन जाई.

मुनीची बायको सकाळीच उठून चूल पेटवीत असे. एक मातीचे भांडे चुलीवर ठेवून त्यात ती पाण्याचे आधण ठेवी. त्या आधणात काहीतरी मूठभर ज्वारी किंवा बाजरी, जे काय धान्य असेल त्याचे पीठ आणि थोडेसे मीठ घालून, त्याची लापशी बनवून त्याच्यासाठी सकाळची न्याहारी तयार करी. जेव्हा तो बाहेर जायला निघे तेव्हा तेच अन्न एखाद्या मडक्यात घालून दुपारच्या जेवणासाठी त्याच्याबरोबर देई. कधी कधी थोडा कांदा पण देई. त्याची बायको म्हातारी होती पण तिच्यापेक्षा तो जास्त म्हातारा होता. त्याची तब्येत चांगली राहावी म्हणून त्याच्याकडे जास्त लक्ष देणे गरजेचे आहे, असे तिला वाटे.

त्यांचा भविष्यकाळ अंधारमय होता. गोठ्यात बांधत असलेल्या चाळीस मेंढ्या आणि बकऱ्यांपैकी आता त्याच्याकडे फक्त दोन बकऱ्या राहिल्या होत्या. त्या दोन बकऱ्यांची किंमत आठ आणेसुद्धा आली नसती. मोठ्या घराच्या मागच्या बाजूच्या गोठ्यात बांधण्यात येत असलेल्या बकऱ्यांपुढे तर त्याच्या बकऱ्या काहीच नव्हत्या. त्या दोन बकऱ्या तो त्याच्या घराच्या समोर असलेल्या शेवग्याच्या झाडाच्या खोडाला दावणीला बांधून ठेवत असे. कधी कधी त्या झाडाच्या शेंगा पण तो काढीत असे. त्या दिवशी सकाळी त्याला सहा शेंगा मिळाल्या, त्यामुळे आपण काहीतरी खूप मोठा पराक्रम केला असे त्याला वाटले. खरे तर ते झाड कुणाचे होते कुणास ठाऊक; पण तो त्या झाडाच्या खाली झोपडी बांधून राहत होता म्हणून ते त्याचे.

त्याची बायको त्याला म्हणाली, "या एवढ्या शेंगानीच जर तुमचे समाधान होत असेल, तर मी त्या मीठ घालून तुम्हाला उकडून देते."

"मला आता ते खायचा कंटाळा आला आहे. मला वाटते, त्या शेंगाच्या बरोबर

निदान एखादी चटणी जरी असती तरी बरे झाले असते.''

"तुमच्या जबड्यात आता सध्या फक्त चार दात आहेत आणि तुम्हाला काहीतरी नवीन खावेसे वाटते. ठीक आहे, मला चटणीसाठी सामान आणून द्या, मी तुमच्यासाठी चटणी करते. पण मला आधी सगळेच सामान तांदूळ, पिठासहित आणून द्या, म्हणजे मग मी तुमची ही इच्छा पूर्ण करते. आज घरात काहीही नाही. एखादी भाजी, मीठ, मसाला, तेल, तिखट, कोथिंबीर आणि एखादा मोठा बटाटा पण घेऊन या. जा निघा आता बाहेर आणि घेऊन या हे सगळे.'' बायको त्याच्यावर ओरडली.

तिने सांगितलेली एकही वस्तू विसरू नये म्हणून सगळी यादी तो पुन्हा पुन्हा मनाशी घोकतच तिसऱ्या रस्त्यावरच्या वाण्याच्या दुकानाकडे निघाला.

दुकानातच बाजूला सामान ठेवून उलट केलेल्या एका फळीवर तो बसला. दुकानदाराने त्याच्याकडे लक्ष दिले नाही. मुनीने घसा खाकरला, थोडेसे खोकला, त्याला एक-दोन शिंकाही आल्या. त्याच्या या सगळ्या कृत्यांमुळे दुकानदाराने एकदाचे त्याच्याकडे बघितले आणि तो म्हणाला, "तुझे काही दुखत आहे का? अरे माझ्या तरण्या, तू जर यापेक्षा थोडा जास्त जोरात शिंकलास तर उडून त्या गटारात जाऊन पडशील.''

त्याच्या या बोलण्यावर मुनी जोरजोरात गडगडाट करून हसला, जेणेकरून दुकानदार खूश व्हावा. कारण तो दुकानदार त्याला तरण्या म्हणाला होता. त्याच्या हसण्यामुळे दुकानदार थोडा मऊ झाला आणि मुनीला म्हणाला, "तू एखाद्या लहान मुलासारखाच आहेस. अजून एखादी बायको करू शकतोस; पण तुझी ती म्हातारी अजून जिवंत आहे.''

त्याच्या या विनोदावर मुनी पुन्हा एकदा जोरात हसला. त्याच्या विनोदाला मुनीने दाद दिल्यामुळे दुकानदार एकदम खूश झाला. त्यानंतर मुनीने त्याच्याशी थोडा वेळ इकडच्या तिकडच्या गप्पा मारल्या. त्यांच्या गप्पांचा शेवट मात्र नेहमी पोस्टमनच्या बायकोवरच व्हायचा. काही दिवसांपूर्वीच ती कुणाचा तरी हात धरून पळून गेली होती. पोस्टमनबद्दल अशी काही वाईट बातमी असली की दुकानदाराला खूप आनंद होई, कारण त्या पोस्टमनने त्याला फसवले होते. तो फिरता पोस्टमन असल्यामुळे दहा दिवसातून एखादे वेळी क्रितमला यायचा आणि प्रत्येक वेळी त्याच्या दुकानासमोरचा रस्ता चुकवून दुसरीकडूनच निघून जायचा. त्यामुळे अशा प्रकारे पोस्टमनचा विषय काढून, दुकानदाराला खूश करून मुनी त्याच्या दुकानातून एक दोन वस्तू तरी उधारीवर आणायचा. कधी दुकानदार चांगल्या मूडमध्ये असला तर वस्तू द्यायचा, नाहीतर कधीतरी त्याला राग यायचा आणि उधार मागतो म्हणून मुनीवर खेकसायचा. आज तसेच झाले. दुकानदाराच्या रागामुळे मुनी आपल्याजवळच्या एवढ्या मोठ्या

यादीतील एक दोन वस्तू मागण्याशिवाय पुढे जाऊ शकला नाही. दुकानदाराची स्मरणशक्ती चांगली होती आणि जुनी उधारी त्याच्या लक्षात राहायची. शिवाय त्याच्या एका लंब्याचौड्या खातेवहीमध्ये पण त्याने सगळे हिशेब लिहून ठेवले होते. दुकानदाराच्या या अशा वागण्यामुळे मुनीला मात्र तिथून उठून पळ काढण्याशिवाय गत्यंतर नव्हते. पण आज कितीही वाईटात वाईट ऐकावे लागले तरी चालेल, असे मानून तो तिथेच बसून राहिला.

दुकानदार म्हणाला, ''जर तुझी पाच रुपये चार आण्यांची उधारी तू चुकती केलीस, तरच तुझे सगळे जुने कर्ज फिटेल आणि तुला स्वर्गात जायला मिळेल. आज तू किती पैसे घेऊन आला आहेस?''

''पुढच्या महिन्याच्या एक तारखेला मी तुझे सगळे पैसे देऊन टाकीन.''

''म्हणजे नेहमीप्रमाणेच. या वेळी तू कुणाला लुबाडणार आहेस?''

मुनी एकदम खजील झाला आणि म्हणाला, ''माझी मुलगी मला पैसे पाठवणार आहे.''

''तुला मुलगी आहे?'' दुकानदार ओरडलाच. ''आणि ती तुला पैसे पाठवणार आहे? कशाबद्दल?''

''वाढदिवसाबद्दल. माझा पन्नासाव्वा वाढदिवस आहे.''

''वाढदिवस? किती वर्षांचा आहेस तू?''

मुनी अस्पष्टपणे उद्गारला, ''पन्नास.'' पण आपण काय बोलतोय तेच त्याला कळत नव्हते. तो नेहमी त्याचे वय मोजताना, सगळ्यात मोठा दुष्काळ पडला तेव्हा तो गावातल्या विहिरीच्या कठड्याएवढा उंच होता असे सांगत असे. पण सध्याच्या परिस्थितीत कितीदा तरी दुष्काळ पडला असेल, तर कोणत्या दुष्काळापासून त्याचे वय मोजायचे ते कसे समजणार? दुकानात पुन्हा इतर गिऱ्हाईक लोकांची गर्दी जमली आणि त्यांना सामान देण्यात दुकानदार गर्क झाला. आपले दारिद्र्य असे उघडकीस येत असल्याचे बघून मुनीला वाईट वाटले; पण तो काय करू शकणार होता?

''तू सत्तर वर्षांचा असशील,'' दुकानदार म्हणाला. ''मागच्या महिन्यातच तू तेल न्यायला आला होतास तेव्हाच तुझा वाढदिवस आहे असे म्हणाला होतास. वाढदिवस असल्यामुळे तुला तेल लावून अंघोळ करायची होती.''

'अंघोळ! आपल्याला अंघोळ फक्त स्वप्नातच करायला मिळेल. इथे तर टाकीतले पाणी तांब्याने खरडून काढावे लागते. आपण इकडे सगळे भाजून निघतोय पण तिकडे त्या मोठ्या घरात? ते आपल्याला त्यांच्या विहिरीचे एक तांब्याभर तरी पाणी घेऊ देतात का?' असे त्याला म्हणायचे होते, पण काहीच न बोलता मुनी उठला आणि घरी जाण्यासाठी निघाला.

घरी आल्यावर तो बायकोला म्हणाला, ''तो हलकट पाजी माणूस एकही वस्तू देत नाही. जा त्या शेवग्याच्या शेंगा नेऊन कुठेतरी विकून टाक आणि जेवढे पैसे मिळतील तेवढे घेऊन ये.''

दुकानात जाऊन आल्याच्या श्रमांमुळे त्याला थकवा आल्यासारखा वाटला आणि त्याची भरपाई करण्यासाठी म्हणून त्याने स्वतःला एका कोपऱ्यात झोकून दिले.

त्याची बायको म्हणाली, ''तुम्ही आज चटणी मसाला आणला नाही आणि इतरही काही सामान आणले नाही. घरात तर तुम्हाला खायला देण्यासारखे काही शोधूनही सापडणार नाही. त्यामुळे आज संध्याकाळपर्यंत तुम्ही उपाशीच राहा, तेच सगळ्यात चांगले. त्या दोन्ही बकऱ्या घ्या आणि जा.'' एवढे बोलून ती थांबली आणि पुन्हा कर्कशपणे ओरडली, ''संध्याकाळी सूर्य मावळल्याशिवाय घरी यायचे नाही.''

त्याला हे माहीत होते की, तिने जे काही सांगितले ते ऐकले, तर संध्याकाळपर्यंत ती नक्कीच काहीतरी जादू करून त्याच्या खाण्याची तजवीज करून ठेवेल. फक्त त्याने तिच्याशी काही वाद करून तिला राग न येऊ दिला पाहिजे. सकाळी सकाळी तिच्या संतापाचा पारा वाढला तरी संध्याकाळपर्यंत तो खाली उतरत असे. तिने नक्कीच बाहेर पडून काहीतरी काम केले असते. मोठ्या घरात जाऊन दळणकांडण केले असते, झाडणे-पुसणे केले असते, भांडी घासली असती आणि खाण्यापुरते काहीतरी आणून संध्याकाळपर्यंत त्याच्यासाठी जेवण तयार करून ठेवले असते.

झाडाला बांधलेले बकऱ्यांचे दावे सोडवून तो निघाला. त्यांना पुढे हाकून, तोंडाने काहीतरी भयंकर रडल्यासारखा आवाज करून त्यांना सरळ चालण्याविषयी तो विनंती करत होता. तो रस्त्याने चालत होता पण त्याच्या डोक्यात मात्र विचारांचे काहूर माजले होते. कुणाकडेही बघू नये आणि कुणाशीही बोलू नये असे त्याला वाटत होते. देवळाच्या समोर बसलेल्या त्याच्या मित्रांनी हसून त्याचे स्वागत केले, पण त्याने त्यांच्या बोलण्याकडे दुर्लक्ष केले. तो जेव्हा एके काळी खूप श्रीमंत होता तेव्हापासून तो त्या लोकांना माहीत होता. त्याच्याकडे भरपूर लोकर असलेल्या मेंढ्या होत्या, आज जशा कंगाल बकऱ्या आहेत तशा पूर्वी नव्हत्या. चांगल्या दिसणाऱ्या काही गुबगुबीत बकऱ्या त्याच्याकडे होत्या, नाही असे नाही; पण खरी संपत्ती म्हणजे भरपूर लोकर असणाऱ्या मेंढ्या. त्यांची लोकर खूप भरभर वाढते आणि थंडीच्या दिवसात खूप लोक ती घेतात. एक प्रसिद्ध असलेला खाटिक शहरातून खेड्यात आठवड्याच्या बाजारासाठी येई. येताना त्याच्यासाठी तंबाखू आणि विड्याची पाने घेऊन येई आणि पुरेशी भांगही आणत असे. ते दोघेच मिळून बायकांना आणि त्यांच्या मित्रांना पत्ता लागू न देता नारळाच्या राईत जाऊन धूम्रपान

करीत असत. धूम्रपान केल्यानंतर त्यांना हलके हलके हवेत तरंगल्यासारखे वाटत असे आणि आनंदाने बेहोश होऊन ते झुलत असत. त्या बेहोशीत तो सगळे काही विसरून जात असे, अगदी त्याच्या मेहुण्याने एकदा त्याचे घर जाळण्याचा प्रयत्न केला होता तेसुद्धा. पण हे सगळे मागच्या जन्मी घडल्यासारखेच त्याला वाटू लागले. त्याच्या सगळ्या जनावरांना काहीतरी घातक रोग झाला (हे सगळे कुणाच्या शापामुळे झाले याचा पण त्याला अंदाज होता) आणि एवढी मैत्री असूनही त्या खाटकाने त्याची एकही मेंढी अर्ध्या किमतीतसुद्धा घेतली नाही. आता फक्त त्या दोन हडकुळ्या बकऱ्या त्याच्याजवळ राहिल्या होत्या. ही ब्यादसुद्धा आपल्या गळ्यातून कुणीतरी एकदाची नाहीशी करावी असे त्याला वाटू लागले. दुकानदार त्याला म्हणाला होता की तो सत्तर वर्षांचा आहे. सत्तरी म्हणजे त्याच्या गवऱ्या मसणात गेल्या होत्याच. त्याच्या माघारी त्याची बायको काय करील? लहानपणापासून ते दोघे एकत्र खेळले होते, एकत्रच वाढले होते. त्यांचे लग्न झाले तेव्हा तो दहा वर्षांचा होता आणि ती आठ वर्षांची. लग्नाच्या वेळी त्यांचे नाव आणि वय सगळ्यांना पाठ म्हणून दाखवावे लागले होते. सुरुवातीला त्याने दोन-चार वेळा तिला मारले होते, पण नंतर मात्र कायम तिचेच वर्चस्व राहिले होते. मुलेबाळे काही झाली नाहीत. घरात संतती असणे म्हणजे खरे तर देवाचाच आशीर्वाद. मुलेबाळे असली म्हणजे एक प्रकारचा वेगळाच मान समाजात मिळतो. काही काही लोकांना तर चौदा मुले होती, भरपूर संपत्ती होती आणि ते सर्व सुखात नांदत होते. दुकानदाराला त्याने सांगितले की त्याला एक मुलगी आहे, ते आठवून त्याला मजा वाटली. त्याला मुलगी नव्हती, पण नसली तर काय झाले? जवळच्याच एका गावी असलेल्या त्याच्या एका चुलत भावाला खूप मुली होत्या आणि त्यांतली एखादी त्याचीच असल्यासारखी होती. त्याला त्या सगळ्या जणी खूप आवडायच्या आणि त्याची ऐपत असती तर त्याने नक्कीच त्यांच्यासाठी खाऊ, खेळणी घेतली असती. त्याच्या माघारी गावातील लोक त्याला निपुत्रिक म्हणत, त्याच्या बायकोला वांझ म्हणत. तो त्यांच्याशी बोलणे, त्यांच्याकडे पाहणे टाळीत असे. त्यांचेही म्हणणे बरोबरच होते म्हणा. त्याच्यापेक्षा इतर सगळ्यांजवळच जास्त पैसाअडका होता. तो मनाशी नेहमी म्हणे, ''आमच्या जातीतला मी सगळ्यात जास्त गरीब माणूस आहे आणि ते मला झिडकारतात यात काही नवल नाही. पण मीसुद्धा त्यांच्या कुणाकडे बघतही नाही.'' म्हणूनच तो खाली मान घालून निघून जाई आणि लोक त्याच्या माघारी म्हणत, ''तो आपला त्याच्या त्या दोन बकऱ्यांना घेऊन फिरत असतो. एकदा का त्यांना खतम केले की मग त्याच्या जिवाला शांती मिळेल.'' ''त्याला कशाची काळजी आहे? त्या बकऱ्यांना जिवंत राहायला काहीच लागत नाही, त्यामुळे त्यांची काळजी करण्याची काही गरजच नाही.'' अशा प्रकारे तो जात

असला की लोक बोलत. एकदा का गावाच्या बाहेर गेला की मग तो मान वर करून आजूबाजूला बघत असे. बकऱ्या त्या घोड्याच्या पुतळ्याजवळ भरकटेपर्यंत तो त्यांना चुचकारून हाकीत असे. तिथे आले की मग तो पुतळ्याच्या चौथऱ्यावर दिवसभर बसून राही. त्याचा फक्त एकच फायदा होता की तिथून त्याला मेन रोडवरून जाणाऱ्या सगळ्या बस, ट्रक दिसत असत. ते दूरच्या टेकडीपर्यंत जाईपर्यंत तो त्यांच्याकडे बघत राही आणि कुठेतरी त्याला वाटे की जग किती मोठे आहे. त्या पुतळ्याचा चौथरा बऱ्यापैकी मोठा होता. तो आरामात त्याच्यावर बसून सूर्यास्त बघू शकत होता आणि त्या घोड्याच्या पोटाखालच्या सावलीत पाय दुमडून पडूनही राहू शकत होता.

तो घोडा एखाद्या मोठ्या जिवंत घोड्याच्या आकाराएवढाच होता. चिकणमातीच्या साच्यातून तयार केलेला, भाजलेला, रंगरंगोटी केलेला, गर्वाने मान वर करून, आपले चौखूर हवेत उधळीत आणि शेपटी उडवीत मोठ्या डौलाने तो उभा होता. त्या घोड्यावर तलवार कट मिशा असलेला, पाणीदार डोळ्यांचा आणि धारदार नाकाचा एक योद्धा स्वार झालेला होता. जुने शिल्पकार पुरुषांचे सौंदर्य आणि त्याचा शूरवीरपणा त्याच्या पाणीदार डोळ्यांद्वारा, धारदार नाकाद्वारा, तलवार कट मिशांद्वारा दाखवण्याचा प्रयत्न करीत. त्या योद्ध्याच्या गळ्यात एक मोत्याची माळ होती. पण आता सध्या उन्हामुळे, वाऱ्यापावसामुळे ती थोडी खराब झाली होती. मुनी मात्र ठामपणाने सांगत होता की, ते मणी नवरत्नांप्रमाणे चमकताना त्याने पाहिले होते. तो घोडा धोब्याने धुतलेल्या पांढऱ्या कपड्याप्रमाणे पांढराशुभ्र होता. त्याच्या पाठीवर जरीचे किनखाप असलेली, लाल काळे काठ असलेली सलवार आणि रंगीबेरंगी अंगरखा घातलेला तो योद्धा बसला होता. पण गावात मात्र कुणालाही हे वैभव माहीत नव्हते, कारण त्याची कुणी दखलच घेतली नव्हती. अगदी मुनीनेसुद्धा, ज्याने आपले सगळे आयुष्य त्या चौथऱ्यावर बसून घालवले तोसुद्धा कधी मान वर करून त्याला बघत नव्हता. गावातले गुंड, मवाली, तरुण मुले जी कधी कधी झाडाच्या खोडांना उगाचच चाकूने भोसकीत, मोठमोठे दगड उचलून टाकीत आणि कुठेही भिंतीवर काही चित्रविचित्र चित्रे खोदून ठेवीत, त्यांनीसुद्धा कधी या घोड्याला स्पर्श केला नाही. एके काळी तो पुतळा गावाच्या अगदी जवळ होता; पण नंतर जेव्हा मेन रोड तयार झाला तेव्हा गावाची वेस ठरवताना (किंवा कदाचित त्या भागातील तळे, विहिरी पूर्णपणे आटून गेल्यामुळे) गाव खूप मैलांपर्यंत आत गेले.

शुष्क, कोरड्या जमिनीतील काटेरी झाडेझुडपे ओरबाडणाऱ्या त्याच्या त्या दोन बकऱ्यांकडे बघत, मुनी त्या चौथऱ्यावर बसून राहिला होता. त्याने सूर्याकडे पाहिले. तो पश्चिमेकडे कलला होता पण तरीसुद्धा अजून घरी जायची वेळ झाली नव्हती. जर तो लवकर घरी गेला असता तर बायकोने त्याला जेवायला दिले नसते. शिवाय

तिच्या रागाचा पारा उतरून तिला मुनीबद्दल कळकळ वाटावी आणि मग तिने कुठून तरी भीक मागून, काहीतरी करून मुनीसाठी खायला केले असते, एवढा वेळ तिला देणे आवश्यक होते. टेकडीकडे दूरवर जाणाऱ्या रस्त्याकडे तो उगाचच पाहत बसला. ती हिरव्या रंगाची बस रस्त्याच्या कोपऱ्यावरून वळली की तो जायला निघणार होता. त्याने खूप वेळपर्यंत बकऱ्या चरायला नेल्या म्हणून बायकोही खूश झाली असती.

एक वेगळ्याच प्रकारची, कधी न पाहिलेली गाडी खूप वेगाने दुरून येताना त्याने बघितली. मोटरकार आणि बस या दोन्हीसारखी ती वाटत होती. हे नवीन प्रकारचे दृश्य बघून त्याला कुतूहल वाटू लागले. आजकाल हे नवीन नवीन काहीतरी वेगळेच घडत होते. नदीच्या पलीकडच्या बाजूला, टेकडीच्या मागे होत जाणाऱ्या सुधारणांच्या बाबतीत तो खूपच मागे होता. असे कधीतरी काही वेगळे दृश्य दिसले की दुसऱ्या दिवशी, त्याने काय बघितले ते सर्व वर्णन करून तो बायकोला सांगत असे. आज जेव्हा ती पिवळी गाडी धुरळा उडवीत त्याच्या समोरच येऊन थांबली, तेव्हा त्याला आश्चर्य वाटले आणि आता बायकोला त्याबद्दल काय आणि कसे सांगावे ते त्याला सुचेना. एक लाल तोंडाचा परदेशी माणूस ती गाडी चालवीत होता, तो खाली उतरला. त्याने गाडीभोवती एक गोल फेरी मारली, सगळीकडे थांबून थांबून त्याचे निरीक्षण केले, मधेच काहीतरी ठाकठोक केली आणि नंतर तो मुनीजवळ आला आणि म्हणाला, "Excuse me, is there a gas station nearby, or do I have to wait until another car comes…" ("माफ करा, पण इथे जवळपास कुठे पेट्रोलपंप आहे का? का मला दुसरी एखादी गाडी येईपर्यंत थांबावे लागेल..") त्यानंतर एकदम त्याचे लक्ष त्या घोड्याच्या पुतळ्याकडे गेले आणि आपले वाक्य पूर्ण करायच्या आधीच तो जोरात ओरडला, "Marvellous!" ("सुंदर!") मुनीला वाटले तिथून उठावे आणि पळून जावे, पण त्याच्या वयाचाच त्याला राग आला. तो इतक्या जलद रीतीने हात-पाय हलवू शकत नव्हता. काही दिवसांपूर्वी एकदा तो जंगलात लाकडे तोडण्यासाठी गेला असता एक चित्ता बघून त्याने धूम ठोकली होती, त्या वेळी त्याच्या दोन मेंढ्यांवर त्या चित्त्याने हल्ला करून त्यांना जखमी केले होते. तशाच प्रकारचे काहीतरी वाईट घडणार असे चिन्ह त्याला दिसू लागले. जरी त्याने प्रयत्न केला तरी या संकटातून सुटका करून घेण्यासाठी तो जागेवरून हलू शकला नाही. शिवाय त्याच्या बकऱ्याही होत्या. तो त्यांना तसेच सोडून कुठे जाऊ शकत नव्हता.

त्या लाल तोंडाच्या माणसाने खाकी रंगाचे कपडे घातले होते. तो नक्कीच कुणीतरी सैनिक किंवा पोलीस असावा. मुनीला वाटले आपण जर इथून पळायला लागलो तर तो नक्कीच आपला पाठलाग करेल किंवा बंदुकीची गोळी मारेल. पळू

लागले की कुत्रे मागेच लागते तसे. "हे देवा, माझे रक्षण कर. मला माहीत नाही हा माणूस इथे का आला आहे." मुनीच्या मनात असे विचार चालू असतानाच तो माणूस पुन्हा एकदा ओरडला, "Marvellous!" ("सुंदर!") आणि त्याने त्याची मान हलवली. त्या पुतळ्याकडे एकटक बघत हळूहळू त्या घोड्याभोवती तो फिरू लागला. मुनी एकाच जागी खिळून बसला होता, अस्वस्थ झाला होता आणि पळून जाण्याचा प्रयत्न करीत होता. तेवढ्यात तो माणूस पुन्हा मुनीकडे वळला. त्याने त्याचे दोन्ही हात जोडून नमस्कार केला आणि म्हणाला, "How do you do?" (तुम्ही कसे आहात?")

आत्तापर्यंत मुनीला इंग्लिशमधले फक्त दोनच शब्द माहीत होते आणि बोलता येत होते, ते म्हणजे 'येस' आणि 'नो.' पण आता तर तो तेही विसरून गेला आणि त्याने तमीळमध्ये बोलायला सुरुवात केली. "माझे नाव मुनी आहे आणि या दोन्ही बकऱ्या माझ्या आहेत. त्या मी अशा सहजासहजी कुणाला घेऊ देणार नाही. आमच्या गावात निंदानालस्ती करणारे खूप लोक आहेत. आणि आजकाल तर कुणी कुणाला मानायला तयार नाही." त्याने थोडा वेळ डोळे बंद केले आणि गावातल्या दुष्ट लोकांच्या विचाराने त्याला धडकी भरली.

मुनीने ज्या दिशेने बोट केले होते तिकडे त्याच्या बकऱ्या चरत होत्या आणि काही दगड पडलेले होते. परदेशी माणूस गोंधळून गेला. तशा गोंधळलेल्या अवस्थेतच त्याने त्याची चांदीची सिगारेटकेस काढली, त्यातून एक सिगारेट काढली. मुनी समोर असल्याचे त्याच्या लक्षात आले. त्याने विनम्रपणे विचारले,

"Do you smoke?"("तुम्ही धूम्रपान करता?")

मुनी म्हणाला, "येस... नो..."

त्यावर त्या माणसाने आणखी एक सिगारेट काढली आणि मुनीला दिली. ती घेताना मुनीला खूपच आश्चर्य वाटले, कारण आयुष्यात पहिल्यांदाच कुणीतरी आपणहोऊन सिगारेट ओढायला देत होते. खूप दिवसांपूर्वी तो जेव्हा मेंढ्या घेऊन खाटकाकडे जायचा, त्या वेळी तो त्याच्यासोबत भांग प्यायचा. आता तर भांगच काय पण साधी काडीपेटी पण त्याच्याजवळ नसायची. (त्याची बायको सकाळीच कुठून तरी शेजारीपाजारी जाऊन थोडा विस्तव आणायची आणि चूल पेटवायची.) खूप दिवसांपासून त्याला सिगारेट ओढायची इच्छा होती. एकदा त्याने दुकानदाराकडून एक सिगारेट उधारीवर आणली होती आणि त्याची चव तो अजूनही विसरला नव्हता. त्या परदेशी माणसाने लायटर काढून सिगारेट पेटवली आणि लायटर मुनीच्या समोर धरला. मुनी गोंधळून गेला. तो कसा धरायचा आणि त्याने सिगारेट कशी पेटवायची ते मुनीला काहीच माहीत नव्हते. तो माणूसही थोडा बुचकळ्यात पडला, पण नंतर त्याने अगदी सहजपणे लायटर मुनीच्या समोर धरून त्याची सिगारेट

शिलगावून दिली. मुनीने एक झुरका घेतला; पण त्याला एकदम जोराचा ठसका लागला. थोडा त्रास झाला पण तो अनुभव मात्र सुखद होता यात शंका नव्हती. जेव्हा त्याचा ठसका कमी झाला तेव्हा त्याने डोळे पुसले आणि एकंदर परिस्थिती त्याच्या लक्षात आली. तो परदेशी माणूस कुठलीही, कशाचीही चौकशी करण्यासाठी आला नसावा. तरी पण या गोष्टीची खात्री पटेपर्यंत त्याला सावध राहणे आवश्यक होते. ज्या माणसाने त्याला एवढी चांगली सिगारेट ओढायला दिली, त्याच्यापासून कुठे दूर पळून जाण्याची गरज काही नव्हती. त्या कडक अशा अमेरिकन सिगारेटच्या स्वादामुळे त्याचे डोके गरगरू लागले, कारण ती भाजलेल्या तंबाखूपासून बनवली होती.

तो अमेरिकन माणूस म्हणाला, "I came from New York" ("मी न्यूयॉर्कहून आलो आहे.") त्याने मागच्या खिशातून आपले पाकीट काढले आणि कार्ड दाखवले.

ते कार्ड बघून मुनी एकदम मागे सरकला. कदाचित त्याने मुनीसमोर त्याला पकडण्यासाठी एखादी नोटीस आणली असेल. 'खाकी कपड्यांपासून सावध राहा,' त्याच्या मनाने त्याला इशारा दिला. 'त्याने जे काही सिगारेट, भांग दिले ते घे; पण त्याच्या तावडीत सापडू नकोस. त्याच्या खाकी कपड्यांपासून सावध राहा.' त्याला वाटले, दुकानदार म्हणाला तसा तो काही सत्तरीचा नव्हता. सत्तराव्या वर्षी कुणी पळू शकत नाही, पण जशी परिस्थिती येईल तसे त्याला तोंड देतो. नुसते बोलूनही तो शत्रूला नामोहरम करू शकतो. त्यामुळे नम्रपणाने त्याच्या तोंडाला येईल ते तो तमीळमध्ये बडबडत सुटला. त्यासाठीच तर क्रितम गाव प्रसिद्ध होते. (अगदी मूर्खातला मूर्ख माणूसही हे नाकारू शकत नव्हता की, सुप्रसिद्ध कवयित्री अवैयार ही याच भागात जन्मली होती. खरे तर क्रितमजवळ आणखी एक खेडे होते 'कुप्पम'; पण ती क्रितमची होती का कुप्पमची हे मात्र कुणी सांगू शकत नव्हते.) तर असा हा भडाभडा बोलण्याचा वारसा मुनीकडे आला होता, त्यामुळेच मुनी सतत न अडखळता बोलू शकत होता.

तो म्हणाला, "देवाची शपथ घेऊन तुम्हाला सांगतो, तो तर सगळे बघतोच, त्याच्या नजरेतून काही सुटत नाही, पण आम्हाला मात्र याबद्दल काहीही माहीत नाही. तो खून होता का, तो कुणी केला काहीच माहीत नाही. पण ज्याने कुणी केला असेल तो त्यातून सुटणार नाही. देव सगळे बघतोच ना वरून! मला त्याबद्दल काही विचारू नका. मला काहीच माहीत नाही. तो मेलेला मुडदा हातपाय तोडून एका चिंचेच्या झाडाखाली फेकून दिला होता आणि ते झाड क्रितम आणि कुप्पमच्या सरहद्दीवर आहे. काही दिवसांपूर्वीच ही घटना घडली. त्याबद्दल बऱ्याच वावड्या उठल्या, तर्ककुतर्क करायला वाव मिळाला..." एवढे सांगून पुढे तो असेही म्हणाला

की, "हे लोक इतके पुढे गेले आहेत की कोण काय करील ते सांगता येत नाही. आता कुणीच त्यांना थांबवू शकणार नाही.'' त्या परदेशी माणसाला त्यातले काहीच समजले नाही तरी मान हलवून तो उत्सुकतेने ते ऐकत होता.

त्या माणसाने थोडेसे हसून मुनीची मर्जी संपादन करण्याचा प्रयत्न केला आणि विचारले, "I am sure you know when this horse was made." ("मला खात्री आहे हा घोडा केव्हा बनवला ते तुला नक्कीच माहीत असेल.")

मुनीनेही थोडेसे हसून त्याला प्रतिसाद दिला. आता तो थोडा सैल झाला आणि नम्रपणाने म्हणाला, "कृपा करून इथून निघून जा. मला खरंच काही माहीत नाही. मी तुम्हाला वचन देतो, जर एखादा वाईट माणूस आजूबाजूला दिसला तर आम्ही नक्कीच त्याला पकडून देऊ. तो जर निसटून जाण्याचा प्रयत्न करू लागला तर आम्ही त्याला नारळाच्या खड्ड्यात मानेपर्यंत गाडून टाकू. पण आमचे गाव शुद्ध आहे. हे काम नक्कीच दुसऱ्या एखाद्या खेड्यातले असणार.''

आता तो परदेशी माणूस विनंती करू लागला, "Please, Please, I will speak slowly, please try to understand me. Can't you understand even a simple word of English? Everyone in this country seems to know English. I have gotten along with English everywhere in this country, but you don't speak it. Have you any religious or spiritual scruples against English speech?" ("कृपा करा. मी अगदी सावकाश बोलेन. मला थोडे समजून घ्या. तुम्हाला एकही इंग्लिशचा शब्द येत नाही का? मला वाटले की या देशात सर्वांनाच थोडे बहुत इंग्लिश येत असेल. मी या देशात जिथे कुठे गेलो तिथे सगळे लोक इंग्लिश बोलत होते, पण तुम्हाला बोलता येत नाही. तुम्हाला इंग्लिशबद्दल काही धार्मिक अडचण किंवा काही गूढ शंका आहे का?")

मुनीने घशातून काहीतरी चित्रविचित्र आवाज काढला आणि मान हलवली. त्यामुळे त्या माणसाला थोडा उत्साह आला आणि मग तो हळूच प्रत्येक शब्दावर जोर देत काळजीपूर्वक एक एक शब्द उच्चारू लागला. दरम्यान तो हळूच पुढे सरकला आणि मुनीच्या जवळ बसला, आणि म्हणाला, "You see, last August, we probably had the hottest summer in history, and I was working in shirt-sleeves in my office on the fortieth floor of the Empire State Building. We had a power failure one day, you know, and there I was stuck for four hours, no elevator, no air conditioning. All the way in the train I kept thinking, and the minute I reached home in Connecticut, I told my wife, Ruth, 'We will visit India this winter, it's time to look at other civilizations.' Next day she called the travel agent first thing and told him to fix it, and so here I am. Ruth came with me but is staying back at Srinagar, and I am the one doing the rounds and joining her later." ("हे बघा, मागच्या वर्षाच्या ऑगस्टमध्ये आमच्याकडे खूप कडक उन्हाळा होता. आत्तापर्यंतच्या इतिहासात असा कधी झाला नसेल. मी फक्त बिनबाह्यांच्या बनियनवर माझ्या ऑफिसमध्ये 'एम्पायर स्टेट बिल्डिंग'च्या चाळिसाव्या मजल्यावर काम करीत होतो. एक दिवस आमच्याकडे वीज बंद पडली आणि तुम्हाला माहीत आहे का, मी चार तास तिथे अडकून पडलो होतो. लिफ्ट चालू नव्हती, ए.सी. चालू नव्हता. सगळा दिवसभर आणि ट्रेनमध्ये बसल्यावरही मी सारखा विचार करू लागलो आणि कनेक्टिकटला घरी आल्याबरोबर बायकोला म्हणालो, 'या वर्षी हिवाळ्यात आपण भारतात जाऊ. दुसऱ्या देशातील संस्कृती बघण्याची तीच वेळ आहे.' दुसऱ्याच दिवशी माझ्या बायकोने एका ट्रॅव्हल एजंटला बोलावले आणि सगळे काही ठरवले, म्हणून आत्ता मी इथे आहे. रुथपण माझ्याबरोबर आली आहे, पण सध्या ती श्रीनगरला थांबली आहे आणि मी असा इकडे तिकडे भटकतोय. नंतर मी तिच्याकडे जाईन.")

त्या माणसाचे हे लांबलचक भाषण संपल्यानंतर मुनीने त्याच्याकडे बघितले आणि हळूच म्हणाला, "येस, नो.." त्याच्या त्या इंग्रजी बोलण्यामधून सुटका झाल्यासारखे त्याला वाटले. त्यानंतर त्याने पुन्हा तमीळमध्ये सुरू केले, "मी हा असा असा एवढा होतो," त्याने हाताने फुटांची खूण केली. "माझे काका असे म्हणायचे..."

ते दोघेही कोण कुणाशी काय बोलत होते तेच कळत नव्हते. मुनी असे बोलत असतानाच त्या माणसाने त्याला थांबवले आणि विचारले, "Boy, what is the secret of your teeth? How old are you?" ("हे माणसा, तुझ्या दातांचे रहस्य काय आहे? तू किती वर्षांचा आहेस?")

तो म्हातारा मुनी आपण काय बोलत होतो ते विसरून गेला आणि म्हणाला, "कधी कधी आम्हाला शेतावरची गुरेढोरे पण गमवावी लागतात. कोल्हे आणि चित्ते त्यांना घेऊन जातात. पण कधी दुसऱ्या गावातील लोक चोरी करतात आणि मग आम्हाला कळते की हे कुणी केले आहे. आमच्या पुजाऱ्याला देवळात लावलेल्या तेलाच्या दिव्यात एकदा चोराचा चेहरा दिसला होता आणि तो पकडला गेला..." नंतर त्याने त्या चोराला कसे मारले ते त्याच्या हातांनी खाणाखुणा करून दाखवले.

त्या अमेरिकन माणसाने त्याच्या हातांच्या हालचाली निरखून बघितल्या आणि तो म्हणाला, "I know what you mean. Chop something? Maybe I am holding you up and you want to chop wood? Where is your axe? Hand it to me and show me what to chop. I do enjoy it, you know, just a hobby. We get a lot of driftwood along the backwater near my house, and on Sundays I do nothing but chop wood for the fireplace. I really feel different when I watch the fire in the fireplace, although it may take all the sections of the *Sunday New York Times* to get a fire started.'' ("तुला काय म्हणायचे आहे ते मला कळले. तुला काहीतरी तोडायचे आहे ना? मी तुला बोलण्यात गुंतवून ठेवले आणि तुला लाकडे तोडायची असतील. तुझी कुऱ्हाड कुठे आहे? ती मला दे आणि काय तोडायचे आहे ते मला दाखव. मी पण त्याची मजा घेईन. तुला माहीत आहे, मला पण ती आवड आहे. आमच्या घराच्या मागे काळ्या पाण्याचा कालवा आहे, तिथे खूप सारी लाकडे आहेत आणि रविवारी मी दुसरे काहीच करत नाही, जाळ करण्यासाठी फक्त लाकडे तोडत बसतो. खरे तर सगळा रविवार त्यातच जातो आणि *न्यूयॉर्क टाइम्स* वाचायचा सगळा वेळ त्यातच, जाळाची तयारी करण्यातच, जातो.") एवढे बोलून तो हसला.

मुनी आता खूपच गोंधळून गेला होता, पण त्याने ठरवले होते की, इथून सुटण्यासाठी सगळ्या प्रकारचे प्रयत्न करायचे. पुन्हा तो घरी जाण्यासाठी निघाला आणि म्हणाला, ''घरी जायला पाहिजे.''

त्या दुसऱ्या माणसाने त्याला धरले आणि म्हणाला, ''Is there no one, absolutely no one here, to translate for me?'' (इथे कुणीच नाही, खरेच मी जे काही बोलतो ते भाषांतर करून सांगायला इथे कुणीसुद्धा नाही का?'')

त्याने रस्त्याच्या दिशेने चहूबाजूला बघितले, पण एवढ्या उन्हाचा तो सगळा रस्ता निर्मनुष्य होता. तेवढ्यात सोसाट्याचा वारा आला आणि सगळा पालापाचोळा रस्त्याच्या एका बाजूला ढकलला गेला. त्या अनोळखी माणसाने मुनीची पाठ त्या पुतळ्याला टेकवली आणि त्याला विचारले, ''Isn't this statue yours? Why don't you sell it to me?'' (''हा पुतळा तुझा आहे का? तो तू मला विकत देशील का?'')

त्या म्हाताऱ्याला आत्ता कुठे कळले की तो माणूस घोड्याबद्दल बोलतोय. एक क्षणभर त्याने विचार केला आणि बोलायला सुरुवात केली.

''मी तेव्हा खूप उनाड होतो. हा असा एवढासा होतो, तेव्हा माझ्या आजोबांनी मला या घोड्याबद्दल आणि त्या योद्ध्याबद्दल सांगितले. माझे आजोबा एवढेसे होते, तेव्हा त्यांना त्यांच्या आजोबांनी आणि माझ्या आजोबांचे आजोबा एवढेसे होते तेव्हा...''

त्या दुसऱ्या माणसाने त्याला मध्येच थांबवले. ''I don't want to seem to have stopped here for nothing. I will offer you a good price for this.'' (''मी काही उगाचच इथे थांबलो नाही. मी तुला याची चांगली किंमत देईन.'') घोड्याकडे बोट दाखवून तो म्हणाला. त्याने असा निष्कर्ष काढला होता की, हा मातीने बनवलेला घोडा मुनीचा आहे. कदाचित मुनी ज्या प्रकारे त्या घोड्याजवळ बसला होता, त्यामुळे त्याला तसे वाटले असेल. या देशात अशा स्मारकांची विक्री करणारे काही लोक त्याने बघितले होते.

मुनीने त्या माणसाच्या डोळ्यांकडे आणि त्याने बोट दाखवले तिकडे पाहिले आणि त्याला काय विषय चाललाय ते थोडेसे लक्षात आले. त्या तुकडे केलेल्या प्रेताचा इथे काही संबंध नाही हे बघून त्याला थोडे हायसे वाटले. तो पुन्हा उत्साहाने म्हणाला, ''मी हा एवढासा होतो जेव्हा मला माझ्या आजोबांनी या घोड्याबद्दल आणि त्या योद्ध्याबद्दल सांगितले आणि त्यांना स्वतःला जेव्हा त्याबद्दल समजले, तेव्हा ते एवढेसे होते.'' तो पुन्हा पुन्हा त्या भूतकाळातील गतआठवणींच्या दलदलीत रुतून जात होता आणि तो पुतळा किती जुन्या काळातील आहे हे सांगण्याचा प्रयत्न करीत होता. ज्या स्वरात मुनी तमीळमध्ये बोलत होता, तो त्याचा आवाज वारंवार उत्तेजित होत होता. त्याची त्या परदेशी माणसालाही भुरळ पडल्यासारखे झाले.

''I wish I had my tape-recorder here.'' (''माझा टेपरेकॉर्डर आत्ता माझ्याजवळ असायला हवा होता.'') तोही चेहऱ्यावर प्रसन्नता आणत म्हणाला. ''Your language sounds wonderful. I get a kick out of every word you utter here.'' (तुझी भाषा आणि स्वर खूप छान आहे. तुझ्या प्रत्येक शब्दाबरोबर तुझा स्वर माझ्या इथे असा घुमल्यासारखा वाटतोय.'') कानाला हात लावून तो म्हणाला, ''But you don't have to waste your breath in sales talk. I appreciate the article. You don't have to explain its points.'' (''पण तू तुझा दम असे विक्रीचे बोलण्यात वाया घालवू नकोस. हे शिल्प मला आवडले आहे, तू त्याबद्दल जास्त स्पष्टीकरण देऊ नकोस.'')

''मी कधीच शाळेत गेलो नाही. त्या काळात फक्त ब्राह्मणांचीच मुले शाळेत जात. पण आम्ही सकाळपासून संध्याकाळपर्यंत शेतात जाऊन काम करत होतो. पेरणीपासून ते कापणीपर्यंत... पोंगलच्या वेळी पिकांची कापणी व्हायची. माझे वडील मला इतर मुलांबरोबर तळ्यावर खेळायला जाऊ देत असत. त्यामुळे मला तुम्ही बोलता ती फिरंग्यांची भाषा येत नाही. तुमच्या देशात तर लहान लहान मुलेसुद्धा ही फिरंगी भाषा बोलतात. इकडे मात्र फक्त शिकलेले लोक आणि हापिसर लोकांनाच ती माहीत आहे. आमच्या गावात एक पोस्टमन आहे. तो तुमच्याबरोबर तुमच्या भाषेत खाडखाड बोलू शकला असता, पण त्याची बायको कुणाचा तरी हात धरून पळून गेली, तेव्हापासून तो जास्त कुणाशी बोलत नाही. एखाद्याच्या बायकोने

असे तिच्या मनाला वाटेल तसे केले तर कसे होईल? बायकांवर खरे तर लक्षच ठेवायला पाहिजे, नाहीतर त्या स्वतःला आणि सगळ्या घरादाराला विकून मोकळ्या होतील.'' आणि स्वतःच्याच बोलण्यावर मुनी मोठ्याने हसला.

तो परदेशीही मनापासून हसला. त्याने पुन्हा एक सिगारेट काढली आणि मुनीला देऊ केली. मुनी आता सहजपणे सिगारेट ओढू लागला होता आणि हा माणूस जर असाच सिगारेट देत राहिला तर तिथेच बसून राहायचाही विचार तो करू लागला. तो अमेरिकन आता पुतळ्याच्या चौथऱ्यावर एखाद्या मार्गदर्शकाच्या तोऱ्यात उभा राहिला आणि घोड्याच्या मानेवर आणि इतर नक्षीकामावर हळुवारपणे हात फिरवू लागला. एक एक शब्द हळुवारपणे उच्चारत तो म्हणाला,

"I could give a sales talk for this better than anyone else... This is a marvellous combination of yellow and indigo, though faded now... How do you people of this country achieve these flaming colours?'' (याची विक्री करताना त्यावर मी इतर कुणाहीपेक्षा उत्तम बोलेन. आता जरी थोडेसे फिके पडले असले तरी निळ्या आणि पिवळ्या रंगाचे हे मिश्रण अतिशय सुंदर आहे. या देशातील तुम्ही लोक हे असे जिवंत रंग कसे काय बनवू शकता?'')

मुनीला आता खात्रीच पटली की बोलण्याचा विषय हा घोडा असून तो मेलेला माणूस नाही. तो म्हणाला, "हा आमचा रक्षणकर्ता आहे. तो आमच्यावर आलेल्या सगळ्या वाईट गोष्टींचा नाश करतो. कलियुगाच्या शेवटी हे सगळे जग नष्ट होणार आहे आणि त्या सगळ्या वाईट गोष्टींपासून आपली सुटका करण्यासाठी तो या अवतारात प्रगट होणार आहे. या घोड्याचे नाव काल्की आहे. तो अवतार घेईल आणि चौखूर धावून सगळ्या वाईट माणसांना आपल्या पायाखाली तुडवून टाकील.'' सगळी वाईट माणसे असे जेव्हा तो म्हणाला, तेव्हा त्याच्या डोळ्यांसमोर तो दुकानदार आणि त्याचा मेहुणा या दोघांचेच चेहरे आले होते आणि काही क्षणांसाठी त्या दोघांची घोड्याच्या टापाखाली होणारी वाईट गत बघून त्याला मजा वाटली. त्याचे घर जाळण्याचा प्रयत्न करणाऱ्या मेहुण्याला तीच शिक्षा योग्य होती.

जेव्हा ध्यानमग्न होऊन तो या सुखाचा आनंद घेत होता, तेव्हा तो थांबल्याचा फायदा घेऊन तो परदेशी पटकन म्हणाला, "I assure you that this will have the best home in U.S.A. I will push away the bookcase, you know I love books and am a member of five book clubs, and the choice and the bonus volumes mount up to a pile really in our living room, as high as this horse itself. But they'll have to go. Ruth may disapprove, but I will convince her. The TV may have to be shifted, too. We can't have everything in the living room. Ruth will probably say what about when we have a party? I'm going to keep him right in the middle of the room. I don't see how that can interfere with the party – we'll stand around him and have our drinks.'' (मी तुला खात्री देतो की यू.एस.ए.मध्ये या घोड्याला सगळ्यात चांगले घर मिळेल. मी त्याच्यासाठी पुस्तकांना असते तसे कपाट बनवून घेईन आणि मी स्वतः ढकलीत ते घेऊन येईन. तुला माहीत आहे का, मला पुस्तके खूप आवडतात. मी पाच पुस्तकांच्या मंडळाचा सभासद आहे. आवडीची पुस्तके आणि अशीच कुणी दिलेली मिळून आमच्या दिवाणखान्यात एवढा मोठा ढीग साचलाय, या घोड्याच्या उंचीएवढा असेल. पण आता त्यांना तिथे जागा नाही. रुथला कदाचित आवडणार नाही; पण मी तिची समजूत घालीन. टी. व्ही.सुद्धा दुसरीकडे हलवायला पाहिजे. प्रत्येक गोष्ट दिवाणखान्यातच ठेवायला पाहिजे असे थोडेच आहे? रुथ नक्कीच म्हणेल की आपल्या घरी जेव्हा पार्टी असेल तेव्हा काय करायचे? त्या वेळी मी याला हॉलच्या मध्यभागी ठेवीन. मग पार्टीला कसलाही अडथळा आला तरी मी बघणार नाही. आम्ही सगळे त्याच्या भोवती उभे राहून आमचे खाणे पिणे करू.)

शेवटचा शब्द उच्चारून तो थांबला की, मुनीने त्याचे वर्णन पुढे चालू केले. ''आमच्या पंडित लोकांनी मंदिरात प्रवचन केले होते की, कशा प्रकारे सगळी पृथ्वी समुद्रात कशी बुडणार आहे. खूप मोठमोठ्या लाटा येऊन सगळे काही गिळून टाकणार आहे. हा घोडा मोठा, खूप मोठा मोठा होत जाईल, त्या लाटांपेक्षाही मोठा होईल आणि त्याच्या पाठीवर सगळ्या चांगल्या लोकांना उचलून घेईल आणि वाईट लोकांना लाथा मारून तो त्या पुरात बुडवून टाकील. खूप लोक त्यात बुडतील... तुम्हाला माहीत आहे का, हे सर्व केव्हा घडणार आहे ते?'' त्याने विचारले.

मुनीच्या बोलण्याच्या सुरावरून त्याने काहीतरी प्रश्न विचारला आहे, हे त्या परदेशीने ओळखले. त्याला वाटले, त्याने विचारले असावे की, ''How am I transporting it? I can push the seat back and make room in the rear. That van can take in an elephant.'' (''हा घोडा मी कसा घेऊन जाणार? मी गाडीतली मागची सीट मागे करून जागा वाढवून घेईन. ही गाडी एखादा हत्तीसुद्धा घेऊन जाईल.'') अचूकपणे त्याने त्या मागच्या सीटच्या बाजूला जागा केली.

मुनी अजूनही त्या परमेश्वराच्या अवताराभोवतीच फिरत होता. तो म्हणाला, ''त्या दिवसांमध्ये आमच्या मंदिरात होणारी पुजाऱ्याची, पंडितांची प्रवचने मी कधीच चुकवली नाहीत. दर महिन्याच्या पौर्णिमेला रात्रभर तो कार्यक्रम चालत असे. त्यांनी सांगितले की विष्णू हा सगळ्यात मोठा देव आहे. जेव्हा केव्हा दुष्ट प्रवृत्ती

आपल्याला त्रास देतात, तेव्हा तो अवतार घेऊन आपले रक्षण करतो. खूप वेळा तो असा पृथ्वीवर आला आहे. पहिल्यांदा त्याने एका खूप मोठ्या माशाचा अवतार घेतला होता आणि जेव्हा समुद्र उसळून मोठमोठ्या लाटा आल्या, तेव्हा त्याने सगळी पोथ्यापुराणे आपल्या पाठीवर घेतली होती...''

"I am not a millionaire, but a modest businessman. My trade is coffee." (''मी काही कुणी लखपती नाही, पण एक सभ्य व्यापारी आहे. माझा कॉफीचा धंदा आहे.'')

या सगळ्या निर्जन आणि दुर्बोध वातावरणात मुनीने कॉफी हा शब्द पटकन पकडला आणि म्हणाला, ''जर तुम्हाला कापी प्यायची असेल, तर इथून थोडे पुढे जा. पुढच्या शहरात शुक्रवारचा बाजार असतो आणि तिथे कापी हाटेल आहे. मला हे येणाऱ्या जाणाऱ्या लोकांकडून कळले, मी इकडे तिकडे कुठेही भटकतो असे समजू नका. मी कुठेही जात नाही आणि काहीही बघत नाही.''

पुन्हा तो त्याच्या अवतारांच्या मुद्द्यांवर आला.

''पहिल्यांदा माशाचा अवतार घेतला होता, तेव्हा तो मासा छोटा होता आणि एका छोट्या तांब्यात होता. पण पुढे हळूहळू तो मोठा होत गेला आणि शेवटी खूपच मोठा झाला, एवढा मोठा की तो समुद्रातसुद्धा मावेना. त्याच्या पाठीवर सगळी पोथ्यापुराणे, धर्मग्रंथ ठेवले गेले ते सुरक्षित राहिले.'' एकदा का त्याने पहिल्या अवताराचे वर्णन केले तेव्हा आता दुसरा अवतारही सांगणे भाग होते. ''एका रानटी डुकराचा दुसरा अवतार होता. एका दुष्ट, दुर्व्यसनी राजाने सगळी पृथ्वी उचलून समुद्रात खाली तळाला लपवून ठेवली होती. तेव्हा त्या डुकराने ती आपल्या सुळ्यांवर उचलून धरली.'' या अवताराचे वर्णन केल्यानंतर मुनीने एक निष्कर्ष काढला. ''जेव्हा केव्हा दुष्ट प्रवृत्ती आपल्याला त्रास देतात, तेव्हा तेव्हा प्रत्येक वेळी देव आपले रक्षण करतो. जेव्हा आम्ही तरुण होतो तेव्हा या सगळ्या अवतारांच्या गोष्टींचे नाटक करत होतो. म्हणून मला हे सगळे माहीत आहे. सकाळी सूर्य उगवेपर्यंत आमचे नाटक चालायचे. कधी कधी तर एक युरोपियन कलेक्टर आपली खुर्ची आणून आमचे नाटक पाहायला येई. माझा आवाज चांगला होता म्हणून मला गाणे म्हणायला लावीत. नाटकात मी नेहमी देवी लक्ष्मी होत असे आणि मोठ्या घरातून मला जरीच्या साड्या आणून देत.''

परदेशी माणूस म्हणाला, ''I repeat, I am not a millionaire. Ours is a modest business; after all, we can't afford to buy more than sixty minutes of TV time in a month, which works out to two minutes a day, that's all, although in the course of time we'll may be sponsor a one-hour show regularly if our sales graph continues to go up....'' ("मी पुन्हा सांगतोय की मी काही कुणी लखपती नाही, एक साधा, सभ्य व्यापारी आहे. टी.व्ही. वर जर एखादा कार्यक्रम प्रायोजित करायचा असेल तर त्यासाठी मी महिन्याला एक तासाचा वेळ विकत घेऊ शकतो. म्हणजे एका दिवसाला फक्त दोन मिनिटे, बस एवढेच. पण पुढे कधी जर आमचा धंदा असाच वाढत चालला तर मात्र आम्ही प्रायोजक म्हणून रोज एक तासाचा वेळ विकत घेऊ शकू.'')

नाटकांच्या आठवणींनी मुनी आता आणखीच उत्तेजित झाला होता. आपला चेहरा आपण कसा रंगवत होतो, कानामध्ये हिऱ्याचे इयरिंग्स कसे घालत होतो, हे तो त्या माणसाला सांगणार होता, पण आधीच आपला दोन तासांचा खूप वेळ इथे गेला आहे असे त्या माणसाला वाटत होते.

तो म्हणाला, "Tell me, will you accept a hundred rupees or not for the horse? I'd love to take the whiskered soldier also but no space for him this year. I'll have to cancel my air ticket and take a boat home, I suppose. Ruth can go by air if she likes, but I will go with the horse and keep him in my cabin all the way if necessary.'' ("मला सांग, या घोड्यासाठी तू शंभर रुपये घेशील का नाही? मला खरे तर हा मिशीवाला सरदार न्यायला पण आवडले असते, पण या वर्षी तरी त्याच्यासाठी जागा नाही. मला वाटते, मला माझे विमानाचे तिकीट रहित करावे लागेल आणि बोटीने जावे लागेल. रुथला जर विमानाने जायचे असेल तर ती जाईल, पण मी मात्र या घोड्याबरोबरच जाईन आणि जर गरज पडली तर पूर्ण प्रवासात त्याला माझ्याबरोबरच माझ्या केबिनमध्ये ठेवीन.'') आणि तो हसला. त्या घोड्याला कवटाळून आपण समुद्रातून प्रवास करत आहोत, असे चित्र त्याला दिसू लागले. तो पुन्हा म्हणाला, "I will have to pad it with straw so that it doesn't break....'' ("मला याला वाळलेल्या गवताच्या पेंढ्यांनी बांधावे लागेल, म्हणजे तो तुटणार नाही.'')

"आम्ही जेव्हा रामायणाचे नाटक केले तेव्हा त्यांनी मला सीता केले होते.'' मुनीचे पुराण चालूच होते. "एक गुरुजी येऊन आम्हाला त्या नाटकातली गाणी शिकवीत आणि त्यासाठी आम्ही त्यांना पन्नास रुपये दिले होते. परमेश्वराने रामाचा अवतार घेतला होता आणि रावणाचा नाश केला होता. तो रावण म्हणजे दहा तोंडाचा एक राक्षस होता आणि त्याने सगळी पृथ्वी हादरवून सोडली होती. तुम्हाला रामायणाची गोष्ट माहीत आहे का?''

"I have my station wagon as you see. I can push the seat back and take the horse in if you will just lend me a hand with it.''

("तू बघतो आहेस की माझ्याजवळ चार चाकी गाडी आहे. त्याचे सीट थोडे मागे ढकलून मी हा घोडा आत घेतो. तो हलविण्यासाठी तू मला थोडा हात दे.")

"तुम्हाला महाभारत माहीत आहे का? कृष्ण हा विष्णूचा आठवा अवतार होता आणि पाच पांडवांच्या राज्याचे रक्षण करण्यासाठी त्याने त्यांना मदत केली. जेव्हा कृष्ण लहान होता, तेव्हा त्याने हजार डोके असलेल्या एका सापाच्या डोक्यावर नाच केला होता आणि त्याला मारून टाकले. एक राक्षसीण त्याला मारायला आली होती. तिचे स्तन खूप मोठे होते, एखाद्या खोदलेल्या नाल्यावर मातीचे ढीग असतात तसे. कृष्णाने तिच्या स्तनातले सगळे दूध चोखून चोखून तिला सपाटच करून टाकले." त्याने हाताने दोन मोठमोठ्या ढिगांची कृती करून दाखवली.

त्याच्या त्या हावभावांनी तो परदेशी एकदम गोंधळून गेला. त्याची मतीच गुंग झाली. पहिल्यांदाच तो म्हणाला, "I really wonder what you are saying because your answer is crucial. We have come to the point when we should be ready to talk business." ("तू काय बोलतो आहेस त्याबद्दल मला आश्चर्य वाटते आहे. कारण तुझे उत्तर महत्त्वाचे आहे. आपण आता धंद्याबद्दल बोलतो आहोत, तर आपण आता सरळ मुद्द्यावरच येऊ.")

"जेव्हा दहावा अवतार येईल तेव्हा तुम्ही कुठे असाल, मी कुठे असेन याची तुम्हाला काही कल्पना आहे का?"

"Lend me a hand and I can lift off the horse from its pedestal after picking out the cement at the joints. We can do anything if we have a basis of understanding." ("तू मला थोडा हात दे म्हणजे हा घोडा मी त्या चौथऱ्यावरून, सिमेंटमध्ये जिथे तो जोडलेला आहे, तिथून उचलून घेईन. आपण जर मुळात समजून घेतले, तर आपण कोणतेही काम करू शकतो.")

आता खरे तर दोघांच्याही आपल्या आपल्या बोलण्याने मति गुंग झाल्यासारखी होती. शब्दांतून बोललेले समजण्यासाठी काही तर्क वगैरे करण्याची काही आता गरज वाटत नव्हती. त्या दोघांच्या बोलण्याची देवाणघेवाण संपवण्याच्या दृष्टीने म्हातारा म्हणाला, "तू सन्माननीय पाहुणा आहेस. देव तुला खूप संतती, संपत्ती देवो, असा मी तुला आशीर्वाद देतो, कारण तू चांगला माणूस वाटतोस. एका म्हाताऱ्या माणसाजवळ बसून तू त्याच्याशी बोललास. रस्त्यात एक चिमूटभर तंबाखू मागायची असेल तर तेवढेच लोक माझ्याशी बोलतात, नाहीतर कुणीच बोलत नाही. पूर्वी कधी कधी माझ्याजवळ तंबाखू असायची, आता तर तीही नसते. मी तंबाखू खाणे सोडून दिले आहे कारण मला ते परवडत नाही."

त्या दुसऱ्या माणसाला त्याच्या बोलण्यात काहीच रस नव्हता. मुनीने पुन्हा उत्साहाने विचारले, "तुम्हाला मुलेबाळे किती आहेत?" त्याप्रमाणे त्याने आपल्या

हाताने हावभावही केले.

त्याचा प्रश्न समजल्यासारखे वाटून त्या माणसाने उत्तर दिले, "I said a hundred." ("मी शंभर म्हणालो.")

त्यामुळे मुनीला अजून जास्तच उत्साह आला. "तुमच्या मुलाबाळांमध्ये मुले किती आणि मुली किती? ते कुठे असतात? तुमच्या मुलींचे लग्न झाले आहे का? तुमच्या देशात पण जावई शोधणे कठीण आहे का?"

बाजारात जसे पटकन वेळ बघून वागतात तसे या सगळ्या प्रश्नांचे उत्तर देण्यासाठी आणि संधीचा फायदा घेण्यासाठी, त्या माणसाने खिशात हात घालून पटकन पैशाचे पाकीट काढले. त्याने शंभरची नोट काढून पुढे केली आणि म्हणाला, "Well, this is what I meant..." ("ठीक आहे, मला म्हणायचे होते ते हेच.")

त्या म्हाताऱ्या माणसाच्या आत्ता लक्षात आले की त्याच्या बोलण्यात पैशाबद्दल काहीतरी होते. त्याने त्या शंभर रुपयाच्या नोटेकडे निरखून बघितले. आत्तापर्यंतच्या आयुष्यात अशी नोट त्याने बघितली नव्हती. त्याला फक्त पाच, दहा रुपयांच्या नोटांचे रंग ओळखू यायचे. त्याही त्याला दुसऱ्याच्या हातात दिसायच्या. त्याची स्वतःची कमाई फक्त चिल्लर पैशांमध्येच होती. हा माणूस ही नोट आपल्यापुढे का करतोय? कदाचित त्याला सुटे पैसे पाहिजे असतील. त्याच्याकडे कुणीतरी शंभर, हजार, दहा हजार रुपयांचे सुटे मागण्यासाठी आले आहे या कल्पनेनेच त्याला हसू आले. दात विचकून तो म्हणाला, "आमच्या गावातल्या सरपंचाला विचारा. तो खूप श्रीमंत आहे. जर तुम्हाला पाहिजे असेल, तर तो एक लाख रुपयांचे सुटे देईल. सोनेनाणे पाहिजे असेल, तर ते पण देईल. त्याला वाटते की कुणाला माहीत नाही, पण तुम्ही जर त्याचे देवघर खोदले तर त्याच्याजवळचा धनाचा साठा बघून तुमचे डोके फिरेल. लोकांना समजू नये म्हणून तो फाटकेतुटके कपडे घालतो. तुम्ही स्वतःच जाऊन त्या सरपंचाला विचारा नाहीतर मला पाहिले की त्याचे डोके उठते. एकदा कुणीतरी कशासाठी तरी त्याच्या वेलीवरचा भोपळा काढून नेला होता, पण त्याला सारखे वाटते की, मी माझ्यासाठी आणि माझ्या बकऱ्यासाठीच तो घेतला. म्हणून मी माझ्या बकऱ्यांना कुठेच कुणाच्याच शेताजवळ जाऊ देत नाही." त्याची नजर त्याच्या बकऱ्यांकडे वळली. त्या ओसाड जमिनीवरच्या खडकांमधून बाहेर आलेले हिरवे गवत ओढून काढून ते खाण्याचा प्रयत्न करीत होत्या.

त्या परदेशी माणसानेही बकऱ्यांकडे बघितले. त्या परदेशी माणसाला वाटले की, या म्हाताऱ्या माणसाला वाटत असेल की त्याच्या बकऱ्यांमध्ये आपण थोडा रस दाखववा. तो त्यांच्या जवळ गेला आणि सहजपणे त्याने त्यांच्या पाठीवर कुरवाळले. त्याच्या त्या कृतीमधून त्याला वाटणारी त्या मुक्या प्राण्यांबद्दलची दया

दिसत होती. आत्ता त्या म्हाताऱ्याला खरे काय ते समजले. जणू त्याचे आयुष्यातले सगळ्यात महत्त्वाचे स्वप्न खरे होणार होते. त्याला वाटले की तो परदेशी माणूस त्याच्या बकऱ्या विकत मागत आहे. त्याने त्या बकऱ्यांना याच आशेवर वाढवले होते. त्या विकून आपल्याला काहीतरी भांडवल मिळेल आणि मग तिथेच आपण एक छोटेसे दुकान टाकू या आशेवर तो होता. इथे बसून त्या दूरच्या टेकड्यांकडे बघत तो हाच विचार करत असे. त्या दुकानावर छतासाठी वाळलेल्या गवताच्या पेंढ्या टाकू. खाली बसायला एक गोणपाट टाकू आणि काहीतरी तळलेले, भाजलेले पदार्थ ठेवू, रंगीबेरंगी मिठाई ठेवू आणि रस्त्यावरच्या तहानलेल्या, भागलेल्या प्रवाशांसाठी नारळपाणी ठेवू. ते लोक कधी कधी खूप घाईत असतात. त्या बकऱ्या काही जास्त दिखाऊ नव्हत्या, पण त्याची सगळी पुंजी त्यांना बऱ्यापैकी खाऊ घालण्यात तो खर्च करीत असे. त्यामुळे त्या एवढ्या काही वाईट दिसत नव्हत्या. त्याच्या चेहऱ्यावरचे हे असे भाव बघून त्या लाल माणसाने त्याचा हात हातात घेतला आणि दहा दहाच्या दहा नोटा असे शंभर रुपये त्याच्या हातावर ठेवले. त्याला वाटले की हा म्हातारा माणूस हेच म्हणत होता.

"It is all for you or you may share it if you have a partner." ("हे सगळे पैसे तुझेच आहेत, पण जर तुझा कुणी भागीदार असेल तर तुम्ही ते वाटून घ्या.")

त्या म्हाताऱ्या माणसाने त्याच्या गाडीकडे बोट दाखवले आणि विचारले, "तुम्ही त्या गाडीतून त्यांना घेऊन जाणार का?"

"Yes, of course." ("हो नक्कीच.") तो दुसरा माणूस म्हणाला. त्याला वाटले, हा त्याच्या व्यवहाराचाच एक भाग आहे.

तो म्हातारा म्हणाला, "त्या पहिल्यांदाच अशा मोटारगाडीत बसत आहेत. तुम्ही त्यांना घेऊन जा नाहीतर त्या तुमच्या मागे येणार नाहीत. मी जर यमलोकात जायला निघालो तर तिथेसुद्धा या माझ्या मागे येतील." त्याच्या स्वतःच्याच विनोदावर तो हसला. त्या माणसाला त्याने नमस्कार केला आणि तो जायला वळला. थोड्याच वेळात त्या गर्द झाडीत तो दिसेनासा झाला.

तो लाल माणूस शांतपणे त्या बकऱ्यांकडे बघत त्या चौथऱ्याच्या कठड्यावर उभा राहिला. सूर्य पश्चिमेकडे कलला. मावळत्या सूर्याच्या किरणांनी त्या पुतळ्याच्या रंगांचे वैभव आणखीच वाढले होते. तो परदेशी माणूस सारखा घोकत होता, "He must be gone to fetch some help, I suppose." ("मला असे वाटते की तो कुणाला तरी मदतीला आणण्यासाठी गेला असावा.") आणि तिथेच वाट बघत बसला. जेव्हा एक ट्रक टेकडी उतरून खाली आला तेव्हा त्याने तो थांबवला. त्या ट्रकमधल्या माणसांची मदत घेऊन त्याने तो पुतळा चौथऱ्यापासून हलवला आणि

त्याच्या गाडीत ठेवला. त्याने त्या माणसांना प्रत्येकी पाच रुपये दिले. त्या माणसांनी त्यांच्या ट्रकमधले थोडेसे पेट्रोल त्याच्या गाडीत टाकले आणि ती सुरू करायला मदत केली. त्याचे त्याने पुन्हा वेगळे पैसे दिले.

आपल्याजवळचे पैसे सुरक्षितपणे धोतराच्या कनवटीला खोचून मुनी घाईघाईने घरी आला. त्याने समोरचा दरवाजा बंद केला आणि हळूच बायकोजवळ गेला. ती चूल पेटवून चुलीसमोर उकिडवी बसली होती आणि विचार करत होती. तिला वाटत होते की आता अशी काहीतरी जादू व्हावी आणि आकाशातून खायचे पदार्थ येऊन पडावेत. मुनीने एकदम त्याचे आजचे दैव तिला दाखवले. तिने त्याच्या हातातल्या नोटा हिसकावून घेतल्या. चुलीच्या उजेडात त्या मोजल्या आणि ओरडली, ''शंभर रुपये? तुमच्याजवळ कुठून आले? कुठे चोरीबिरी केली की काय?''
''मी आपल्या बकऱ्या एका लाल तोंडाच्या माणसाला विकल्या. त्या घेण्यासाठी तो इतका वेडा झाला होता की त्याने त्याच्याजवळचे सगळे पैसे मला दिले आणि त्याच्या मोटारगाडीतून तो त्यांना घेऊन गेला.''
तो असे म्हणाला तोच बाहेरच्या बाजूला काहीतरी वाजल्याचा आवाज आला. तिने दार उघडले तो त्या दोन्ही बकऱ्या दाराबाहेर उभ्या होत्या.
''त्या बकऱ्या तर इथेच आहेत... हे सगळे काय चालले आहे? काय अर्थ आहे याचा?'' ती ओरडली.
त्याच्या तोंडातून एक जोरदार शिवी बाहेर पडली. त्याने एका बकरीचा कान पकडला आणि ओरडला, ''तो माणूस कुठे आहे? तुम्हाला माहीत नाही का, आता तुम्ही त्याच्या आहात. तुम्ही इथे वापस का आलात?'' त्याच्या त्या तशा घट्ट धरण्याने ती बकरी कळवळली. त्याने दुसऱ्या बकरीचा कान पकडून तिलाही तेच प्रश्न विचारले. ती बकरी तिथून दुसरीकडे निघून गेली.
त्याच्या बायकोने त्याच्याकडे बघितले आणि म्हणाली, ''जर तुम्ही चोरी केली असेल, तर रात्री पोलीस येऊन तुमची हाडे खिळखिळी करतील. मला त्याच्यात घेऊ नका. मी चालले माझ्या माहेरी...''

◆

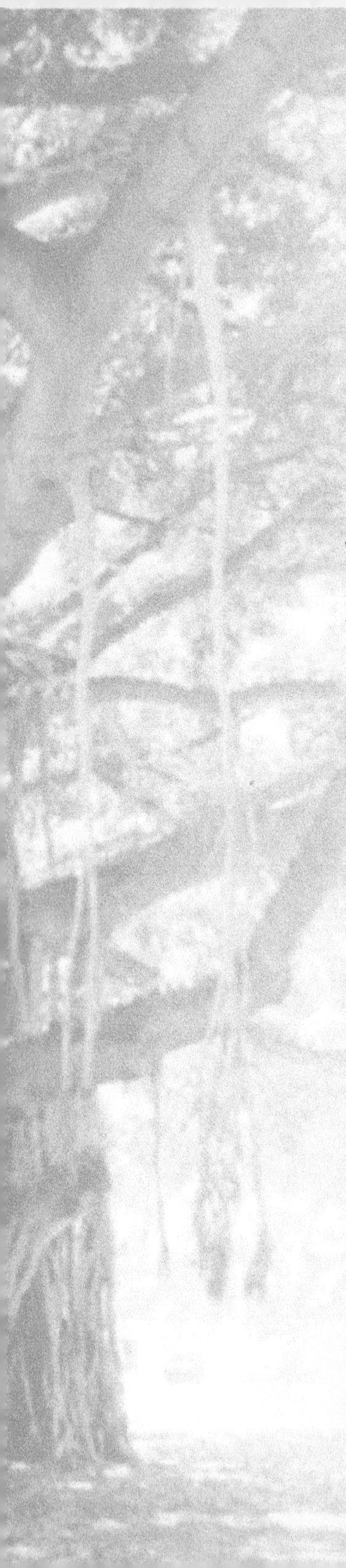

रोमन पुतळा

मी एकदा एका पुरातत्त्व शास्त्रज्ञाचा मदतनीस होतो तेव्हाची गोष्ट. मी संपूर्ण देशात, खाली, वर सगळीकडे जुन्या प्राचीन वस्तूंचा शोध घेण्यासाठी, खोदकाम करण्यासाठी आणि त्यांची छाननी करण्यासाठी सतत भटकत असे. काही तिरसट लोक आम्हाला 'थडगे उकरून काढणारे' म्हणत, पण ते काम खूपच मनोरंजक होते. मी त्या कामाचा खूप आनंद घेतला. माझे सर एक प्रसिद्ध पुरातत्त्व शास्त्रज्ञ होते. त्यांना डॉक्टर का असेच काहीतरी म्हणत. ते अतिशय ज्ञानी होते. त्यांना काळवेळाचे काही भान नसे. चालू काळाच्या हजारो वर्षांपूर्वीच्या काळात ते वावरत असत. त्यांना जेवण नको असे, घर नको असे, काही सुखसोयी नको असत, फक्त एखादे जुने नाणे किंवा जमिनीतून उकरून काढलेली टवका निघालेली एखादी लाकडाची, पत्र्याची किंवा काचेची पट्टी नाहीतर मग एखाद्या प्रेताचे जळालेले राखेचे भांडे मिळाले की एकसारखे त्याकडे टक लावून बघत बसत. त्यांनी भारतातील सगळ्या भागातील सगळी जमीन पिंजून काढली होती आणि इतिहासाशी संबंधित अशी बरीच महत्त्वाची माहिती उजेडात आणली होती. खूप खूप जुन्या काळातील दूर दूरच्या लोकांबद्दल ती माहिती होती. देशात सगळ्या मोठमोठ्या वाचनालयात त्यांनी लिहिलेल्या पुस्तकांनी आणि प्रबंधांनी कपाटाचे रकानेच्या रकाने भरलेले होते. आमच्या सुदैवाने त्यांना कुठून तरी अशी माहिती मिळाली की मालगुडी शहर एक

प्रतिष्ठित शहर असून, तिथे खोदकाम करण्यासारखे बरेच काही आहे. त्यांना ही कल्पना कुणी दिली मला माहीत नाही; पण त्यांना हे कळले एवढे मात्र खरे. तो एवढा मोठा माणूस डाक बंगल्यात राहणार आहे आणि त्याला एका मदतनिसाची गरज आहे, असे मला कुणीतरी सांगितले. मला समजल्याबरोबर एका तासाच्या आत मी त्यांच्या समोर जाऊन उभा राहिलो. जमा केलेल्या खूप साऱ्या चित्रविचित्र वस्तू समोर घेऊन ते बसले होते. मातीची भांडी, मणी, बिनकामाची नाणी, शिवाय झाडांची पाने आजूबाजूला पसरली होती. त्या सगळ्या वस्तू गंजलेल्या आणि कुजलेल्या होत्या. त्यांच्याजवळ एक भिंग होते. त्यातून ते या साऱ्या वस्तू न्याहाळून बघत होते आणि काहीतरी लिहून घेत होते.

माझ्याकडे न बघताच त्यांनी मला विचारले, ''तुझ्या शहरातल्या पुरातत्त्व वस्तूंबद्दल तुला काय माहिती आहे?''

मी त्याकडे काणाडोळा केला. खरे सांगायचे तर आमच्या गावात काही पुरातत्त्व आहे, हेच मला माहीत नव्हते. त्यांनी त्यांच्या त्या जुनाट चश्म्यातून माझ्याकडे बघितले आणि मला कळून चुकले की माझ्या उत्तरावरच माझे इथे राहणे न राहणे अवलंबून आहे. मग मी माझ्या लहानपणी जेवढा काही इतिहास शिकलो तेवढा सगळा आठवला आणि उत्तर दिले, ''कधीतरी कुणीतरी अडाणी शेतकरी नांगरताना सापडलेला एखादा फुटकातुटका खापराचा तुकडा घेऊन येतो, पण खरे सांगायचे तर कुणीच काही चांगले पद्धतशीरपणे काम केलेले नाही.''

''खरेच?'' त्यांनी कान टवकारले आणि विचारले, ''आणि त्या वस्तूंचे ते काय करत होते?''

''त्या वस्तू ते फेकून देत असतील किंवा त्यांच्या मुलांना खेळायला देत असतील.'' मी म्हणालो.

''ओह! खूपच वाईट गोष्ट आहे ही!'' ते पुटपुटले. ''तू त्या सगळ्या वस्तू एकाच ठिकाणी का जमवून ठेवल्या नाहीस?''

''इथून पुढे तसे करण्याची मी काळजी घेईन सर,'' मी उत्तर दिले आणि झाले. त्याच वेळी त्यांनी मला पन्नास रुपये महिन्यावर कामाला ठेवले. माझे मुख्य काम म्हणजे ते जिथे जातील तिथे जाणे आणि त्यांना मदत करणे.

मला माझे डोके कायम जागेवर ठेवावे लागत होते. लवकरच मी तिथे चांगला रुळलो आणि सगळ्या गोष्टींमध्ये पुढाकार घेऊ लागलो. एखादी साधी किरकोळ क्षुल्लक गोष्टसुद्धा माझ्या नजरेतून सुटत नसे. बघितलेली प्रत्येक वस्तू मी उचलून घेई, त्याला घासूनपुसून स्वच्छ करी, चकचकीत करी आणि त्यांच्या समोर ठेवीत असे. मला आता सांगायची लाज वाटते पण त्या वस्तू म्हणजे पुष्कळदा आमच्या रोजच्या वापरण्यातील वस्तूंचेच तुकडे असत. ते निरुपयोगी असल्यामुळे इकडे

तिकडे पडलेले असत. पण एकदा मात्र मला खूपच आनंद झाला कारण मी चांगलाच जबरदस्त टोला मारला होता.

शहरापासून साठ मैल दूर असलेल्या 'सिराल' नावाच्या एका खेड्यात आमचा मुक्काम होता. ती जागा खूपच छान होती. साधारणतः त्या गावात शंभर एक घरे असतील. गावाच्या उत्तरेच्या काठाने शरयू नदी वाहत होती. संपूर्ण जिल्ह्यात कुठेही नसेल एवढे तिचे पात्र या ठिकाणी रुंद होते. नदीच्या पलीकडच्या काठावर असलेल्या बांबू आणि सागाच्या विशाल जंगलापासून आम्ही कामाला सुरुवात केली होती. त्या गावात राहण्यासाठी असलेली सगळ्यात उत्तम जागा म्हणजे दोन खोल्यांचे एक छोटेसे इन्स्पेक्शन क्वार्टर, ते आम्हाला मिळाले होते. डॉक्टरांनी एक खोली घेतली आणि दुसरी मला मिळाली. आम्हाला कुठेतरी काहीतरी जुनेपुराणे अवशेष सापडतील म्हणून आम्ही एका टेकडीची टेहळणी करत होतो. या टेकडीखाली एक शहर पुरले गेले होते. हा शोध सध्या माहीत असलेल्या सर्वांत प्राचीन संस्कृतीला मागे टाकणारा होता. हे संशोधन मोहेंजोदारोलासुद्धा फिके पाडणारे होते. माझ्या या अति उत्साहाबद्दल मला माफ करा. आमच्या या कामाची मी जरा जास्तच स्तुती करतो आहे. आमच्या डॉक्टरांनी तर सगळी सूत्रे स्वतःच्या हातात घेतली. त्यांच्या मनात काय चालले होते ते कळत नव्हते, पण मला असे वाटायचे की मोहेंजोदारो आणि इतर जागांच्या संशोधकांबद्दल त्यांच्या मनात एक सुप्त असूया होती. त्यांना असे वाटायचे की त्यांनी ठरवलेल्या जागेवरच सर्वांत प्राचीन संस्कृती निघावी आणि ती त्यांनीच शोधावी. त्यांची अशी मनापासून इच्छा होती की, त्यांनी निवड केलेल्या जागेवर आणि त्या अतिशय पुरातन अशा संशोधन प्रक्रियेवर पूर्णपणे त्यांचाच एकाधिकार असावा. बरे ते राहू द्या. मला खरे तर त्यांचे हे विचार पटत नव्हते, पण मी माफी मागतो कारण त्यांनी त्यांच्या आयुष्यात खूप काही केले होते. शिवाय हे सगळे काही विषयाला धरून नाही, त्यामुळे मी माझी गोष्ट पुढे चालू ठेवतो. मुख्य मुद्द्याकडे वळू.

एक दिवस मी शरयू नदीवर अंघोळ करण्यासाठी गेलो होतो. ती संध्याकाळ खूप प्रसन्न होती. मी त्या दिवशी एक मस्त काम केले होते. गावाच्या बाहेरच्या शेतातून एक घाण झालेला काचेचा तुकडा उचलून आणला होता आणि तो स्वच्छ करून डॉक्टरांना दिला होता. दिवसभर डॉक्टर त्या काचेकडे बघत बसले होते. ते सारखी मान हलवत होते आणि म्हणत होते, ''एवढ्या महत्त्वाची ही काच किती सहजपणे मला मिळाली. हा काही साधासुधा काचेचा तुकडा नाही, तर पुरातत्त्व खात्यासाठी मिळालेला एक खूप मोठा दस्तऐवज आहे. हा काचेचा तुकडा म्हणजे असा धागा आहे की तो आपल्याला सरळ ख्रिस्तपूर्व पाचव्या शतकात घेऊन जाणारा आहे. हा इथे कसा आला असेल? जगात अद्यापपर्यंत अशी काच कुठेही सापडली

नाही. जर खरोखरच योग्य प्रकारे याची ओळख पटली, तर नक्कीच असे मत प्रस्थापित करता येईल की सध्याचे जे रोमन साम्राज्य आहे, ते भारताच्या प्राचीन संस्कृतीचा एक भाग आहे. आपल्या सगळ्यांच्याच इतिहासात एक प्रकारची बौद्धिक क्रांती होईल.''

दिवसभर ते हेच आणि असेच काहीतरी बोलत होते. अति आनंदामुळे त्यांच्या शरीराला कंप सुटला होता. त्या दिवशी तर त्यांना जेवणही गोड लागले नाही. त्यांची बडबड सुरूच होती. ते मला म्हणाले, ''आपल्याला आता अगदी सावध राहून पुढचे पाऊल टाकावे लागेल. कुठल्याही बारीकसारीक गोष्टीकडे दुर्लक्ष करून चालणार नाही. तुझे डोळे कायम उघडे ठेव. आपण एका खूप मोठ्या संशोधनाच्या उंबरठ्यावर उभे आहोत.''

मीसुद्धा तो आनंदाचा क्षण तसाच जपून ठेवला आणि सगळीकडे चौफेर लक्ष ठेवू लागलो. अशा मनःस्थितीत असताना त्या संध्याकाळी मी शरयू नदीच्या पात्रात बुडी मारली. चांगला पट्टीचा पोहणारा असल्यामुळे मी एकदम खाली खोल तळाशी गेलो. मी खाली गेलो तसे माझ्या हाताला टणक काहीतरी लागले. ती बहुतेक वाळूची किंवा दगडाची वस्तू असावी. माझ्या हाताला झालेल्या तिच्या स्पर्शावरून मला असे वाटले की तो एखादा दगडाचा पुतळा असावा. तो पुतळा घेऊन मी वर आलो आणि तसाच ओल्याने नदीच्या घाटाच्या पायऱ्यांवर बसलो. अंग पुसायाचेही मला भान नव्हते. तिथे बसून निवांतपणे मी त्या पुतळ्याचे निरीक्षण करू लागलो.

''हे तर आपल्याला नक्कीच यशाच्या जवळ घेऊन जाणारे आहे.'' अति आनंदाने डॉक्टर ओरडले. आमच्याकडच्या अंधूक दिव्याच्या उजेडात त्यांनी त्याचे बारीक निरीक्षण केले. तो एक दगडाचा, एक फूट उंचीचा पुतळा होता... त्याच्यावर एक प्रकारचा गुळगुळीतपणा आला होता. कदाचित वर्षानुवर्षे पाण्यात राहिल्यामुळे तो आला असेल. त्याला एक हात, एक डोळा, नाक होते आणि तोंडाचा भाग नव्हता. दागिने आणि कपड्यांचे थोडेफार अवशेष होते, ते डॉक्टरांनी खूप काळजीपूर्वक निरखून बघितले. ते जेव्हा झोपायला गेले तेव्हा रात्रीचे तीन वाजले होते. एक तासानंतर पुन्हा माझ्या खोलीच्या दरवाज्यातून आत डोकावून ते म्हणाले, ''हा एका रोमन सम्राटाचा पुतळा आहे; पण तो या भागात सापडला हे एक ऐतिहासिक सत्य आहे. आता आपल्याला या कामासाठी चांगलेच परिश्रम घ्यावे लागतील. भारताच्या इतिहासाला त्यामुळे एक वेगळेच वळण लागणार आहे.''

पुढच्या दोन महिन्यांत सगळ्या वर्तमानपत्रांमधून आणि मासिकांमधून या संशोधनाविषयी सविस्तर वृत्तान्त छापून आला. वेगवेगळ्या सभांमधून आणि चर्चासत्रांमधून त्याचे जाहीर वाचन झाले. भारताच्या इतिहासाचा एक रक्षणकर्ता म्हणून सगळे माझ्याकडे बघू लागले. डॉक्टरपण त्यांच्या यशाचे श्रेय मला देऊ लागले. विद्यापीठातील

लोकांना जसा मान मिळतो, तसा मान मला मिळू लागला. मला इकडून तिकडून थोडाफार पैसाही मिळू लागला. शेवटी असा निर्णय घेण्यात आला की रोमन राज्यकर्ता तिबेरियस-२ याचा तो पुतळा असावा. तो त्यांच्या राज्यातून हद्दपार कसा झाला, त्याचाही सविस्तर वृत्तान्त काढण्यात आला. डॉक्टरांनी त्यासाठी मुद्देसूद कारणमीमांसा दिली होती, यात शंकाच नव्हती. त्यांनी त्या पुतळ्याचा सखोल अभ्यास केला होता. रोमच्या इतिहासात काही ठिकाणी दक्षिण भारताचा उल्लेख होता.

नंतरचे काही दिवस आम्ही या विषयावर व्याख्याने देण्यासाठी आणि मार्गदर्शन करण्यासाठी सतत भ्रमंती करत होतो. मी डॉक्टरांच्या सोबत मद्रासला गेलो आणि या विषयावरचे ग्रंथलेखन करू लागलो. ते एक खूप मोठ्ठे आणि महत्त्वाचे काम होते. पूर्ण मोठ्या आकाराची एक हजार पाने झाली होती. निरनिराळ्या आकृत्या आणि फोटोंनी ती भरली होती. रोमचा इतिहास, भारताचा इतिहास, पुरातत्त्व शास्त्र आणि पुराण या सगळ्यांचेच ते एक मिश्रण होते म्हणून त्याची जाडी वाढली होती. माझे नाव एक सहकारी लेखक म्हणून त्यावर झळकणार होते. मला आता समजून चुकले होते की माझा भविष्यकाळ उज्ज्वल होता. प्रसिद्धी, मानमरातब आणि थोडाबहुत पैसासुद्धा मिळणार होता. डॉक्टरांनी लेखनाची सगळी सूत्रे माझ्या हातात दिली आणि ते स्वतः उत्तर भारतात त्यांचे काही अपूर्ण राहिलेले काम पूर्ण करण्यासाठी गेले. मी एका मोठ्या वाचनालयात बसत असे. दिवसभर मी तिथे परीक्षण, निरीक्षण आणि अभ्यास करून लेखन करीत असे. सुशिक्षित लोकांच्या समाजात मला महत्त्व प्राप्त झाले होते. मी सकाळी सात वाजल्यापासून रात्री अकरापर्यंत थोडाही आराम न करता, सतत काम करीत बसत असे. या विषयात आवड असणाऱ्या लोकांच्या भेटी मी दिवसभरात घेत असे. पेपर आणि मासिकांमधून आधी पण आणि आता पण बरेच काही सतत छापून येत असे. 'पुरातत्त्व शास्त्रज्ञाच्या सहकाऱ्याचे शिलालेखावर संशोधन' या मथळ्याखाली या कामाच्या बातम्या देण्यात येत होत्या.

आणि एक दिवस पेपरमधून असे जाहीर करण्यात आले की, 'काही महिन्यांपासून चालू असलेले पुरातत्त्व शास्त्रज्ञाच्या सहकाऱ्याचे संशोधनपर ग्रंथ लेखनाचे काम पूर्ण होत आले असून, येत्या दहा दिवसांत ते प्रकाशित होईल. भारताच्या इतिहासात हे सर्वांत महत्त्वाचे योगदान ठरणार आहे.'

लिहून लिहून माझी बोटे झिजली होती, डोळे पण कामातून गेल्यासारखेच होते. काम संपण्याची मी आतुरतेने वाट पाहत असताना मला डॉक्टरांचे पत्र आले–

'तू आता तीन महिन्यांची सुट्टी घे आणि तुला आवडेल तिथे एखाद्या थंड हवेच्या ठिकाणी जाऊन आराम कर. हा आत्तापर्यंतचा सगळा कामाचा व्याप

विसरून जा.'

मी लिहिलेल्या हस्तलिखिताचा तीन फूट उंचीचा तो ढीग माझ्या टेबलावर ठेवलेला होता. मी त्याकडे अभिमानाने बघितले.

मला पुन्हा एकदा सिरालला भेट द्यायची इच्छा होती. ज्या जागी मला तो पुतळा सापडला त्या जागेचे मला पुन्हा एकदा मोजमाप घ्यायचे होते. माझ्या हातातले काम सोडून मी घाईघाईने सिरालकडे निघालो. मी पुन्हा एकदा नदीमध्ये बुडी मारली आणि तसाच ओल्या अंगाने नदीच्या पायऱ्यांवर बसून मनाशीच काहीतरी आकडेमोड करू लागलो. तेवढ्यात एक अनोळखी माणूस येऊन माझ्या शेजारी बसला. आम्ही बोलायला सुरुवात केली आणि मी माझ्या कामाबद्दल त्याला सांगू लागलो. मला आशा वाटू लागली की आपल्याला अजून काही धागेदोरे मिळतील. तो माणूस गावंढळ होता आणि निर्विकारपणे त्याने माझे सगळे म्हणणे ऐकून घेतले. विशेषतः माझा सविस्तर वृत्तान्त ऐकून तो थोडा खिन्न झाला. त्याने पुन्हा मला त्या पुतळ्याबद्दल सगळे सविस्तर विचारले.

त्याने त्याचे ओठ दाबून धरले आणि म्हणाला, ''तो पुतळा कुठून आला असे म्हणालात?''

''रोम.''

''ते कुठे आहे?''

''युरोपमध्ये.'' मी म्हणालो.

तो आश्चर्यचकित होऊन उभा राहिला.

मी अजूनही फुगवून सांगू लागलो, ''युरोपियन लोक जिथे राहतात तिथे...''

''ते काही मला माहीत नाही...'' मला मध्येच थांबवून तो म्हणाला, ''पण तो पुतळा जर तुम्हाला इथे सापडला असेल, तर त्या बाबतीत मी तुम्हाला आणखी काही सांगू शकतो.''

आता पुढे आणखी काय माहिती मिळणार हे माहीत नसल्याने थोड्या उत्सुकतेने मी होकार दिला.

तो म्हणाला, ''माझ्या मागोमाग या.''

नदीच्या वरच्या बाजूला असलेल्या एका पायवाटेने जंगलातून तो मला घेऊन निघाला. एक मैलावर असलेल्या एका छोट्याशा खेड्यात आम्ही पोहोचलो. तो एका देवळासमोर थांबला आणि म्हणाला, ''तो पुतळा या देवळातला आहे.''

तो माणूस मला आत घेऊन गेला. देवळाचा दरवाजा उंचीला कमी आणि अरुंद होता, त्यामुळे आम्हाला वाकून आत जावे लागले. आतल्या गाभाऱ्यात एक देवाची मूर्ती होती. तिच्या गळ्यात पिवळ्या रंगाच्या झेंडूच्या फुलांचा हार होता. एक अस्पष्टसा अंधूक दिवा तिथे तेवत होता. गाभाऱ्याच्या दाराच्या एका बाजूला एक

द्वारपालाची मूर्ती उभी होती. त्या मूर्तीची उंची एक फूटभर असून त्याला पंख होते.

त्या माणसाने त्या मूर्तीकडे बोट दाखवले आणि म्हणाला, "तुम्हाला जो पुतळा सापडला तो या मूर्तीच्या जोडीची दुसरी मूर्ती आहे. ती दरवाज्याच्या त्या दुसऱ्या बाजूला उभी होती.''

त्याने तिकडे बोट दाखवून सांगितले. मी त्याने बोट केलेल्या दिशेने बघितले. तिथे एक दगड होता, पण त्यावर काहीच नव्हते. मला शंका आली आणि मी म्हणालो, "मला त्याचे थोडे निरीक्षण करायचे आहे.''

त्याने तो दिवा उचलून बाहेर आणला. त्या दिव्याच्या अंधूकशा प्रकाशात मी त्या द्वारपालाचे निरीक्षण करू लागलो. "तिकडच्या बाजूला आहे अगदी तशीच, त्याच्यासारखीच ही मूर्ती आहे का?'' खरे तर तसा हा प्रश्न अगदीच अनावश्यक होता. मला सापडलेला तो पुतळा अगदी त्या पलीकडच्या मूर्तीसारखाच होता. फक्त त्याची काही तोडफोड झालेली दिसत नव्हती.

"ही मूर्ती कुठे तयार झाली?''

"बाजूच्या खेड्यात दगडांच्या मूर्ती बनवणारा एक माणूस आहे, त्याच्याकडून मी ती करून घेतली. तो पलीकडचा डोंगर तुम्ही बघितला का? सगळ्या जगातल्या मूर्ती बनवण्यासाठी त्याचा दगड वापरतात. त्याच डोंगराच्या खाली एक गाव आहे तिथे हे लोक राहतात आणि मूर्ती तयार करतात.''

"ही मूर्ती केव्हा तयार केली गेली ते तुम्हाला माहीत आहे का?''

"हो. मीच त्यासाठी त्या माणसाला वीस रुपये आगाऊ दिले होते. पण त्याने खूप उशीर केला. दोन महिने मी सतत रात्रंदिवस त्याच्याकडे जाऊन बसत होतो, तेव्हा कुठे ही जोडी तयार झाली. मी माझ्या डोळ्यांनी त्यांना आकार देताना बघितले आहे. त्यानंतर आम्ही सर्वांनी पन्नास रुपये गोळा केले आणि त्या माणसाला दिले. आम्हाला या मंदिराची शोभा वाढवायची होती.''

मी हातातला दिवा पुन्हा जागेवर ठेवून दिला आणि चालायला लागलो.

माझ्याकडे बघून तो म्हणाला, "तुम्ही एवढे दुःखी का दिसता? मला वाटले की हे सगळे कळल्यामुळे तुम्हाला आनंद होईल.''

"मी... मला... मला थोडे बरे वाटत नाही.'' मी म्हणालो. "मला तुम्ही याबद्दल आणखी काही सांगू शकाल का? मला सापडलेला तो पुतळा नदीत कसा काय आला असेल?''

"हो.. हो..'' तो माणूस अति उत्साहाने म्हणाला. "तो पुतळा उचलून नदीत फेकून देण्यात आला, तो काही आपणहोऊन तिथे चालत आला नाही.''

"ओह!'' मी उद्गारलो.

"ती एक मोठी कहाणी आहे. त्यासाठी आम्ही कोर्टात गेलो होतो. तिथल्या

पुजाऱ्याला शिक्षा केली आणि हाकलून लावले. आता तो या मंदिराच्या जवळ पण येत नाही. त्यासाठी आम्ही वकिलाला फी म्हणून एक हजार रुपये दिले. त्या पुजाऱ्याला हाकलून देण्यासाठी आमच्या जवळचा असेल नसेल तेवढा पैसाअडका खर्च करण्याची आमची तयारी होती. मालगुडीच्या कोर्टात ती केस चालू होती आणि आम्ही मद्रासहून वकील आणला होता.''

"त्या पुजाऱ्याची काय चूक होती?''

"त्याचे वडील वारल्यानंतर वारसाहक्काने त्याला हे काम मिळाले होते यात शंका नाही, पण तो चांगला माणूस नव्हता. सकाळपासून संध्याकाळपर्यंत तो एखाद्या राक्षसासारखा दारू पीत असे. आणि तशाच अवस्थेत तो देवाची पूजा करी. त्याचे काय करावे तेच आम्हाला कळत नव्हते. देवच कधीतरी त्याला शिक्षा करील या आशेवर आम्ही बरेच दिवस त्याचे हे चाळे सहन केले. तो गरीब होता त्यामुळेही आम्ही त्याच्याशी जास्त कडक वागू शकलो नाही. तोही शांतपणाने त्याचे काम करीत असे; पण जेव्हा आम्ही या दोन दारांत दोन द्वारपालांच्या मूर्ती बसवल्या, तेव्हा मात्र त्याचे डोके फिरले. तो नेहमी म्हणायचा की तो केव्हाही, कुठेही गेला तरी हे दोन्ही द्वारपाल सारखे त्याच्याकडे बघून त्याला छळत असतात. एखादे दिवशी गळा दाबून टाकतील अशी त्यांची नजर असते. कधी कधी तो आतून पूजा करता करता बाहेर डोकावून बघत असे की ते दुसरीकडे कुठे बघत आहेत का? आणि मग एकदम किंचाळत असे. 'ते तर माझ्याकडेच बघतात, त्यांचे सगळे लक्ष माझ्याकडेच आहे,' असे म्हणून तो त्यांच्यावर ओरडायचा. कितीतरी दिवस हा प्रकार चालू होता. नंतर नंतर तर तो जेव्हा केव्हा या दरवाज्यातून आत जाई, तेव्हा भीतीने थरथर कापत असे. जेव्हा त्या दोन्ही द्वारपालांना ओलांडून तो आत गाभाऱ्यापर्यंत जाई, तो क्षण म्हणजे त्याच्यासाठी काहीतरी भयानक प्रकार होता. त्यानंतर त्याने सतत तक्रार करायला सुरुवात केली. जर या मूर्तींनी माझ्याकडे नजर रोखली तर मी त्यांचे डोळे फोडून टाकीन, त्यांना लाथ मारेन, त्यांचे केस ओढीन आणि असेच काहीबाही बोलत असे. इकडे तिकडे कुठेही बघायची त्याला भीती वाटत असे आणि त्यांच्याकडेच बघत तो सावधपणे चालत असे. पण जर तो एका मूर्तीकडे बघून चालत असला तर दुसरी मूर्ती त्याला पाठीमागून धक्का मारी, असे त्याचे म्हणणे होते. त्याने त्याच्या अंगावरील जखमा आणि खरचटलेले ओरखडे आम्हाला दाखवले होते. आम्ही त्याला म्हणालो की आम्ही तुझ्या तक्रारीचा जरूर विचार करू; पण मंदिरात पूजेला जाताना तू दारूच्या एका थेंबालासुद्धा स्पर्श करायचा नाही. पण आमची अट बहुतेक त्याला मान्य नसावी; कारण नंतर त्याचा त्यानेच एक उपाय शोधून काढला. मंदिरात जाताना तो एक हातोडा बरोबर घेऊन जाऊ लागला. कुणी त्याला पाठीमागून धक्का मारल्यासारखे वाटले की तो मूर्तीवर हातोडा मारी. तो घाव आज नाकावर तर उद्या हातावर तर परवा कानावर पडे. कितीतरी दिवस त्याचे हे

कृत्य आमच्या लक्षात आले नाही. डाव्या बाजूच्या मूर्तीवर तर खूपच जास्त प्रमाणात घाव बसले. हा किती मोठा गुन्हा आहे आणि तो एक मोठा गुन्हेगार होता हेच यावरून सिद्ध होते. जेव्हा त्याने ती मूर्ती चौथऱ्यापासून हलवली आणि नदीकडे नेली, तेव्हा तर त्याच्या गुन्ह्याचा कळसच झाला. दुसरे दिवशी त्याने असे जाहीर केले की त्याने स्वतः त्या मूर्तीला नदीकडे चालत जाताना आणि नदीत बुडी मारताना बघितले. त्याला असे वाटले की हे असे झाल्यामुळे त्या दुसऱ्या मूर्तीला चांगला धडा मिळेल. पण त्या दुसऱ्या मूर्तीला काही संधी मिळाली नाही; कारण त्यापूर्वीच आम्ही त्या पुजाऱ्याला कोर्टात खेचून हाकलून लावले होते.''

अशा प्रकारे त्या माणसाची गोष्ट संपली. मला भानावर यायला थोडा वेळ लागला. मी त्याला विचारले, ''ती मूर्ती पाण्यातून काढून तुम्ही न्यायाधीशाला का दाखवली नाही?''

''नाही. कारण त्या मूर्खाने ती कुठे बुडवली ते आम्हाला सांगितले नाही. आत्ता या क्षणापर्यंतसुद्धा ती कुठे सापडेल हे आम्हाला सांगता आले नसते.''

मी जेव्हा मद्रासला वापस आलो, तेव्हा मी एक वेगळाच माणूस होतो. काही दिवसांसाठी डॉक्टर तिथे आलेले होते. मी त्यांना सगळी हकिगत सांगितली. ते रागाने बेफाम झाले होते. ''सगळ्या जगासमोर आपला मूर्खपणा सिद्ध होणार आहे. आपणच आपल्या पायावर धोंडा पाडून घेत आहोत,'' ते ओरडले.

त्यावर काय म्हणावे ते मला समजले नाही. मी तोंडातल्या तोंडात पुटपुटलो, ''मला माफ करा सर.''

त्यांनी त्या हस्तलिखिताच्या ढिगाकडे बोट दाखवले आणि ते पुन्हा ओरडले, ''आता तो मूर्खपणा जगासमोर जाहीर होण्यापूर्वी काडी लाव त्या सगळ्याला.''

मी तो ढीग टेबलावरून उचलून बाजूला ठेवला आणि त्याला काडी लावली. त्या क्षणी आम्ही दोघेही हताश होऊन त्या लवलवत्या ज्वालांकडे बघत उभे होतो. नंतर त्या पुतळ्याकडे बघून त्यांनी विचारले, ''आणि त्याचे तू काय करणार आहेस?''

''मला माहीत नाही सर.'' मी म्हणालो.

''पाण्यात बुडवून टाक कुठेतरी. नाहीतरी ती वस्तू तू पाण्यातूनच आणली होतीस ना? नालायकपणाची हद्द झाली सगळी!'' अजूनही ते ओरडतच होते.

यापूर्वी मी त्यांना एवढे रागावलेले कधीच बघितले नव्हते. मी त्या पुतळ्याला एका खाकी रंगाच्या कागदात गुंडाळले. त्याला घेऊन समुद्रावर गेलो आणि समुद्रामध्ये खूप दूरवर त्याला बुडवून टाकले. मला माहीत आहे की बंगालच्या उपसागरात तो पुतळा अजूनही कुठेतरी शांत पहुडला असेल. फक्त आता मला एवढेच वाटते की, एखाद्या माशाने त्याला गिळून तो पुन्हा एखाद्या अभ्यासाच्या

टेबलावर येऊ नये.

त्यानंतर एक दिवस पेपरमध्ये एक छोटीशी बातमी प्रसिद्ध झाली. "सुप्रसिद्ध डॉक्टर........ आणि त्यांचे सहकारी ज्या संशोधनावर काम करत होते त्यांचे ते हस्तलिखित नाश करण्यात आले असून, ते काम आता पूर्णपणे थांबविण्यात आले आहे."

डॉक्टरांनी मला दोन महिन्यांचा पगार दिला आणि माझा कायमचा निरोप घेतला.

◆

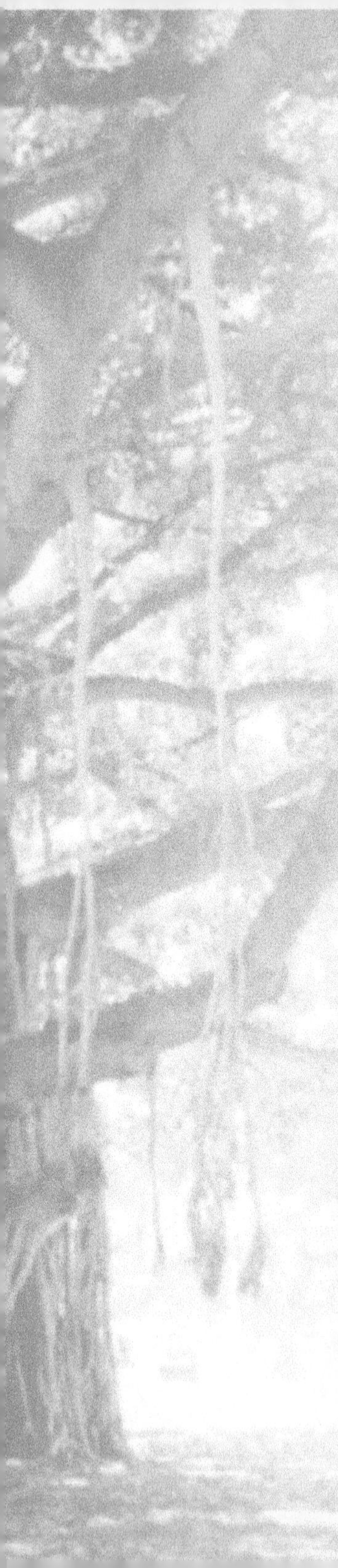

पहारेकरी

पश्चिम क्षितिजावर अद्यापही लाल रंगाचे शिंतोडे उडालेले दिसत होते. सगळीकडे एकदा शेवटची नजर फिरवण्यासाठी तो पहारेकरी तळ्याच्या काठावर उभा राहिला. संध्याकाळी फिरण्यासाठी जेवढे लोक आले होते ते सगळे आता घरी वापस गेले होते. उत्तरेच्या दिशेला बसणाऱ्या त्या हेकेखोर कोळ्याशिवाय आता तिथे एकही माणूस नव्हता. तो कोळी पाण्यात पाय बुडवून उदास मनाने पाण्यात टाकलेल्या जाळ्याकडे एकटक बघत बसला होता. तो नेहमी तिथे तसा बसायचा, त्यामुळे त्याच्याकडे एवढे लक्ष द्यायची गरज नव्हती. जाळ्यात काहीतरी येईल या आशेने अगदी मध्यरात्रीपर्यंत तो तिथे बसत असे.

तहसील ऑफिसच्या घड्याळात नऊचे टोले पडले. तो पहारेकरी समाधानी दिसत होता, कारण आज कुणीही गुराढोरांनी तिथे घुसखोरी केली नव्हती किंवा दिवसभरात कंपाऊंडच्या तारांमधून कसलीही भुरटी चोरी झाली नव्हती. तो घरी जाण्यासाठी वळला, तेवढ्यात साधारणतः शंभर फुटांवर एक सावली तळ्यात पायऱ्या उतरताना त्याला दिसली. क्षणभर त्याला वाटले, एखादे भूत आले की काय? पण तो विचार त्याने मनातून झटकून टाकला आणि काय आहे ते बघण्यासाठी तो तिकडे निघाला. या वेळी इथे कुणी अंघोळ करायला आले आहे की काय? तो मनाशीच म्हणाला. वरच्या पायरीवरून त्याने बघितले तर ती आकृती एका स्त्रीची असल्याचा त्याला भास झाला. ती

शेवटच्या पायरीवर खाली वाकली होती आणि खाली वाकून तिने तिथे काहीतरी ठेवले. बहुतेक ते एखादे पत्र असावे. नंतर हळूहळू खाली येऊन ती गुडघाभर पाण्यात उतरली आणि प्रार्थना करण्यासाठी तिने दोन्ही हात जोडले. नक्कीच काहीतरी भयानक घडणार आहे याचा तो संकेत होता. असे काही झाले की मग पोलीस येत. निरनिराळ्या चौकश्या करीत. या अशा गोष्टींमुळे त्या तळ्याची अब्रू जाण्याची वाईट परिस्थिती निर्माण होत होती.

तो ओरडला, ''बाहेर या... कोण आहे तिथे? बाहेर या आधी.''

त्या आकृतीने पाण्यातून वर बघितले.

''असे बघत उभे राहू नका तिथे, थंडी बाधेल तुम्हाला. तुम्ही जे कुणी असाल ते आधी बाहेर या.''

तो धावतच पायऱ्या उतरून खाली आला आणि त्या शेवटच्या पायरीवर ठेवलेले ते पत्र त्याने उचलले. त्याने पटकन त्याच्या हातातील कंदील लावला आणि त्याची ज्योत मोठी केली. कंदील वर उचलून तो पुटपुटला, ''मला हे असे काही आवडत नाही. प्रत्येक जण इथेच याच तळ्यावर का येतो? जर तुम्हाला मरायचेच असेल, तर एखाद्या रेल्वेच्या रुळावर नाहीतर रस्त्यावर मोटारीखाली जाऊन पडा ना!''

कंदिलाचा उजेड त्या समोरच्या व्यक्तीवर पडला. ती एक तरुण मुलगी होती आणि दोन्ही हातात तोंड झाकून रडत होती. त्याला एकदम तिची दया आली.

''बस खाली. थोडे बस इथे आरामात... नाही नाही... अजून थोडे दोन पायऱ्या वर जा आणि तिथे बस. इथे पाण्याच्या जवळ बसू नकोस,'' तो म्हणाला.

तिने निमूटपणे त्याच्या आज्ञेचे पालन केले. तिच्या आणि पाण्याच्या मध्ये असलेल्या शेवटच्या पायरीवर तो बसला. हातातला कंदील त्याने पायरीवर ठेवला. तंबाखूची पुडी काढून चिमूटभर तंबाखू तोंडात टाकली. तिने दोन्ही हातात तोंड झाकून घेतले आणि हुंदके द्यायला सुरुवात केली. त्याला कसेतरीच वाटले. तो म्हणाला, ''मुली, तू तुझ्या घरी का जात नाहीस?''

हुंदके देत देतच ती म्हणाली, ''या जगात मला कुठेही घर नाही.''

''काहीतरीच सांगू नकोस. आत्तापर्यंत या जगात तू काही घराशिवाय मोठी झाली नाहीस.'' तो पहारेकरी म्हणाला.

''मी पाच वर्षांची असतानाच माझी आई वारली.''

''वाटलेच मला,'' तो पहारेकरी म्हणाला. ''आणि तुझ्या वडिलांनी दुसरे लग्न करून तुला सावत्र आई आणली. त्या सावत्र आईच्या हाताखाली तू लहानाची मोठी झालीस.''

''हो हो... पण तुम्हाला कसे काय माहीत?''

''मी साठ वर्षांचा म्हातारा माणूस आहे,'' तो म्हणाला. त्याने पुन्हा विचारले,

"तुझी सावत्र आई तुला खूप त्रास देते का?"

"नाही. इथे मात्र तुम्ही चुकलात," ती मुलगी म्हणाली. "माझी आई खूपच मायाळू आहे. काही वर्षांपूर्वी माझे वडील वारले, तरी पण ती माझ्याकडे चांगले लक्ष देते. माझ्या वडिलांनी मरताना थोडे फार पैसे ठेवले होते आणि ते पैसे ती आमच्यासाठी खर्च करते."

त्या पहारेकऱ्याने वर आकाशाकडे बघितले. रात्रीच्या जेवणाची वेळ होऊन गेली होती. त्या आठवणीने त्याने एक सुस्कारा सोडला.

"खूप उशीर झाला आहे बाई, आता घरी जा."

"मी सांगितले ना तुम्हाला, मला घर नाही म्हणून..." ती थोड्या रागानेच म्हणाली.

"तू जे काही सांगितलेस त्यावरून असे वाटते की, तुझ्या सावत्र आईचे घर चांगले आहे. ती बाई तुझ्याशी चांगली वागते."

"पण मी का म्हणून तिच्यावर ओझे बनून राहू? कोण आहे मी?"

"तू तिच्या नवऱ्याची मुलगी आहेस," तो पहारेकरी म्हणाला. "आणि हा हक्क पुरेसा आहे."

"नाही, नाही... मला कुणाच्या दयेवर जगायचे नाही."

"तर मग तुला तोपर्यंत थांबावे लागेल, जोपर्यंत ते तुझ्यासाठी एखादा चांगला नवरा शोधतील."

तेवढ्या अंधारातही तिने त्याच्याकडे रागाने बघितले.

"तेच तर मला नको आहे. मला खूप शिकून डॉक्टर व्हायचे आहे आणि स्वतःच्या पायावर उभे राहायचे आहे. मला लग्न करायचे नाही. मी पुष्कळदा बघितले, रात्री माझी आई तिच्या मोठ्या मुलाबरोबर बराच वेळ बोलत बसलेली असते. तिला माझ्या लग्नाची, माझ्या भविष्याची काळजी वाटते. मला माहीत आहे की जास्त दिवस मला कॉलेजमध्ये शिकवण्याची त्यांची ऐपत नाही. त्यासाठी महिन्याला वीस रुपये खर्च येतो."

"बाप रे! वीस रुपये?" तो पहारेकरी उद्गारला. त्याचा महिन्याचा पगार तेवढा होता. "एवढे पैसे खरंच कुणी वह्या-पुस्तकांवर कसे खर्च करील?"

"आत्तापर्यंत मला असे वाटत होते की, मला एखादी शिष्यवृत्ती मिळेल. त्यामुळे माझा थोडाफार खर्च वाचला असता. पण आजच संध्याकाळी मला असे समजले की, शिष्यवृत्ती जाहीर झाली आहे; पण ती दुसऱ्याला; मला नाही. माझे नाव त्यात नाही."

एवढे बोलून ती पुन्हा रडायला लागली. तो पहारेकरी आश्चर्याने तिच्याकडे बघत उभा राहिला. आता त्याला सगळी परिस्थिती थोडी थोडी समजू लागली होती.

ती म्हणाली, "त्यांना जेव्हा हे समजले तेव्हा त्यांनी माझे लग्न करायचे

ठरवले. उद्या कुणीतरी मला पाहायला येणार आहे.''

''त्याच्याशी लग्न कर. देव तुझे भले करील. तुला दहा मुले होतील.''

''नाही.. नाही..'' फेफरे भरल्यासारखे तो ओरडली. ''मला लग्न करायचे नाही. मला शिकायचे आहे.''

रात्रीच्या शांततेला तिचे हुंदके छेदून जात होते. रात्रीच्या वेळेला पाण्यावरून उडणाऱ्या पक्ष्यांची थरथर जाणवत होती आणि तळ्यातील पाण्याच्या लाटा हळूच किनाऱ्यावर येऊन थडकत होत्या. तिचे दुःख बघून त्यालाही त्याच्या आयुष्यात आलेल्या दुःखांची आठवण झाली.

खूप दिवसांपूर्वी त्याच्या त्या लहानशा गावात कॉलऱ्याची साथ पसरली होती आणि त्या साथीमध्येच त्याचे आई, वडील आणि भाऊ सगळे एकाच दिवशी मरण पावले होते. तो एकटाच जिवंत राहिला होता. त्याच्या वडिलांच्या नातेवाइकांनी लबाडी करून त्यांचे पूर्वापार चालत आलेले घर बळकावले होते आणि तो अनाथ होऊन भटकत होता. तो भुकेने तडफडत होता, त्याची उपासमार होत होती, हे दुःख कुणालाही न सांगता येण्यासारखे होते.

''प्रत्येकाचे ज्याचे त्याचे दुःख असते,'' तो म्हणाला. ''जर लोकांनी जीवच द्यायचा ठरवला तर किती वेळा त्यांना बुडून मरावे लागेल, ते सांगता येणार नाही.'' त्याला अजूनही बरेच काही आठवले आणि त्याचा आवाज सद्‌गदित झाला. ''तू अजून लहान आहेस आणि अजून दुःख काय असते ते तुला माहीत नाही.'' तो क्षणभर थांबला. आणि बोलता बोलताच त्याच्या घशातून एकदम हुंदका बाहेर पडला. ''मी सगळ्या देवांजवळ मुलासाठी प्रार्थना केली होती. माझ्या बायकोने मला आठ मुले दिली. त्यांतली एक मुलगी फक्त आता जिवंत आहे. बाकीच्या मुलांनी अकरावे वर्ष काही बघितले नाही.''

त्या मुलीने भांबावून जाऊन त्याच्याकडे बघितले. तहसील ऑफिसच्या घड्याळ्याने पुन्हा टोल दिले.

''खूप उशीर झाला आहे. तुला आता थोडेसे बरे वाटत असेल. घरी जा...'' तो म्हणाला.

''मला घर नाही.'' तिने पुन्हा तेच उत्तर दिले.

आता मात्र त्याला राग आला. ''आता तू थोडे जास्तच करत आहेस. एवढा हट्टीपणा करू नये.''

''तुम्हाला माझे दुःख माहीत नाही.'' ती म्हणाली.

त्याने कंदील उचलला. जे घडत होते, ते थांबवण्याचा त्याने प्रयत्न केला होता. त्याच्या हातातले, तिने ठेवलेले ते पत्र, त्याने पुन्हा जिथे होते तिथे ठेवून दिले.

''तुला जर एवढा हेकेखोरपणाच करायचा असेल तर कर. तुला एकटीलाच

इथे सोडून मी चाललो. मला काही कुणी दोष देणार नाही.'' तो एक क्षणभर थांबला. त्याने तिच्याकडे बघितले आणि पायऱ्या चढण्यास सुरुवात केली. त्यानंतर ती दोघे एकमेकांशी एक शब्दही बोलली नाहीत.

दुसरे दिवशी सकाळीच तो जेव्हा कामावर आला, तेव्हा आधी भराभरा पायऱ्या उतरून तो खाली गेला. ते पत्र आदल्या रात्री त्याने जिथे ठेवले तिथेच पडून होते. त्याने ते पत्र उचलले आणि असहायपणे त्याच्याकडे बघितले. त्याला वाटले होते की, तो निघून गेल्यानंतर त्या मुलीचे काय झाले ते त्या पत्रावरून काहीतरी कळेल. पण त्याला काहीच कळले नाही. त्याने ते पत्र फाडून टाकले आणि पाण्याच्या प्रवाहात सोडून दिले. त्या पत्राचे तुकडे पाण्याच्या पृष्ठभागावरील लहरींबरोबर तरंगत होते. ते बघत असताना, त्या मुलीला रात्री तिथेच एकटे सोडून निघून गेल्याबद्दल तो स्वतःलाच दोष देऊ लागला. ''या तळ्यातील एका आत्महत्येला मीच कारणीभूत आहे,'' तो स्वतःशीच म्हणत राहिला. त्याबद्दल त्याला नेहमीच खेद वाटे. त्यानंतर कधीही पाण्याच्या त्या प्रवाहाकडे तो शांत चित्ताने बघू शकला नाही. एवढेच काय पण नंतरही कित्येक दिवस त्याला खात्री नव्हती. त्याला वाटायचे, शरीराचा भाग काही एकदम वर येत नाही. 'काय माहीत? कधी कधी माणसाचे प्रेत अगदी तळाला जाऊन चिकटूनही बसत असेल' असेही काही विचार त्याच्या मनात येत.

बऱ्याच वर्षांनंतर एका संध्याकाळी असाच तो तळ्याच्या काठावर उभा होता आणि घरी जाण्यापूर्वी सगळीकडे नजर टाकत होता. तेवढ्यात त्याने एक गाडी रस्त्यावर थांबलेली बघितली. एक पुरुष, एक स्त्री आणि तीन लहान मुले त्या गाडीतून बाहेर आली आणि तळ्याच्या बांधावर चढली. जेव्हा ते सगळे लोक जवळ आले, तेव्हा पहारेकऱ्याला मनातून असे वाटू लागले की अशीच बाई आणि असाच चेहरा आपण कुठेतरी बघितला आहे. जरी त्या गोष्टीला खूप वर्षे झाली असली, जरी त्या बाईच्या अंगावर चांगले कपडे, दागिने असले; तरी त्या रात्री कंदिलाच्या उजेडात आपण पाहिलेला तो चेहरा हाच असावा, असे त्याला वाटू लागले. हा एक नवीनच शोध लागल्यामुळे तो एकदम उल्हसित झाला. त्याला तिला खूप काही प्रश्न विचारायचे होते. त्याने आपले दोन्ही हात जोडून तिला नमस्कार केला. त्याला वाटले, ती थांबेल आणि आपल्याला काहीतरी बोलेल; पण तिने त्याच्याकडे फक्त एक नजर टाकली आणि ती त्याच्या समोरून निघून गेली. तो गोंधळला आणि एक क्षणभर तिच्याकडे बघतच राहिला. 'कदाचित ही दुसरीच कुणीतरी असेल,' तो पुटपुटला आणि घरी जाण्यासाठी वळला. या विषयाचे आता आपल्या मनातून पूर्णपणे उच्चाटन करायचे, असे त्याने ठरवून टाकले.

◆

कारकीर्द

एकदा एका बोलघेवड्या माणसाने सांगितलेली गोष्ट. खूप खूप दिवसांपूर्वी माझे एक दुकान होते. ही तेव्हाची गोष्ट आहे जेव्हा लॉली एक्स्टेन्शनचा भाग आता आहे तसा नव्हता. तेव्हा गावात शंभरपेक्षाही कमी घरे होती. मार्केट रोड एक मैलभर दूर होते. मी जेव्हा एक छोटेसे घर दुकानासाठी विकत घेतले, तेव्हा एक्स्टेन्शनमधील लोक माझ्याकडे एखाद्या राजासारखे पाहू लागले. एका शुभ मुहूर्तावर त्या दुकानासमोर मी एक बोर्ड लावला, 'THE NATIONAL PROVISION STORES'. मी घरोघरी जाऊन मालाविषयी लोकांच्या काय मागण्या आहेत त्याची माहिती गोळा केली. एक्स्टेन्शनमधील प्रत्येक घराच्या यादीतील एकूणएक गोष्ट मी तपासून बघितली. ज्या गोष्टी नाहीत त्याची उणीव भरून काढली. एक्स्टेन्शनच्या प्राथमिक शाळेच्या मधल्या घंटेची सुट्टी होई तेव्हा शाळेतल्या मुलांचा घोळका माझ्या दुकानात जमा होई. गोळ्या, बिस्किटे, रिबन्स, पेन्सिली आणि अजून काही नवीन नवीन वस्तू मी दुकानात ठेवीत असे. माझी रोजची उधारी पंचवीस रुपये आणि नगदी विक्री दहा रुपयांपर्यंत होत असे. त्यावर आमचा रोजचा उदरनिर्वाह व्यवस्थित होत असे. पाच रुपये भाडे देऊन कबीर रोडवर मी एक घर भाड्याने घेतले. ते माझ्या दुकानापासून एक मैलभर लांब होते. मी रोज सकाळी सात वाजता घराबाहेर पडत असे आणि रात्री सगळे हिशेब करून, रोजचा जमाखर्च लिहून मगच रात्री

नऊ वाजता घरी परत येत असे.

अशा प्रकारे दीड वर्ष गेले. एक दिवस एक तरुण मुलगा माझ्या दुकानात आला. वीस वर्षांचा असेल. तो दिसायला खूप सुंदर आणि तेजस्वी होता. त्याने पांढरे स्वच्छ धोतर आणि शर्ट घातला होता.

एखादा तरुण ग्राहक आला असावा असे समजून मी त्याला विचारले, "तुम्हाला काय पाहिजे?"

उत्तर देण्याऐवजी त्याने त्याचे दोन्ही हात जोडून मला नमस्कार केला आणि म्हणाला, "मला तुमची मदत पाहिजे. तुम्ही जे काय सांगाल ते काम करायला मी तयार आहे. त्याच्या बदल्यात मला फक्त दोन वेळा जेवायला आणि निवारा द्या. बस. एवढी दया करा."

त्या मुलाच्या व्यक्तिमत्त्वात असे काही होते, की मी त्याच्याकडे आकर्षित झालो. शिवाय त्याच्या कपाळावर भस्माचे तीन पट्टे ओढलेले होते. दोन्ही भुवयांच्या मध्यभागी कपाळावर लाल रंगाचा कुंकवाचा टिळा लावलेला होता. नुकताच मंदिरातून जाऊन आल्यासारखा तो दिसत होता.

"मी देवाला खूप मानतो शेठ. आणि धार्मिक गोष्टींचा माझ्यावर खूप प्रभाव आहे." तो म्हणाला.

त्यानंतर जवळ जवळ तासभर मी त्याच्याशी बोलत बसलो होतो. त्याने सांगितले की, त्रिचनापल्लीजवळ असलेल्या एका खेड्यात त्याचे घर होते. तो घरचा खूप श्रीमंत होता. काही वर्षांपूर्वी त्याची आई वारली. त्याच्या वडिलांनी एक बाई ठेवली, ती या मुलाशी खूप वाईट वागत असे, त्यामुळे तो घरातून पळून आला होता. त्याची माहिती ऐकून मला वाईट वाटले. मी त्याला माझ्या घरी पाठवले. मी जेव्हा संध्याकाळी घरी पोहोचलो, तेव्हा माझ्या लक्षात आले की माझ्या घरच्यांना, सगळ्यांना तो आवडला होता. त्याच्या भूतकाळातील गोष्टींमुळे तर माझ्या बायकोचे मन हेलावून गेले होते.

"किती तरुण आहे हा!" ती हळूच मला म्हणाली. "आणि विचार करा, या वयात त्याला आई-वडील नाहीत. घर सोडून निघून आलाय बिचारा." तिने एक सुस्कारा सोडला. हर प्रकारे काहीतरी करून लोकांना आपण आवडावे असेच तो वागत असे. माझ्या लहान मुलाला तो फिरायला घेऊन गेला.

मधला घरी आल्याबरोबर ओरडला, "रामूला आपल्याच घरी राहू द्या. तो खूप छान आहे. त्याला जादू येते आणि तो हत्तीला आणि वाघाला पण पाळू शकतो."

रामू स्वयंपाकघरात जाऊन बायकोला मदत करू लागला. सुरुवातीला बायकोने विरोध केला.

"आई, तुम्ही मला घरात चुलीजवळ का जाऊ देत नाही?" त्याने विचारले,

"तुम्हाला काय वाटते, मला काही करता येत नाही? मला एकदा संधी तर देऊन बघा."

तो बाथरूममध्ये गेला, नळाचे पाणी डोक्यावर सोडले आणि तसाच ओल्या अंगाने बाहेर आला. भस्माचे पट्टे कपाळावर ओढले. त्याच्या या कृतीची बायकोवर एकदम छाप पडली. तिने त्याला स्वयंपाकघरात मदत करण्याची परवानगी दिली.

तो आमच्यासाठी अतिशय रुचकर जेवण बनवीत असे. आम्ही सगळे खूश होतो. नंतर तो माझ्या बायकोला भांडी घासणे, साफसफाई करणे आणि इतर कामात मदत करी. तो रात्री खाली जमिनीवर झोपत असे. आम्ही दिलेले अंथरूण, पांघरूण आणि उशी त्याने नाकारली.

सकाळी सर्वांत आधी तो उठे. स्टोव्ह पेटवून नंतर तो बायकोला उठवी. दुपारी तो माझ्या जेवणाचा डबा घेऊन येत असे. मी जेव्हा जेवण करी तेव्हा तो दुकानात आलेल्या शाळेतल्या मुलांकडे तत्परतेने बघत असे. त्यांना काय पाहिजे ते देत असे. त्यांची करमणूक करून तो त्यांना खूप हसवीत असे. जर मुलांनी मागितलेली वस्तू नसेल तर धूर्तपणे त्याऐवजी दुसरी एखादी वस्तू देऊन त्यांचे समाधान करीत असे.

एकाच महिन्यात तो माझ्या दुकानात एवढा रुळला की, त्याच्याशिवाय माझे पान हलत नसे. लोकांना आकर्षित करून घेण्याचे निरनिराळे मार्ग त्याच्याकडे होते. दुकानात येणाऱ्या लोकांनाही त्याच्याशी बोलायला आवडत असे. थोड्याच काळात विस्तारित भागातही तो एवढा लोकप्रिय झाला की, त्याला आपल्याच घरातील व्यक्ती न मानणारे एकही घर नसेल. प्रत्येक घरातील सगळ्या गोष्टी त्याला माहीत असत आणि आपल्या परीने तो प्रत्येकाला मदत करीत असे. कधी तो कुणाला बागेच्या कामात मदत करी, तर कधी कुणाला घरबांधणीच्या कामात मदत करी. दलालाला बोलावून घराचा नकाशा पुन्हा बनवून देई. कुणाचे भांडण झाले तर ते सोडवीत असे. शाळा बुडविणाऱ्या उनाड मुलांना समजावून सांगून तो त्यांना शाळेत पाठवीत असे. शाळेच्या सगळ्या कार्यक्रमांमध्ये तो भाग घेत असे. क्लबच्या कार्यक्रमातही तो रस घेई. शाळेत एकदा शाळातपासणीसाठी लोक आले असताना स्वतः अगदी छान तयार होऊन त्याने त्यांचे हार घालून स्वागत केले होते. आणि हे सगळे मला दुकानात मदत करून तो करीत असे. तो रोज बाजारात जाई आणि होलसेल दुकानातून माल खरेदी करून, दुकानात संध्याकाळपर्यंत थांबून लोकांना पाहिजे त्या वस्तू देत असे. रात्री उशिरापर्यंत सगळा जमाखर्चाचा आणि पैशांचा नीट हिशेब करीत असे.

रामूच्या या अशा कर्तृत्वामुळे माझ्या धंद्याची दसपटींनी वाढ झाली. मला भरपूर आराम मिळत होता. मी जवळ जवळ सगळे दुकान त्याच्या स्वाधीन केले होते. मी दुपारी घरी जेवायला जात असे. नंतर दुपारी तीन वाजेपर्यंत झोपत असे. त्यानंतर दुकानात जाई; पण फक्त पाच वाजेपर्यंतच तिथे थांबत असे. नंतर माझ्या मित्रांबरोबर मी

मैदानावर बॅडमिंटन खेळायला जाई. पुन्हा संध्याकाळी सात वाजता मी दुकानात येई.

एक-दोनदा मी आणि माझ्या बायकोने असे ठरवले की, रामूला आपण महिन्याला काहीतरी ठरावीक रक्कम पगार म्हणून द्यावी. आम्हाला असे वाटत होते की त्याच्या सज्जनपणाचा आम्ही गैरफायदा घेतोय, असे त्याला वाटू नये. पण जेव्हा केव्हा आम्ही हा विषय त्याच्याकडे काढू, तेव्हा रागाने त्याचा चेहरा लाल होई आणि तो म्हणे, ''जर तुम्हाला मी इथे राहायला नको असेल, तर तुम्ही माझ्या पगाराबद्दल बोला.''

अशा प्रकारे पाच वर्षं गेली. आमच्याबरोबरच तोही वयाने मोठा होत होता, आमच्या सुख-दुःखात सहभागी होत होता. आता मला चार मुले होती. माझा व्यवसाय खूपच वाढला होता. त्याच रोडवर आम्ही आता एक मोठे घर घेतले होते. दुकानाची जागाही मी दीर्घ मुदतीच्या करारावर घेतली होती. माझ्याकडे मालाचा भरपूर साठा होता.

माझा व्यवसाय मी आता अजून वाढवीत होतो. मी खूप मोठ्या प्रमाणात खेड्यातून लोणी विकत घेत असे आणि मद्रासमधील लोणी आणि तूप विकणाऱ्या व्यापाऱ्यांना ते विकत असे. या व्यवसायात मला खूपच फायदा झाला. त्यासाठी मला सतत खेड्यांमध्ये आणि मद्रासला जावे लागे. दुकान आता पूर्णपणे रामूच्या हातांत होते.

मद्रासला गेलो म्हणजे मी जॉर्ज टाऊन येथे एका व्यापाऱ्याकडे राहत असे. एकदा एका कामासाठी मी त्याच्याकडे गेलो असता मला अपेक्षेपेक्षा जास्त दिवस तेथे थांबावे लागले. एका संध्याकाळी रामूला पत्र टाकण्यासाठी मी निघालो, तर पोस्टातून एक माणूस सायकलवर आला आणि त्याने मला एक पाकीट दिले. मी पाकीट फोडून पत्र वाचण्यास सुरुवात केली.

'कॉलरा झाल्यामुळे वडील खूप आजारी आहेत, मला ताबडतोब घरी जायला पाहिजे. मी ताबडतोब वापस येतो.' – रामू.

दुसरे दिवशी सकाळी पाच वाजता मी मालगुडीला आलो. रामू स्टेशनवरच होता. तो दुसऱ्या एका रेल्वेगाडीने त्रिचनापल्लीला जात होता. ती रेल्वेगाडी फक्त काही मिनिटांसाठीच तिथे थांबली होती. रडून रडून लाल झालेल्या डोळ्यांनी, हुंदके देतच रामू म्हणाला, ''माझे वडील... वडील, कॉलरा... मला वाटत नाही, त्यांची माझी भेट होईल...''

मी त्याचे सांत्वन केले. मी त्याला यापूर्वी एवढे कोलमडलेले आणि हळवे कधीच बघितले नव्हते.

''ते बरे होतील, काळजी करू नकोस.'' मी म्हणालो.

गाडीने शिट्टी वाजवली. रामूने उडी मारून तिसऱ्या वर्गाच्या डब्यात जागा

पकडली. गाडीने एक हिसका दिला. त्याने त्याचे डोके खिडकीतून बाहेर काढले आणि म्हणाला, ''मी उद्या रात्रीच्या रेल्वेगाडीने परत निघेन... पण माझ्या वडिलांची तब्येत बरी असेल तर... पण काही झाले तरी पंधरा दिवसांपेक्षा जास्त दिवस मी राहणार नाही. किट्टूने मला त्याच्यासाठी आणायला सांगितले...'' त्याचा आवाज आणि चेहरा हळूहळू अस्पष्ट होत गेला... ''एक लाकडी चाकाचा हत्ती, त्याला सांगा मी तो नक्की घेऊन येईन. आईंना माझा नमस्कार सांगा..'' त्याच्या गालावर अश्रू ओघळले. रेल्वेगाडी कितीतरी दूर जाईपर्यंत तो खिडकीतून डोकावून बाहेर बघत होता आणि हातवारे करून सांगत होता, ''मी लवकरच येईन.''

मद्रासमधले काही अपुरे राहिलेले काम पूर्ण करून मला दुकानात जाण्यासाठी आठ दिवस लागले. मी जेव्हा दुकान उघडले तेव्हा माझ्या लक्षात आले की दुकान पूर्णपणे रिकामे होते. फक्त एक जाड्याभरड्या तांदळाचे पोते आणि काही हलक्या प्रतीचे, कमी किमतीचे साबण एका ठिकाणी पडलेले होते. मी हिशेबाच्या वह्या घेऊन तपासू लागलो. पण सगळीकडे गिचमिड आणि खाडाखोड केलेली होती. मी ते सगळे बाजूला ठेवले. आधी दुकानात सामान भरणे महत्त्वाचे होते. मी एक यादी तयार केली आणि बाजारात गेलो.

सादिक शेठ नावाचा माझा एक घाऊक व्यापारी होता. त्याच्या पेढीवर दोन्हीकडे दोन उशा ठेवून आरामात मांडी घालून तो बसला होता. मी गेल्यावर त्याने माझे आनंदाने स्वागत केले. माझ्या सुरुवातीच्या काळात त्याने मला बराच माल उधारीवर दिला होता, त्यामुळे मी त्याचा फार ऋणी होतो. सुरुवातीची काही प्राथमिक चौकशी आणि जुजबी बोलणे झाल्यानंतर मी माझी सामानाची यादी त्याच्या समोर ठेवली. त्याने ती काळजीपूर्वक बघितली आणि उदास होऊन नुसती मान हलवली.

ते मला म्हणाले, ''तुम्हाला जवळ जवळ तीनशे रुपयांचे सामान पाहिजे आहे. तुमची आधीची उधारी द्या, असे मी तुम्हाला म्हणणार नाही. पण आता सध्या तुम्ही पन्नास रुपयांचा माल घेऊन का जात नाही? फक्त तुमच्या सोयीसाठी मी हे तुम्हाला सुचवतो आहे.''

माझ्या आयुष्यात पहिल्यांदाच ते माझ्याशी अशा प्रकारे बोलत होते. त्यांनीच पुन्हा त्यांच्या बोलण्याचे समर्थन केले.

''मित्रा, कृपा करून माझ्याबद्दल गैरसमज करून घेऊ नकोस. जसा तू व्यापारी आहेस, तसाच मी पण आहे. त्यामुळे गुळमुळीत बोलण्यात काही अर्थ नाही. तुझ्याकडे तीन हजार पाचशे रुपयांची उधारी आहे. त्यांपैकी तीन महिन्यांच्या थकबाकीचा एक हप्ता जरी तू मला दिलास तरी आपल्या दोघांसाठी ते बरे राहील.''

''पण शेठ, मी तर मागच्याच महिन्यात चारशे रुपये तुमच्याकडे पाठवले होते आणि त्यापूर्वी तीनशे पन्नास आणि त्याच्या आधीच्या महिन्यात... माझ्या माहितीप्रमाणे

तुमच्याकडची बाकी फक्त...''

त्यांनी त्यांची खातेवही काढली. त्याप्रमाणे या चार महिन्यांत फक्त एकदाच काही पैसे दिले गेले होते आणि आणखी हजारच्या वर पैसे द्यायचे शिल्लक होते. त्यानंतर रोज जवळ जवळ चाळीस रुपयांचे सामान खरेदी केले गेले होते.

''मला तुमच्या दुकानातल्या मुलाने सांगितले की, सध्या धंदा खूप जोरात चालू आहे आणि लवकरच मद्रासहून आल्यावर तू सगळे देणे फेडून टाकशील.''

माझे डोके एकदम गरगरले. खूप सारी दलदल साचल्याप्रमाणे वाटत होते. ''मी भेटेन तुम्हाला पुन्हा नंतर..'' मी म्हणालो आणि दुकानात जाण्यासाठी निघालो.

मी पुन्हा एकदा सगळ्या खातेवह्या तपासल्या. त्याप्रमाणे बरेच पैसे येणे होते. दुसरे दिवशी सगळी उधारी गोळा करण्यासाठी मी निघालो. लोक माझ्याकडे आश्चर्याने बघू लागले.

''तुमची काहीतरी चूक झाली आहे. पंधरा दिवसांपूर्वीच आम्ही आमचे सगळे पैसे चुकते केले आहेत. नाहीतर रामूने आम्हाला शांतपणे झोपू दिले नसते.''

माझी बायको म्हणाली, ''तुम्ही नसताना तो रोज रात्री बारा वाजता घरी यायचा. तो मला सांगत होता की, सगळे हिशेब करण्यात वेळ जातो. मी रोज त्याला विचारी, आज धंदा कसा काय झाला? तो म्हणायचा की, धंद्याचे काय, आज चांगला, उद्या वाईट. चांगला, वाईट असे चालूच राहणार. तुम्ही काळजी करू नका. सगळे माझ्यावर सोपवा. मी बघून घेईन.''

लॉली एक्स्टेन्शन भागातले एक गृहस्थ एकदा मला म्हणाले, ''तुमच्याकडे तो मुलगा होता, तो कुठे आहे?''

मी त्यांना सगळे सांगितले.

''हे बघा,'' ते गृहस्थ म्हणाले. ''मी जे सांगतो ते सगळे तुमच्याजवळच ठेवा. तुम्हाला आठवतंय का, आमच्या घरासमोर एक हैद्राबादचे कुटुंब राहात होते?''

''हो हो.'' मी म्हणालो.

''तुमच्याकडचा तो मुलगा नेहमी तिथे गप्पा मारीत बसे. जरा जास्तच. तुम्हाला माहीतच असेल, त्यांच्याकडे एक मुलगी होती, गोरी, उंच.. तुमचा मुलगा रोज तिला टॅक्सीने फिरायला घेऊन जाई. रोज संध्याकाळी सहा वाजताच तो दुकान बंद करी. काही दिवसांपूर्वीच ते लोक हैद्राबादला निघून गेले.''

नंतर मी मार्केट रोडवर चौकशी केली तेव्हा मला समजले की, रामूने वुलनचे चार सूट शिवले होते. सिल्कचे अठरा शर्ट आणि शंभरएक रुपयांत आणखी काही कपडे शिवले होते. त्याने एक लेदरची सुटकेस आणि बुटाचे चार जोड, दोन स्लिपरचे जोड, एक घड्याळ, दोन अंगठ्या, एक साडीपीन, सिल्कच्या साड्या, ब्लाऊज पिसेस आणि अजून खूप काही खरेदी केली होती. मद्रासच्या बँकेत

असलेल्या रामूच्या एका नातेवाइकाकडे मी चौकशी केली. मला समजले की, त्याच्या म्हाताऱ्या वडिलांची तब्येत एकदम चांगली होती आणि कॉलरा वगैरे काही झाले नव्हते. एकूण काय तर रामू त्रिचनापल्लीला त्याच्या वडिलांकडे गेलाच नव्हता. तो कुठे गेला होता तेच माहीत नव्हते. कुणीतरी एकदा हैद्राबादला ट्रीपला गेले होते, त्यांनी सांगितले की, 'हैद्राबादच्या संगीत संमेलनामध्ये रामूसारखाच कुणीतरी दिसल्यासारखा त्यांना वाटला. तो रामू असावा असे वाटले, पण नक्की काही सांगता येणार नाही,' असेही ते म्हणाले.

मी माझे दुकान आणि माझ्याजवळचे सगळे काही विकून टाकले आणि माझ्या देणेकरी लोकांचे देणे देऊन टाकले. मी मालगुडी शहर सोडले. माझे दिवाळे निघाले होते. माझ्यावर माझी बायको आणि माझ्या चार मुलांची जबाबदारी होती. आम्ही गावोगाव भटकलो. मित्र, नातेवाईक आणि इतर काही अनोळखी लोकांच्या दयेवर आम्ही जगत होतो. कधी कधी तर आम्हाला खायला काहीच मिळायचे नाही. मग एखाद्या धर्मशाळेच्या अंधाऱ्या कोपऱ्यात कुठेतरी बसून आम्ही रात्र काढत असू. फाटक्यातुटक्या कपड्यातील माझी मुले रात्रभर रडत आणि मग केव्हातरी झोपून जात. पण मला तुम्हाला मला झालेल्या त्रासाबद्दल काही सांगायचेच नाही. मला तुम्हाला जी गोष्ट सांगायची आहे ती रामूची. माझे पुढचे आयुष्य कसे होते हेच फक्त मला दाखवायचे होते. चार-पाच वर्षं मी अशी काढली. एक दिवस मेम्पी टेकडीवरच्या एका कॉफीच्या व्यवसायातील एका माणसाशी माझी गाठ पडली. आणि तिथून माझ्या आयुष्याची नवीन सुरुवात झाली. कॉफीच्या व्यवसायात माझा चांगला जम बसला. त्याबद्दल मला त्या माणसाचे आभारच मानावे लागतील.

आता रामूबद्दल. एकदा मी तिरुपतीला गेलो होतो. तिरुपतीच्या पायऱ्या चढत असताना मला धाप लागली. मी देवाला एक नवस बोललो होतो, तो मला पूर्ण करायचा होता. मी जवळ जवळ दोन हजार पायऱ्या चढलो, तेवढ्यात माझ्या कानावर एक ओळखीचा आवाज आल्यासारखा वाटला. मी आजूबाजूला बघितले. तो आवाज पायऱ्यावर ओळीने बसलेल्या भिकाऱ्यांमधून आला होता. मी थांबलो आणि माघारी वळलो.

आणि तिथेच तो होता. त्याला ओळखणे मला थोडे कठीण गेले. दहा वर्षांपूर्वी मालगुडी स्टेशनवर शेवटचा निरोप घेताना मी त्याला पाहिले होते. त्याचा चेहरा काळाभोर झाला होता. त्यावर खड्डे पडले होते आणि ते बघून मला भीती वाटत होती. त्याची दृष्टी एकाच ठिकाणी खिळून राहिली होती. जर त्याने भीक मागितली नसती, तर माझे लक्ष त्याच्याकडे गेले नसते आणि मी तिथून तसाच निघून गेलो असतो. त्याचा आवाज तसाच होता.

मी तिथे थांबलो आणि त्याला म्हणालो, "इकडे बघ.."

"मला दिसत नाही. मी आंधळा आहे," तो म्हणाला.

मी आवाज थोडा ओळखू न येण्यासारखा बदलला आणि त्याला विचारले, "तू कोण आहेस? कुठून आलास?"

"जा तुम्ही इथून. तुम्हाला हे सगळे कशाला पाहिजे?" तो म्हणाला.

मी नेहमी फुशारकी मारीत असे की, तो जर मला भेटला तर मी आधी त्याची हाडे खिळखिळी करून टाकीन. पण तो अशा प्रकारे मला भेटेल याची मी कल्पनाच केली नव्हती. मी खूप गोंधळून गेलो. मला खूप वाईट वाटले. त्याने पुढे पसरलेल्या हातावर मी एक नाणे टाकले आणि निघालो. पण थोडे पुढे गेल्यावर मी पुन्हा थांबलो आणि त्याच्याजवळ बसलेल्या दुसऱ्या एका भिकाऱ्याला खुणेने जवळ बोलावले. तो वर आला. मी त्याला म्हणालो, "तू जर मला त्या आंधळ्या भिकाऱ्याबद्दल काही माहिती सांगितलीस, तर मी तुला हे नाणे देईन."

"मला माहीत आहे तो..." तो दुसरा भिकारी म्हणाला. त्या दुसऱ्या भिकाऱ्याला हात नव्हते. "आम्ही दोघे बरोबरच असतो. त्याला हात आहेत, पण डोळे नाहीत, मला डोळे आहेत, पण हात नाहीत. म्हणून आम्ही दोघे एकमेकांना मदत करतो. आम्ही बरोबरच भीक मागायला बाहेर पडतो. तो माझ्यासारखा भिकारी नाही. एक संन्यासी आहे. दोन वर्षांपूर्वी इथे आला. तो आधी हैद्राबाद, दिल्ली, बनारस अशा ठिकाणी राहिला. त्याच्याजवळ खूप पैसा होता. त्याला देवी झाल्या आणि त्याचे डोळे गेले. त्याची बायको त्याला सोडून गेली. तो सगळ्यांचा, जगाचा रागराग करतो. काही यात्रेकरू उत्तरेकडून इकडे दक्षिणेकडे येत होते, त्यांच्याबरोबर तो इथे आला. पण तुम्ही त्याला काही म्हणू नका. मी असे काही सांगितले हे सांगू नका. त्या दिवसांची आठवण काढली की तो खूप रानटी माणसासारखा वागतो, बोलतो..."

मी पुन्हा रामूच्या जवळ गेलो. तिथे उभा राहिलो आणि त्याच्याकडे बघितले. माझे मन आतल्या आत ओरडत होते, 'रामू, देवाने तुला पुरेशी शिक्षा दिली आहे. चल माझ्याबरोबर आणि मला दाखव, तुझी प्रेयसी कुठे आहे? माझे पैसे कुठे आहेत? कोणता राक्षस तुझ्यात संचारला होता?' पण मी शांत झालो. त्याला एकट्यालाच तिथे सोडणे हेच माझ्या दयाळूपणाचे लक्षण होते. मी शांतपणे त्याच्या हातावर एक रुपया ठेवला आणि पायऱ्या चढायला सुरुवात केली. एका वळणावरून पुढे जाताना मी पुन्हा त्याच्याकडे एक नजर टाकली. आणि तेच मी त्याला शेवटचे बघितले.

जेव्हा मी चार दिवसांनंतर पुन्हा त्याच रस्त्याने खाली आलो, तेव्हा तो तिथे नव्हता. कदाचित त्याच्या त्या बिनहाताच्या साथीदाराबरोबर तो दुसरीकडे कुठेतरी निघून गेला असावा.

◆

मंदिरातील म्हातारा

काही दिवसांपूर्वीच ही घटना घडली. याबद्दल तुमचे काय म्हणणे आहे ते मला माहीत नाही; पण जर तुम्हाला काही म्हणायचेच असेल तर ते ऐकायला मला आवडेल. खरे सांगायचे झाले, तर मला स्वतःला त्यातले काहीच कळले नाही. ती घटना माझ्यासाठी नेहमीकरताच गूढ राहिली. कदाचित माझा ड्रायव्हर प्यायलेला असेल किंवा कदाचित नसेलही.

कुंबमला जाण्यासाठी मी एक टॅक्सी ठरवली. कुंबम हे गाव मालगुडीपासून पन्नास मैलांवर आहे, हे तर तुम्हाला माहीतच आहे. मी तिथे सकाळी नऊ वाजता गेलो. माझी तिथली सगळी कामे आटोपेपर्यंत रात्रीचे नऊ वाजले. त्यानंतर परत येण्यासाठी आम्ही निघालो. गाडीचा ड्रायव्हर डॉस हा एक पंचवीस वर्षांचा तरुण होता. तोच नेहमी माझ्यासाठी गाडी घेऊन येत असे आणि मलाही तो आवडायचा. तो अतिशय व्यवस्थित आणि आज्ञाधारक होता. ड्रायव्हरच्या सीटजवळ बसून वाट बघण्याची क्षमता त्याच्यात पुरेपूर होती, जी क्वचितच ड्रायव्हर लोकांमध्ये आढळते. तो सुरळीतपणे गाडी चालवी, बाजूने जाणाऱ्यांना क्वचितच शिव्या घाली, त्याचा अंदाज बरोबर असे, ज्ञानही उत्तम होते आणि सावधपणाही असायचा. म्हणूनच कामासाठी कुठेही बाहेरगावी जायचे असेल तर मी शक्यतो त्यालाच प्राधान्य देई.

आम्ही जेव्हा कोपल सोडले, तेव्हा रात्रीचे अकरा

वाजले होते. कोपल जाण्याच्या रस्त्यावरच होते. त्या दिवशी अमावास्येची रात्र होती आणि रात्रीच्या शांततेत सगळ्या लोकांना झोपेने घेरले होते. रस्ता अगदी निर्जन होता. सर्व जणच झोपलेले दिसत होते. क्वचितच कुठेतरी एखादा लाईट चालू दिसायचा. आकाशात चांदण्या चमचमत होत्या. गाडीच्या मागच्या सीटवर बसून, धावणाऱ्या चाकांचे गाणे ऐकत मी झोपेच्या अधीन होत चाललो होतो.

अचानकपणे डॉसने गाडी बाजूला वळवली आणि तो जोरात ओरडला, "मूर्खा, ए म्हाताऱ्या, गाडीखाली येऊन मरायचे आहे की काय?"

मला दचकून जाग आली. मी विचारले, "काय झाले?"

डॉसने गाडी थांबवली आणि म्हणाला, "बघा ना, तो म्हातारा माणूस मरायला गाडीखाली येतोय. तो इथे आलाच कसा, मला समजलेच नाही."

त्याने दाखवलेल्या दिशेने मी बघितले आणि विचारले, "कोणता म्हातारा माणूस? कुठे आहे?"

"तो काय... तो तिथे..! तो पुन्हा आपल्याकडेच येतोय... मंदिराचे दार उघडून तो पुन्हा आपल्याकडेच येतोय. कसेही करून मला त्याच्याकडे लक्ष ठेवायला हवे."

मी माझी बॅटरी घेतली, खाली उतरलो. थोडे इकडेतिकडे फिरलो; पण मला तिथे कुणीच दिसले नाही. रस्त्याच्या एका बाजूला एक जुने मंदिर होते; पण ते जवळ जवळ नामशेष झाल्यासारखेच होते. त्याचा बराचसा भाग पडझड झालेला होता. मातीचा आणि विटांचा ढीग दिसत होता. भिंतीवर वाकडीतिकडी झाडे वाढली होती आणि दरवाजे बंद होते. मुख्य दरवाज्याजवळ बोरीची झाडे आणि इतर रानटी झुडपे वाढली होती, त्यामुळे तो झाकला गेला होता. त्या अंधारात बॅटरीच्या साहाय्याने ते मंदिर कशाचे होते आणि कोणत्या काळातले होते, ते सांगणे कठीण होते.

"दरवाजे तर सगळे बंद आहेत. असे वाटत्येय की कित्येक दिवसांपासून ते उघडलेच गेले नाहीत," मी म्हणालो.

"नाही सर..." डॉस माझ्याजवळ येत म्हणाला. "मी बघितलंय, तो म्हातारा दार उघडून बाहेर आला. तो काय... तो तिथेच उभा आहे. जर तुम्हाला आत जाऊन बघायचे असेल, तर मी त्याला दार उघडायला सांगू का?"

मी डॉसला म्हणालो, "चल, निघू आपण. इथे फुकट वेळ घालवण्यात अर्थ नाही."

आम्ही पुन्हा गाडीजवळ गेलो. डॉस त्याच्या जागेवर बसला आणि त्याने गाडी चालू करण्यासाठी गिअर उचलला. मान मागे न वळवताच त्याने मला पुन्हा विचारले, "या माणसाला आपल्याबरोबर येऊ द्यायचे का? तो म्हणतोय की तो पुढच्या थांब्यावर उतरून जाईल."

"कोणता माणूस?" मी पुन्हा विचारले.

डॉसने त्याच्या बाजूच्या सीटकडे हात दाखवला.

"काय झालंय डॉस तुला? तू निघताना काही थोडे प्यायला होतास का?"

"मी माझ्या आयुष्यात कधी दारूची चव पाहिली नाही सर." तो म्हणाला आणि त्या रिकाम्या सीटकडे बघून म्हणाला, "चल उतर खाली... म्हाताऱ्या, सर तुला सोबत येऊ द्यायला तयार नाहीत."

"तू... तू तुझ्या स्वतःबद्दल बोलतो आहेस का?" मी विचारले.

"शेवटी... या रस्त्यावरच्या अनोळखी लोकांची काळजी करायची आपल्याला गरज नाही, नाही का?" तो म्हणाला.

"डॉस," मी काकुळतीने म्हणालो, "तू बरा आहेस ना? गाडी चालवता येईल याची खात्री आहे ना तुला? तुला जर अस्वस्थ वाटत असेल तर गाडी चालवू नकोस."

"आभारी आहे, सर..! मी गाडी चालवूच शकणार नाही. मला थोडे वेगळेच वाटत आहे."

मी काळजीने त्याच्याकडे बघितले. त्याने त्याचे डोळे मिटले होते. त्याचा श्वासोच्छ्वास जोरजोरात होत होता आणि त्याच्या श्वासाचा आवाजही येत होता. त्याची मान एका बाजूला झुकली होती.

"डॉस... डॉस..." मी घाबरून ओरडलो. मी खाली उतरलो आणि समोरच्या सीटजवळ गेलो. दार उघडले आणि त्याला गदागदा हलवले. त्याने त्याचे डोळे उघडले. त्याच्या पाठीला पोक आला होता. त्याने दोन्ही हातांनी डोळे चोळले. त्याच्या दोन्ही हातांना एखाद्या म्हाताऱ्या माणसासारखा कंप सुटला होता.

"तू बरा आहेस का?" मी विचारले.

"बरा..? बरा... ही... ही..." तो चिरक्या पिपाणीसारख्या सुरात किंचाळला.

"तुझ्या आवाजाला काय झाले? तुझा आवाज दुसऱ्याच कुणाचा तरी वाटतोय..." मी म्हणालो.

"नाही... काहीच नाही... माझा आवाज जसा होता तसाच आहे. जेव्हा माणूस ऐंशी वर्षांचा होतो तेव्हा थोडा बदल होणारच."

"तू ऐंशी वर्षांचा नक्कीच नाहीस." मी म्हणालो.

"ऐंशीपेक्षा एक दिवसही कमी नाही," तो म्हणाला. "ही गाडी चालवायला कुणी नाही का? जर कुणी नसेल तर सगळा दिवसभर इथे बसून राहण्यात काही अर्थ नाही. मी खाली उतरतो आणि माझ्या मंदिरात जातो."

"मला गाडी चालवता येत नाही..." मी म्हणालो. "आणि तू गाडी चालविल्याशिवाय आपल्याला इथून जाता येणार नाही."

"मी?" डॉस ओरडला. "हा नवीन रथ..? देव जाणे, हा कुणी शोधून

काढलाय? मला तर काहीच समजत नाही. मी माझ्या काळात बैलगाडी चालवत होतो. मी एक प्रश्न विचारू का?''

"हं..." मी म्हणालो.

"सगळे लोक कुठे आहेत?''

"कोण?''

"खूप सारे...! माझ्या ओळखीचे लोक तर कुणीच दिसत नाहीत. सगळीकडे नवीन नवीन लोक दिसत आहेत. आणि कुणालाच कशाची काळजी नाही. मंदिराजवळ तर कुणी फिरकतसुद्धा नाही. सगळे लोक इकडे तिकडे जातात; पण थोडा वेळ थांबून कुणीच बोलत नाही. राजा या बाजूला का येत नाही? पूर्वी निदान वर्षातून एकदा तरी तो या रस्त्याने जायचा.''

"कोणता राजा?'' मी विचारले.

"जाऊ दे मला... मूर्खा..!'' डॉस म्हणाला आणि ज्या दाराला मी टेकून उभा होतो, ते दार त्याने जोरात ढकलले. "तुला काहीच माहीत नाही असे दिसते." त्याने मला बाजूला ढकलले आणि तो गाडीतून खाली उतरला. तो उभा राहिला. त्याच्या पाठीला खूप मोठा पोक आला होता आणि लंगडत लंगडत तो मंदिराच्या दिशेने चालायला लागला. मी त्याच्या मागे गेलो. काय करावे मला काहीच कळत नव्हते. तो मागे वळला आणि माझ्या अंगावर ओरडला, "जा इथून... मला एकट्यालाच राहू दे... मला तुझा कंटाळा आलाय..."

"तुला काय झालंय डॉस?'' मी पुन्हा विचारले.

"कोण डॉस? काहीतरीच काय... डॉस.. डॉस..डॉस... किती विचित्र नाव आहे. मला माझ्या नावाने हाक मार, नाहीतर मला एकट्यालाच सोडून दे. डॉस डॉस करत माझ्या मागे येऊ नकोस.''

"तुझे नाव काय आहे?''

"कृष्णा बत्तार. तू नुसता माझ्या नावाचा उल्लेख जरी केलास तरी जवळपासच्या शंभर मैलातील लोक मला ओळखतील. मी हे मंदिर बांधले आहे. इथे पूर्वी नुसते जंगल होते. मी स्वतः जमीन खोदली, विटा भाजल्या आणि त्या एकावर एक रचल्या. हे सगळे मी एकट्याने केले आणि जेव्हा मंदिर पूर्ण झाले तेव्हा लोकांची गर्दी झाली. राजाने त्याचा मंत्री पाठवला होता.''

"राजा कोण होता?''

"तू कुठून आलास?'' त्याने विचारले.

"मी याच भागातला आहे. पण मला एवढेच माहीत आहे की, या जिल्ह्याचा प्रमुख कलेक्टर आहे. मी कोणत्याही राजाबद्दल ऐकले नाही.''

"ही...ही...ही..." तो खिंकाळला. त्या उदास, अंधकारमय वातावरणात त्याचा

आवाज घुमला. "राजा माहीत नाही म्हणे! राजा नाही ही कल्पनाच करवत नाही. त्याला जर कळले, तर तो तुझे डोके उडवील."

"त्याचे नाव काय आहे?" मी पुन्हा विचारले.

माझे असे विचारणे म्हणजे त्याला मोठा विनोदच वाटला. गुदगुल्या झाल्यासारखा तो हसत होता. हसता हसता तो जमिनीवर बसला, त्याला अक्षरशः उठता येत नव्हते, एवढा तो विनोद त्याला असह्य झाला. तो सारखा हसत होता आणि हसून हसून खोकू लागला.

"मला खरंच कबूल करायला लाज वाटते," मी म्हणालो. "पण माझ्या आई-वडिलांनी जगाच्या या ज्ञानापासून मला संपूर्ण अंधारात ठेवलं आहे. आपला राजा कोण आहे, हेसुद्धा मला माहीत नाही. पण तुम्ही सांगू शकाल का? काय होते आपल्या राजाचे नाव?"

"विष्णू वर्मा. राजांचा राजा, महाराजा होता तो."

मी पटकन मनातल्या मनात विचार करू लागलो. इतिहासाचे मला जेवढे ज्ञान होते, त्या सगळ्यावर नजर टाकली; पण या नावाचा कुणीही राजा मला माहीत नव्हता. मी विचार केला कदाचित ब्रिटिश लोक भारतात येण्यापूर्वी एखाद्या संस्थानाचा तो राजा असेल.

"काय राजा होता तो..! माझ्या मंदिराच्या वार्षिक उत्सवात तो नेहमी यायचा, नाहीतर मग त्याचा मंत्री पाठवायचा. पण आता कुणालाच काही नाही."

"आजकाल लोक देवाला जास्त मानत नाहीत." मी म्हणालो. थोडा वेळ तिथे शांतता पसरली. आणि माझ्या डोक्यात एकदम एक कल्पना आली. कशी ते मला सांगता येणार नाही.

"हे बघा, माझे ऐका... तुम्ही आता इथे असायला नको होते..." मी त्याला म्हणालो.

"काय म्हणायचंय तुला?" तो एकदम जरबेच्या सुरात, अधिकारवाणीने म्हणाला.

"हे बघा, तुम्ही वाईट वाटून घेऊ नका. मला एवढेच म्हणायचे होते की, तुम्ही इथे जास्त वेळ थांबू नका. कारण तुम्ही मेलेले आहात."

"मेलेला? मेलेला..." तो ओरडला. "मूर्खासारखा काहीतरी बरळू नकोस. जर मी आत्ता तुझ्यासमोर इथे उभा आहे, तर मी मेलेला कसा असेन? जर मी मेलेला असतो, तर मी हे असे इकडचे तिकडचे कसे बोललो असतो?"

"ते मला काही माहीत नाही," मी म्हणालो. त्याने स्वतःबद्दल जे काही सांगितले होते ते सगळे पाचशे वर्षांपूर्वीचे असावे. आणि माणसाचे आयुष्य जास्तीत जास्त शंभर वर्षांचेच असते, हे त्याला माहीत नव्हते का? मी हे सगळे त्याला पटवून देऊ लागलो. तो मध्ये मध्ये मला अडवत होता, पण मी जे काही बोलत

होतो, त्याचा तो खोलवर विचारही करू लागला.

तो म्हणाला, "एकदा काय झालं, जवळच्याच खेड्यात असलेल्या माझ्या बहिणीला भेटून मी रात्रीच्या वेळी जंगलातून वापस येत होतो. माझ्याजवळ थोडेफार पैसे आणि दागिने होते. तेवढ्यात काही चोर तिथे आले. मी त्यांच्यासोबत बरीच मारामारी केली. पण मी एकटा होतो, ते जास्त लोक होते. त्यांनी मला खाली पाडले आणि माझ्या छातीत सुरा खुपसला. माझ्याजवळ जे काही होते ते सगळे घेऊन ते पसार झाले. त्यांना वाटले, मी मेलो. पण मी उठलो आणि त्यांचा पाठलाग केला. पण ते सगळे पळून गेले होते. त्यानंतर मी मंदिरात परत आलो आणि तेव्हापासून तिथेच आहे."

मी त्याला म्हणालो, "कृष्णा बत्तार, तू मेला आहेस. खात्रीने सांगतो की तू मेलेला आहेस. आता काहीही करून तू इथून निघून जा."

"मंदिराचे काय झाले?" त्याने विचारले.

"बाकीचे लोक बघतील त्याच्याकडे.."

"कुठे जाऊ मी?.. मी कुठे जाऊ?"

"तुझी काळजी घेणारे कुणी नाही का?" मी विचारले.

"माझ्या बायकोशिवाय माझे कुणी नाही. माझे तिच्यावर खूप प्रेम आहे."

"तू तिच्याकडे जा..."

"ओह.. नाही. ती चार वर्षांपूर्वीच गेली."

चार वर्षं? मी गोंधळात पडलो. "तुला असे म्हणायचे आहे का की आत्तापासून चार वर्षांपूर्वी?"

"हो.. आत्तापासून चार वर्षांपूर्वी.." काळाचे काहीही भान न ठेवता तो म्हणाला.

"तुला जेव्हा चोरांनी मारले, तेव्हा ती जिवंत होती का?"

"नाही. जर ती जिवंत असती, तर तिने मला असे रात्रीच्या वेळी जंगलातून जाऊच दिले नसते. ती माझी खूप काळजी घेत होती."

"हे बघ, तू आत्ता इथून निघून जाणे फार महत्त्वाचे आहे. जर तुझी बायको इथे आली आणि तिने तुला बोलावले तर तू जाशील?"

"ती मेली आहे, असे मी तुला सांगितले आहे ना? मग ती कशी येईल?"

मी थोडा वेळ विचार केला. मी त्याला काय म्हणालो ते माझ्या आत्तासुद्धा लक्षात आहे. मी म्हणालो, "तू फक्त तिचाच विचार कर.... फक्त तिचा.. आणि बघ काय होते ते! तिचे नाव काय होते?"

"सीता. खूप छान होती ती."

"हं.. चल. फक्त तिचा विचार कर."

तो थोडा वेळ खूपच गहन विचारात होता आणि तो एकदम किंचाळला,

"सीता... सीता येत आहे. मी स्वप्नात आहे की काय? मी... मी जाईन तिच्याबरोबर..."

तो एकदम उभा राहिला. त्याच्या शरीरावर ज्या काही विचित्र हालचाली दिसत होत्या, त्या हळूहळू कमी झाल्या. तो एकदम भानावर आला. जोरात धावत पुढे आला आणि जवळच्याच एका ढिगावर पडला.

डॉस तिथेच त्या खडबडीत रस्त्यावर पडून राहिला. तो जिवंत असल्याचे एकच लक्षण होते, ते म्हणजे त्याचा श्वास मंदपणे चालू होता. मी त्याला हलवले आणि हाका मारल्या. त्याने त्याचे डोळेही उघडले नाहीत. मी थोडासा चालत गेलो. जवळच जे पहिले घर होते त्याचे दार वाजवले. मी जोरजोरात दार वाजवू लागलो.

आतून कुणाचा तरी हळूच बोलण्याचा आवाज आला.

"बाप रे..! तो आला वाटतं."

पुन्हा कुणाची तरी धुसफुस ऐकू आली.

"तू तुझे डोळे बंद कर आणि झोप. तो थोडा वेळ दार वाजवेल आणि जाईल निघून."

मी पुन्हा दार वाजवले आणि ओरडलो. मी कोण आहे आणि कुठून आलो ते जोरात ओरडून सांगितले.

मी पुन्हा चालत गाडीपाशी आलो आणि गाडीचा हॉर्न वाजवला. त्यानंतर एकदम एक दरवाजा उघडला गेला आणि त्या घरातील सगळेच लोक कंदील घेऊन बाहेर आले.

"आम्हाला वाटले की नेहमीसारखेच तो दार ठोठावत असेल. तुम्ही जर काही बोलला नसता, तर आम्ही दार उघडलेच नसते."

"हे असे दार ठोठावणे कधीपासून सुरू झाले?" मी विचारले.

"आम्ही काही सांगू शकत नाही." कुणीतरी एक जण म्हणाला, "मी पहिल्यांदा ऐकले, तेव्हा माझे आजोबा होते. त्यांनी पण सांगितले की, त्यांनीही लहान असताना ते एक-दोनदा ऐकले होते. मला माहीत आहे तितपत तो कुणालाही काही इजा करत नाही. तो फक्त त्याच्या बैलगाडीतून मंदिराकडे जातो आणि रात्रीच्या वेळी दारांवर धक्के देतो."

मी थोडेसे साहस करूनच म्हणालो, "आता यापुढे कदाचित तुम्हाला हा त्रास होणार नाही."

आणि माझे म्हणणे खरे झाले. मी काही महिन्यांनंतर पुन्हा त्या रस्त्याने गेलो तेव्हा मला असे समजले की, त्या मंदिरापासून रात्रीच्या वेळेस ती गाडी पुन्हा गेली नाही आणि घरांचे दरवाजेही कुणी ठोठावले नाहीत. माझी खात्री झाली की तो म्हातारा माणूस खरोखरच त्या रात्री त्याच्या बायकोबरोबर निघून गेला होता.

◆

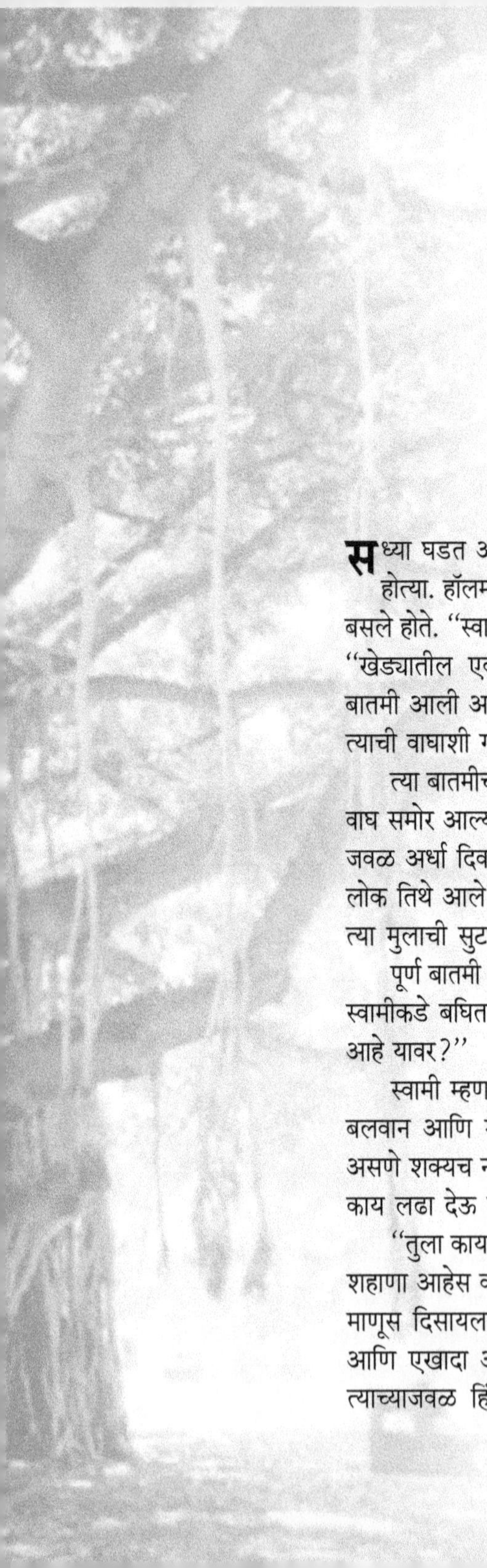

नायक

सध्या घडत असलेल्या घटना स्वामीसाठी अनपेक्षितच होत्या. हॉलमधील दिव्याच्या उजेडात बाबा पेपर वाचत बसले होते. "स्वामी, हे बघ, इकडे ऐक..." बाबा म्हणाले. "खेड्यातील एका शूरवीर मुलाला मदत करण्यासाठी बातमी आली आहे. तो मुलगा जंगलातून जात असताना त्याची वाघाशी गाठ पडली."

त्या बातमीचा सविस्तर वृत्तान्त पेपरमध्ये आला होता. वाघ समोर आल्यानंतर तो मुलगा झाडावर चढला. जवळ जवळ अर्धा दिवस तो तिथेच झाडावर होता. नंतर काही लोक तिथे आले आणि त्यांनी वाघाला मारले. तेव्हा कुठे त्या मुलाची सुटका झाली.

पूर्ण बातमी वाचून झाल्यावर बाबांनी उत्तराच्या अपेक्षेने स्वामीकडे बघितले. त्यांनी विचारले, "तुझे काय म्हणणे आहे यावर?"

स्वामी म्हणाला, "मला तर वाटते की तो चांगलाच बलवान आणि मोठा माणूस असावा. तो लहान मुलगा असणे शक्यच नाही. एखादा लहान मुलगा वाघाशी कसा काय लढा देऊ शकेल?"

"तुला काय वाटते, त्या न्यूजपेपरवाल्यांपेक्षा तू जास्त शहाणा आहेस का?" बाबा उपहासाने म्हणाले. "एखादा माणूस दिसायला हत्तीसारखा दिसतो, पण भित्रा असतो आणि एखादा अगदी काडीसारखा बारीक दिसतो, पण त्याच्याजवळ हिंमत असते. तो काहीही करू शकतो.

हिंमत, धैर्य महत्त्वाचे आहे, वय किंवा दिसणे नाही.''

पण स्वामीने त्याला विरोध केला. ''कसे शक्य आहे बाबा ते? समजा, माझ्यात खूप हिंमत आहे, पण वाघाने माझ्यावर हल्ला केला तर मी काय करू शकणार आहे?''

''ठीक आहे. दिसण्याचे जाऊ दे...पण तुझ्याजवळ हिंमत आहे हे तू सिद्ध करून दाखवशील का? तू फक्त एक रात्र माझ्या ऑफिसच्या खोलीत एकटा झोपून दाखव.''

बाप रे..! हे काय भलतंच सांगत आहेत बाबा..! स्वामी विचार करू लागला. तो तर रात्री त्याच्या आजीजवळ ओसरीवर झोपायचा आणि त्यात थोडा जरी बदल झाला तरी भीतीने त्याची गाळण उडे. त्याला झोपच यायची नाही. पहिल्यांदा त्याला वाटले की, बाबा त्याची गंमतच करीत आहेत. तो थोडा भीतभीतच म्हणाला, ''हो...'' पण त्याने पटकन विषय बदलला. तो एकदम जोरजोरात उत्साह आल्यासारखे बोलू लागला.

''आम्ही आमच्या क्रिकेटच्या क्लबमध्ये आता मोठ्या मुलांनापण घेणार आहोत. आम्ही आता नवीन बॅट आणि बॉल घेणार आहोत. आमच्या कप्तानाने सांगितले की, तू तुझ्या बाबांना सांग.''

''ठीक आहे. ते आपण नंतर बघू...'' बाबांनी त्याला मध्येच थांबवले. ''इथून पुढे तू एकटाच झोपत जा.''

स्वामीला वाटले की ही गोष्ट आता आपल्या हातात राहिली नाही. बाबांनी आधी नुसते आव्हानच दिले होते, पण आता तर सरळ सरळ आज्ञाच केली होती. अशा बाबतीत ते किती करारी होते, हे त्याला माहीत होते.

''पुढच्या महिन्याच्या एक तारखेपासून मी एकटा झोपत जाईन.''

''नाही. आत्तापासूनच झोपायचे. एखाद्या लहान मुलासारखे आईजवळ किंवा आजीजवळ काय झोपतोस? किती लाजिरवाणी गोष्ट आहे ती! तू आता दुसरीत आहेस, मोठा झालास आणि मला तुझे हे असे वागणे आवडत नाही.'' एवढे बोलून त्यांनी आईकडे बघितले. आई बाळाला झोका देत होती.

''तुम्ही एकदा सांगितलेय ना त्याला, मग माझ्याकडे काय बघता?'' ती बाबांना म्हणाली, ''मला त्याचे काही माहीत नाही.''

''नाही, नाही, मला तुला काहीच म्हणायचं नाही.'' बाबा तिला म्हणाले.

''जर तुम्हाला असे वाटत असेल तुमची आई त्याला लाडावून ठेवते, तर तिला तसे सांगा. असे माझ्याकडे बघू नका.'' एवढे बोलून ती तिथून निघून गेली.

स्वामीचे बाबा मांडीवर ठेवलेल्या पेपरकडे बघत उदासवाणे बसून राहिले. स्वामी हळूच उठला आणि पायाचा आवाज न करता ओसरीवर असलेल्या आजीच्या अंथरुणाकडे गेला. आजी तिथे बसलेलीच होती.

ती म्हणाली, ‘‘झोप येत्येय का रे बाळा तुला? आज गोष्ट नाही ऐकायची का तुला?’’

स्वामी हळूच तिला गप्प बसण्यासाठी खुणावू लागला; पण तिला बिचारीला काही दिसलेच नाही. स्वामीने पटकन अंथरुणावर अंग टाकले आणि तोंडावर चादर ओढून घेतली.

आजी म्हणाली, ‘‘तोंडावर पांघरूण घेऊ नकोस. तुला खरंच झोप आली आहे का?’’

स्वामी हळूच वाकला आणि तिच्या कानात म्हणाला, ‘‘आजी, प्लीज बोलू नकोस ना! मला बोलू नकोस. आणि घराला आग जरी लागली तरी कुणाला मला उठवू देऊ नकोस. आत्ता जर मी झोपलो नाही, तर मग मी मेलोच समज.’’

तो पुन्हा कुशीवर झाला, हातापायाचे मुटकुळे केले आणि पांघरुणाच्या आत घोरायला लागला. एकदमच कुणीतरी खसकन त्याचे पांघरूण ओढले.

त्याने बघितले तर बाबा आले होते आणि तिथे त्याच्या समोरच उभे होते. ‘‘स्वामी, ऊठ.’’ ते म्हणाले. ओसरीवर अंधार होता. हॉलमधल्या चिमणीची थोडीशी तिरीप येत होती. त्या अंधारात बाबा त्याला भुतासारखेच दिसले. त्याने थोडी हालचाल केली आणि झोपेत असल्यासारखे कण्हू लागला. बाबा पुन्हा म्हणाले, ‘‘स्वामी, ऊठ...’’

आजी काकुळतीने म्हणाली, ‘‘का त्याला उठवतोस?’’

‘‘ऊठ स्वामी...’’ ते पुन्हा चौथ्यांदा ओरडले आणि स्वामी पटकन उठला. बाबांनी त्याचे अंथरूण गुंडाळले, वळकटी करून काखेत घेतली आणि ते म्हणाले, ‘‘चल, माझ्याबरोबर...’’ स्वामीने आजीकडे बघितले. थोडा वेळ कां कू केले आणि वडिलांच्या मागे तो त्यांच्या ऑफिसच्या खोलीकडे निघाला. जाता जाता त्याने केविलवाणेपणाने आईकडे बघितले.

आई म्हणाली, ‘‘ऑफिसच्या खोलीत कशाला घेऊन चाललात? मला वाटते त्याला बाहेर, हॉलमध्ये झोपू द्या.’’

‘‘मला नाही वाटत तसे.’’ बाबा म्हणाले आणि खाली मान घालून त्यांच्या मागोमाग स्वामी निघाला.

‘‘मला बाहेरच्या हॉलमध्ये झोपू द्या ना बाबा,’’ स्वामी काकुळतीला येऊन म्हणाला. ‘‘तुमच्या ऑफिसच्या खोलीत किती धूळ आहे आणि तिथे तुमच्या लॉच्या पुस्तकात विंचूसुद्धा असतील.’’

‘‘अरे माझ्या सोनुल्या, काही विंचूबिंचू नाहीत तिथे. तू असे कर, पाहिजे तर बेंचवर झोप.’’

‘‘बरे, पण तिथे खोलीत एखादा दिवा तरी असेल ना?’’

“नाही, दिवा वगैरे काही मिळणार नाही. अंधाराला न घाबरायचे शीक आता. हा फक्त सवयीचा प्रश्न आहे आणि आता तुला चांगल्या सवयी लावून घ्यायला हव्यात.”

“बरे, पण निदान दार तरी उघडे ठेवू द्याल का?”

“ठीक आहे, दार उघडे ठेव. पण एक वचन दे, तू तुझे अंथरूण गुंडाळून आजीच्या जवळ जाऊन झोपायचे नाही. लक्षात ठेव. आणि तू जर तसे केलेस तर मी तुझ्या सगळ्या मित्रांना सांगेन. मग शाळेत सगळे तुला हसतील.”

बाबांना त्याची बिलकूल दया येत नव्हती. त्याला खूप वाईट वाटत होते आणि रागही येत होता. आत्तापर्यंत बाबांच्या स्वभावातला एवढा रागीटपणा त्याने कधीच बघितला नव्हता. या वेळी ते खूपच ताणून धरत होते. त्याला ते बिलकूल आवडले नाही.

ज्या पेपरमध्ये त्या वाघाची बातमी आली होती त्या पेपरवाल्याचाही त्याला राग आला. त्याला वाटले, त्या वाघाने त्या मुलाला दया दाखवलीच नाही कारण तो मुलगा मुलगा नव्हताच, तर ते भूत होते.

जसजशी रात्र होऊ लागली तसतशी रात्रीची भयाण शांतता वाढू लागली. त्याच्या हृदयाचे ठोके जोरजोरात पडू लागले. आत्तापर्यंत ऐकलेल्या सगळ्या भुताखेताच्या, राक्षसाच्या गोष्टी त्याला आठवू लागल्या. रस्त्याच्या शेवटी असलेल्या वडाच्या झाडाखाली असलेले आत्मे, त्याच्या मित्राने– मणीने कितीदा तरी बघितले होते. आणि त्या बिचाऱ्या मुनिस्वामीचा बाप रक्त ओकून मेला तो कशामुळे? एकदा रात्री नदीच्या काठावरून येताना त्या सैतानाने त्यांच्या थोबाडीत मारली होती म्हणे. असे बरेच काहीबाही विचार त्याच्या मनात येऊ लागले. भीतीने तो पांढराफटक पडला. रस्त्यावरच्या लाईटचा उजेड आत येत होता आणि त्या उजेडात भिंतीवर वेगवेगळ्या आकाराच्या सावल्या हलत होत्या. त्या भयाण शांततेत वेगवेगळे आवाज त्याच्या कानावर येत होते. घड्याळाची टिकटिक, झाडांची सळसळ, घोरण्याचे आवाज आणि रातकिड्यांची किर्र किर्रऽऽ. त्याने पांघरुणात स्वतःला एवढे पूर्णपणे गुरफटून घेतले होते की, त्याला श्वाससुद्धा घेता येत नव्हता. क्षणाक्षणाला त्याला असे वाटायचे की, आत्ता एखादे भूत येईल, एखादा राक्षस येईल आणि त्याला दूर कुठेतरी घेऊन जाईल. शाळेत नुकतीच एक घटना घडली होती. चौथीत असलेल्या त्याच्या एका जुन्या मित्राला भुताने सयामला का नेपाळला कुठेतरी नेले होते.

स्वामी घाबरून उठून बसला. त्याने त्याचे अंथरूण बेंचच्या खाली पसरले आणि मुटकुळे करून तो तिथेच पडला.

त्यातल्या त्यात त्याला ही जागा थोडी सुरक्षित आणि सुटसुटीत वाटली.

भीतीही थोडी कमी झाल्यासारखी वाटली. त्याने डोळे गच्च बंद केले आणि पुन्हा एकदा स्वतःला पांघरुणात गुरफटून घेतले. स्वतःचीच, आपण आपलीच ओळख विसरून गेल्यासारखा तो झोपेच्या अधीन झाला. पण झोपेत त्याला स्वप्नांनी घेरले. एक वाघ त्याचा पाठलाग करत होता. त्याचा पाय जमिनीत रुतून बसला. तो जिवाच्या आकांताने स्वतःची सुटका करून घ्यायचा प्रयत्न करत होता, पण त्याचा पाय जागचा हलेनाच. वाघ त्याच्या मागेच होता. त्याला वाघाच्या पंजाचे आणि त्याच्या जमिनीवरच्या ओरखडण्याचे आवाज ऐकू येत होते. खर्र! खर्रऽऽ खर्र आणि धपकन काहीतरी पडल्याचा आवाज आला. स्वामी डोळे उघडण्याचा प्रयत्न करू लागला, पण त्याच्या पापण्या जड झाल्या होत्या. डोळे उघडेचनात आणि स्वप्न तसेच चालू राहिले. ते त्याला सारखे भीती दाखवू लागले. स्वामी घाबरला आणि झोपेतच कण्हू लागला.

त्याला जाग आली. मोठ्या कष्टांनी त्याने डोळे उघडले. बाजूला आजीला शोधण्यासाठी त्याने हात पसरला. ती त्याची रोजची सवयच होती. पण आज त्याच्या हाताला बेंचचा लाकडाचा पाय लागला आणि आपण एकटे आहोत याची त्याला पुन्हा जाणीव झाली. भीतीने त्याला दरदरून घाम फुटला. आणि आता हा खसखस आवाज कशाचा येतोय? तो बेंचच्या काठावर आला आणि बाहेर अंधारात बघू लागला. कशाची तरी सावली खाली येत होती. तिकडे बघत तसाच तो भीतीने पडून राहिला. आपला शेवट जवळ आला आहे असे त्याला वाटू लागले. त्याला वाटू लागले की ते भूत आता जवळ येऊन त्याला बाहेर ओढून काढणार आणि फाडून टाकणार. मग वाट कशाला बघायची? ती सावली जवळ आली तसा तो रांगतच बेंचच्या खालून बाहेर आला आणि सगळी शक्ती पणाला लावून त्याने ती गच्च धरून ठेवली. एखाद्या धारदार शस्त्राप्रमाणे आपले दात त्याच्या अंगात रोवून त्याने त्याचा कडकडून चावा घेतला.

"अय्ययो! मला काहीतरी चावले." कुणीतरी प्राणांत यातना झाल्यासारखे जोरात ओरडले आणि तिथेच टेबल खुर्च्यांच्या पसाऱ्यात गडबडा लोळू लागले. तो आवाज ऐकताच ताबडतोब घरातले सगळे लोक, बाबा, स्वैपाकी आणि नोकर कंदील घेऊन धावतच आले. ते तिघेही त्या चोराच्या अंगावर पडले. तो तिथेच टेबल खुर्चीच्या पसाऱ्यात अडकून पडला होता. त्याच्या पायाच्या पोटरीतून रक्त येत होते.

दुसऱ्या दिवशी स्वामीवर अभिनंदनाचा वर्षाव झाला. त्याच्या वर्गातली मुले त्याच्याकडे आदराने बघू लागली आणि शिक्षकांनी त्याची पाठ थोपटली. मुख्याध्यापक म्हणाले की तो खरा सैनिक, शूर शिपाई आहे. एका कुविख्यात घरफोड्या चोराच्या पोटरीचा त्याने कडकडून चावा घेतला होता आणि सगळ्या लोकांना आणि

पोलिसांना त्याच्या या कृत्याबद्दल कृतज्ञता वाटत होती.

पोलीस इन्स्पेक्टर त्याला म्हणाले, "तू मोठा झाल्यावर पोलीसमध्ये का नाही भरती होत?"

अगदी सभ्यपणाने स्वामी त्यांना म्हणाला, "नक्कीच सर." खरे तर त्याने मनाशी ठरवून ठेवले होते की, मोठा झाल्यावर तो ड्रायव्हर किंवा रेल्वेचा गार्ड किंवा एखाद्या बसचा कंडक्टर होणार होता.

त्या दिवशी रात्री क्लबमधून घरी आल्यावर बाबांनी विचारले, "कुठे गेला आपला छोकरा?"

"तो झोपलाय."

"एवढ्या लवकर?"

"हं, काल रात्रभर त्याच्या डोळ्याला डोळा नव्हता." आई म्हणाली.

"कुठे झोपलाय तो?"

"त्याच्या नेहमीच्याच जागेवर." आईने सहज सांगितले. "तो आज रात्री साडेसातलाच झोपला."

"पुन्हा आजीच्याच जवळ झोपला वाटतं?" बाबा म्हणाले. "मी घरी यायच्या आत त्याला झोपायचे होते. हुशार आहे मुलगा."

आईला एकदम राग आला. "त्याला जिथे झोपायचे तिथे झोपू द्या. उगाच त्याला कशाची भीती दाखवू नका."

"ठीक आहे," बाबा कपडे बदलायला आत जाता जाताच कुरकुरले. "तुम्ही त्याचे फालतू लाड करा अन् बिघडवून टाका. करा काय करायचे ते. पण नंतर मला काही बोलू नका म्हणजे झालेऽऽऽ."

स्वामी पांघरुणाच्या आतून त्यांचे दोघांचे हे बोलणे ऐकत होता. बाबांनी त्याला सोडून दिल्यामुळे त्याला एकदम एखाद्या मोठ्या संकटातून सुटका झाल्यासारखे वाटले.

◆

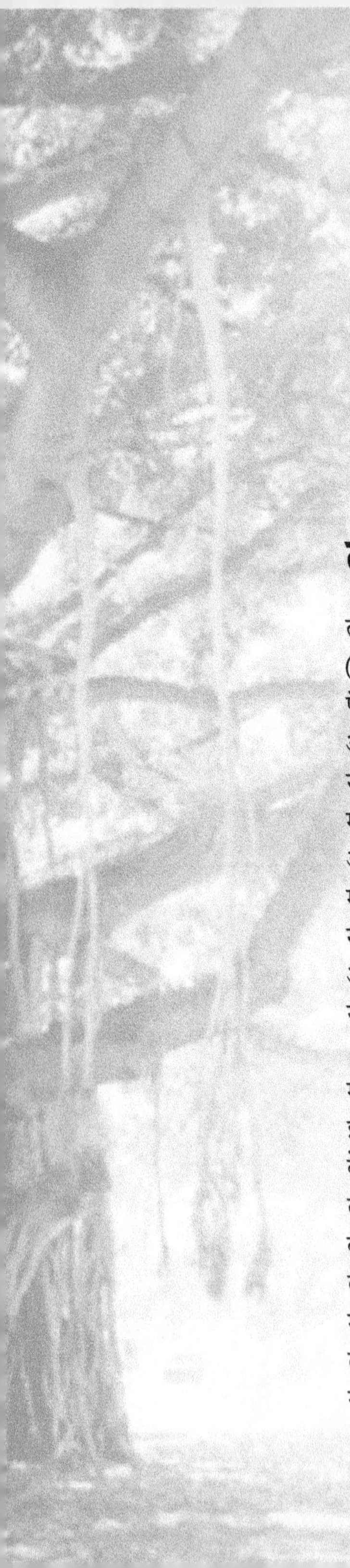

दोडू

दोडू आठ वर्षांचा होता आणि त्याला पैशांची तातडीने आवश्यकता होती. तो फक्त आठच वर्षांचा असल्यामुळे त्याची पैशांची गरज कुणी गंभीरपणे लक्षातच घेत नव्हते. (त्याला खूप साऱ्या गोष्टी करायच्या होत्या आणि त्यासाठी पैसे हवे होते. दिवाळीसाठी फटाके खरेदी करायचे होते आणि एक नवीन पेन खरेदी करायचे होते. त्यांचे गुरुजी सगळ्यांना छडीचा धाक दाखवीत आणि ते पेन खरेदी करा म्हणून सांगत.) दोडूला त्याच्या घरातील माणसांच्या औदार्याबद्दल काही शंका नव्हती, फक्त त्याच्या अशा मागण्यांकडे ते दुर्लक्ष करीत. बाहेर कुठेही जाताना ते पैसे खुळखुळवीत आणि तरीसुद्धा त्यांच्या चिक्कूपणाचे दोडूला आश्चर्य वाटे. पण कुणीच त्याला त्यांच्याजवळील एका साध्या पैशातही सहभागी करून मदत करीत नसे.

दोडूचे पण एक छोटेसे ऑफिस होते. त्याचे ऑफिस म्हणजे देवदाराच्या लाकडाची एक पेटी होती आणि त्याला झाकणही होते. त्याच्या ऑफिसच्या वेळा त्याच्या मनाप्रमाणे केव्हाही असत आणि कधीही ते चालू असे. जेव्हा केव्हा तो गंभीर होई, तेव्हा तो मांडी घालून ती पेटी समोर घेऊन बसे आणि त्यातील सगळ्या वस्तू भोवताली मांडून घेई. त्याच्या पेटीतील वस्तूही एवढ्या नाजूक नसत की त्यांच्या मालकाच्या वजनाने त्या मोडून जातील. घरातल्या सगळ्या लोकांनी फेकून दिलेल्या वस्तूंना त्याच्या पेटीत जागा असे. रोज संध्याकाळी दोडू घराच्या भोवती एक फेरी मारून त्या

वस्तू गोळा करीत असे. अर्थात, आता तो त्याला वस्तू म्हणत असे. बाबांच्या खोलीतील कचऱ्याची टोपली त्याला बराच माल पुरवठा करीत असे. पुस्तकांची आकर्षक मुखपृष्ठे, खाकी रंगाचा पुस्तकांना कव्हर घालण्याचा कागद, मोठमोठी पाकिटे, मनोरंजन करणारे तक्ते आणि निरनिराळ्या रंगाचे दोरे. मोठ्या भावाच्या खिडकीखाली त्याला गोल्ड फ्लेक सिगारेटच्या पाकिटातील पिवळा चमकीचा कागद मिळाला होता. दाढीची ब्लेड्स मिळाली होती आणि पुठ्ठ्यांची खोकी पण मिळाली होती. जेव्हा त्याची बहीण घरी नसे तेव्हा तो तिच्या पेटीतील त्याला आवडणारे रंगीत दोरे काढून घेत असे.

अशा प्रकारे त्याच्या पेटीतला माल हळूहळू वाढतच चालला होता. दर आठ दिवसाला त्याची पेटी भरून माल खाली पण सांडत असे. खरे तर त्याचीच पेटी घरात सगळ्यात मोठी होती, पण जेव्हा ती अशी भरून जाई तेव्हा त्याच्या पेटीतला माल पेटीच्या मागे भिंतीला टेकून मोठा ढीग तयार होई आणि जवळच असलेल्या बाबांच्या कपड्यांच्या स्टँडला लागे. त्यावर बाबांचा कोट वगैरे असे. बाबांच्या ते लक्षात आले की दोडूला त्यांची भीती वाटे. कारण मग ते त्याच्या सगळ्या वस्तू घेत आणि पाठीमागच्या गल्लीत नेऊन फेकून देत. दोडूची पेटी रिकामी होऊन जाई. बाबा त्या वस्तू फेकून घरात आले की दोडू लगेच पळत त्या मागच्या गल्लीत जाई आणि त्यातल्या ज्या वस्तू त्याला मुळीच फेकून द्याव्याशा वाटत नसत, त्या उचलून घेई. दिवसभर तो दुःखी असे; पण बाबांसाठी रोजच टपाल येत असे. त्याची बहीण सारखी दुकानामधून निरनिराळ्या रंगाचे दोरे विकत आणत असे आणि भाऊ तर सतत सिगारेट ओढत असे.

दोडू कधी कधी त्याच्या पेटीतही जाऊन बसत असे आणि विचार करी, पैसे मिळविण्यासाठी काय करावे बरे? त्याने एकदा एक धंदा सुरू केला होता. तोच पुन्हा सुरू करावा की काय असा विचार त्याच्या मनात आला. त्याचे मद्रासचे काका आले होते त्यांनी त्याला एक रुपया दिला होता. तो रुपया घेऊन दोडू सरळ पोस्ट ऑफिसमध्ये गेला आणि त्याने बारा तपकिरी तिकिटे, चार हिरवी तिकिटे आणि चार पोस्टकार्ड्स आणली होती. त्यानंतर त्याने त्याच्या चिमुकल्या हातांनी कन्नड भाषेत एक बोर्ड लिहिला – 'तिकिटे विकणे आहे.' आणि तो बोर्ड त्याच्या खोलीच्या खिडकीत अडकवला. तो बोर्ड बाहेरून रस्त्यावरून दिसत असे. त्याची मुख्य गिऱ्हाइके म्हणजे त्याच्या घरातीलच मोठी माणसे होती. (त्याचे बाबा सोडून). ती सर्व जण त्याला त्याचा पोस्टाचा माल विकण्यास मदत करीत आणि तो एवढ्या पटकन संपत असे की दोडूलाच त्याचे आश्चर्य वाटे. त्याला त्याच्या प्रत्येक वस्तूवर तीन पैसे फायदा मिळाला होता आणि ग्राहकांनी तो सगळा माल तत्परतेने खरेदी केला होता. शेवटी फक्त एकच पोस्टकार्ड उरले. शेजारचे एक काका ते

विकत घेण्यासाठी आले. जेव्हा दोडूने त्यांना त्याची किंमत सांगितली, तेव्हा त्यांना एकदम राग आला. ते एखाद्या मूर्खासारखेच बोलू लागले आणि हे सगळे पोलिसांना जाऊन सांगण्याची त्यांनी धमकी दिली. दोडू घाबरला. तरी पण थोडा धीटपणा दाखवून तो त्यांना म्हणालाच की, जर त्याला धंद्यात काही नफा नाही मिळाला तर मग त्याला असे कार्ड आणि तिकिटे विकण्यात काय मजा येणार? पण मग त्या काकांना चांगले वाटावे म्हणून आणि त्यांचा राग शांत व्हावा म्हणून त्याने ते कार्ड त्यांना तसेच देऊन टाकले. अशा रीतीने सारखा पैसा गुंतवून त्याच्यातून फायदा मिळवायचा, मग पुन्हा पैसे गुंतवून काहीतरी धंदा करायचा, नफा मिळवायचा हे त्याचे स्वप्न भंग पावले. त्याला या धंद्यात काही नफा तर झालाच नाही उलट त्याचे जे मूळ भांडवल होते, ते पण गेले. आपले मूळ भांडवल कसे काय संपले, ते पण त्याला कळले नाही. ही गोष्ट सगळ्यांना समजली आणि त्याचे हसे झाले. बिचारा दोडू कोमेजून गेला. घरातील इतर माणसे उधारीवर वस्तू विकत आणत, पण त्याला तसेही करता येत नसे. त्याला कुणी काही देतही नसे. त्यांना सुट्या पैशांचा प्रश्न सतावीत असे. दोडू त्याच्या या धंद्याबद्दल विसरूनही गेला होता, पण एक दिवस एक माणूस घरात आला आणि दहा तिकिटे आणि सोळा पोस्टकार्ड्स मागू लागला. बाबांनी त्याला बाहेर जायला सांगितले, तसे तो म्हणाला की खिडकीच्या बाहेर तुम्ही पाटी लावली आहे ती बघूनच मी आलो. बाबांनी लगेच ती पाटी काढली, त्यावर लिहिलेला कागद चोळामोळा करून फेकून दिला आणि ते दोडूच्या अंगावर ओरडले. दोडूने त्याचा धंदा जरी बंद केला होता तरी खिडकीच्या बाहेर लावलेली 'तिकिटे विकणे आहे' ही पाटी काढून टाकायची तो विसरूनच गेला होता. नवीन धंदा सुरू करण्याचे त्याने जे साहस केले होते त्याचा शेवट असा झाला.

आता सध्याही तो त्याच्या पेटीत बसून अजाणतेपणाने आपल्या आधीच्या कामांचा आढावा घेऊ लागला. विचार करत असताना काही गोष्टी त्याच्या लक्षात आल्या. एक म्हणजे मोठ्या माणसांकडून कुठल्याही मदतीची किंवा सहानुभूतीची अपेक्षा करायची नाही. दुसरे म्हणजे मद्रासच्या काकांनी जर पुन्हा एक रुपया दिला तर तो अशा फालतू गोष्टीसाठी वाया घालवायचा नाही. खरे तर तिकिटे आणणे आणि विकणे म्हणजे निव्वळ मूर्खपणाच होता. तिकिटे विकत आणणे ठीक होते, पण विकताना थोडी गडबड झाली. काहीतरी अटी घालायला पाहिजे होत्या. म्हणजे काहीच न मिळाल्यापेक्षा थोडे तरी काही मिळाले असते.

खिडकीतून बाहेर पाहत असताना एक माणूस नारळाच्या झाडावर चढताना त्याला दिसला. झाडावर चढून त्यावरचा खराब झालेला भाग तो काढून टाकीत होता. दोडू पटकन उडी मारून पेटीतून बाहेर आला आणि नारळाच्या झाडाकडे गेला.

त्याने मान उंच करून वर बघितले आणि खालूनच तो ओरडला, "हाय, तुला या कामाचे रोज किती पैसे मिळतात?"

"दोनेक रुपये मिळतात." झाडाच्या शेंड्यावरूनच त्याने उत्तर दिले.

"दोन रुपये? मग तर तुझ्याजवळ खूपच पैसे जमा झाले असतील. आपल्याजवळ खूप पैसे आहेत असे नाही तुला वाटत?" दोडूने विचारले.

तो माणूस हसला आणि मग त्याचे घर, बायको, मुले असेच काहीतरी बोलत राहिला. दोडूला मात्र ही रक्कम खूपच मोठी वाटली. एवढ्या पैशात त्याला काय करता आले नसते? फटाक्यांचा तर एवढा मोठा ढीगच घेता आला असता, आकाशाएवढा. आणि ती पेटी! ती तर खाऊने आणि पेन्सिलीनीच भरून गेली असती.

"मला पण मिळतील का पैसे?" दोडूने विचारले.

"नक्की मिळतील. का नाही मिळणार?" तो माणूस म्हणाला.

पण ते नारळाचे झाड किती उंच होते. ते दोन रुपये त्या झाडाच्या शेंड्यावर गेले तरच मिळणार होते, पण त्या झाडावर कुणी कसे चढणार?

"हे बघा काका," तो ओरडला. "तसा खराब झालेला काढून टाकायचा भाग आणखी खाली जवळ कुठे असतो का?"

"नाही," तो माणूस म्हणाला. "नारळाच्या झाडाच्या शेंड्यालाच तो असतो. झाडातले आणि फळातले सगळे सत्त्व तो खाऊन टाकतो. मी त्याला शोधून काढतो आणि असे खाली फेकून देतो. असे एका झाडाचे मला तीन आणे मिळतात." असे बोलून त्याने काही कोवळी पाने खाली फेकली. दोडूने त्यातले एक पान उचलले. ते खूपच सुंदर, आकर्षक होते. ते लांब नाजूक होते आणि त्याचा रंग पांढरा पडला होता. त्याने सहजच नखाने त्या पानावर रेघोट्या मारल्या तर त्या रेघा अगदी स्पष्ट दिसू लागल्या. थोड्याच वेळात तेवढा भाग लाल रंगाचा झाला. दोडूने दुसरे पान उचलले आणि त्यावर आपले नाव लिहिले. तर काय आश्चर्य! ते पण तसेच दिसू लागले. त्याच्या डोक्यात एकदम एक कल्पना आली. त्याला आठवले की त्याचा भाऊ एकदा आईला काहीतरी सांगत होता. त्याच्या एका मित्राने ताडाच्या झाडावर काहीतरी लिहून ते लायब्ररीमध्ये दिले होते आणि त्याला त्याचे पैसे मिळाले होते. असे काही केले तर नक्कीच पैसे मिळतील.

दुसरे दिवशी सकाळीच सहजच त्याने भावाला त्या गोष्टीबद्दल विचारले आणि भावानेही त्याला सगळे सविस्तर सांगितले. त्याने सांगितले की पुरातत्त्व विभागाचे प्रमुख डॉ. अय्यंगार यांनी कुणाकडून तरी एक ऐतिहासिक दस्तऐवज ताडपत्रीच्या पानावर लिहून आणला होता आणि तो त्यांनी 'म्हैसूर ओरिएंटल लायब्ररी' मध्ये ठेवला होता. लायब्ररीचे नाव, पत्ता आणि त्या प्रमुखाचे नाव ऐकताना दोडू विशेष

लक्ष देऊन ऐकत होता.

त्या दिवशी दुपारीच त्याने त्या लायब्ररीचा रस्ता धरला. या वर्षीची दिवाळी खूप धुमधडाक्यात होणार आणि आपल्याजवळचे फटाके संपणारच नाहीत असे दृश्य त्याला डोळ्यांसमोर दिसत होते.

ती पिवळ्या रंगाची इमारत आणि त्यावरचा तो एवढा मोठा घुमट बघून तो एकदम धास्तावून गेला. त्याला शंका आली की त्याला आत तरी जायला मिळेल का नाही. दाराजवळच एक चपराशी गुडघ्यावर डोके ठेवून पेंगत होता. दोडू त्याला विनम्रपणे म्हणाला, ''मला इथल्या मुख्य अधिकाऱ्यांना भेटायचे आहे. माझे त्यांच्याकडे खूप महत्त्वाचे काम आहे.''

पण त्या चपराशाचे त्याच्याकडे लक्षही गेले नाही. तो खूपच झोपेत होता.

दोडूने आत प्रवेश केला आणि त्याला जाणवले की तिथे तो खूपच लहान दिसतोय. सगळ्याच गोष्टी कशा मोठमोठ्या आणि एकदम प्रभाव पडणाऱ्या दिसत होत्या. जिकडे पाहावे तिकडे दगडी पुतळे होते आणि वर छतावर पण बरेच काहीबाही लिहिलेले होते. मोठमोठे विद्वान लोक भडक रंगाच्या लांब लांब ताडपत्र्या पांघरून त्यावर लिहिलेले काळजीपूर्वक तपासून पाहत होते. सगळ्याच गोष्टी कशा भव्य, भपकेबाज होत्या त्यामुळे दोडूने तिथून पळून जाण्याचा विचार केला. त्या शांत हॉलमध्ये त्याच्या छातीच्या ठोक्यांचा प्रतिध्वनी त्याच्या कानात घुमत होता.

तरीपण त्याने हिंमत केली. दोन्ही हातांनी एका मोठ्या टेबलाला धरून तो उभा राहिला. त्या टेबलाच्या दुसऱ्या बाजूला एक उमदे गृहस्थ बसले होते. त्यांनी पागोटे घातले होते आणि त्यांच्या डोळ्यांवर चश्मा होता.

''सर,'' दोडूने अतिशय नम्रपणे हळू आवाजात, तिथल्या शांततेचा भंग न होऊ देता हाक मारली; पण त्या गृहस्थांना ते ऐकूच गेले नाही.

''सर,'' दोडूने पुन्हा हाक मारली. या वेळी तो थोडा जोरातच बोलला. जणू काही आधीच्या हळूपणाची त्याला भरपाई करायची होती. त्या शांततेत त्याचे जोरात बोलणे थोडे अनुचित वाटले म्हणून त्याला एकदम लाजल्यासारखे झाले.

त्या गृहस्थांनी आवाजाच्या दिशेने इकडे तिकडे बघितले, पण हा 'सर' असा आवाज कुठून आला ते काही त्यांना कळले नाही.

''तुम्ही डॉक्टर आहात का?'' पुन्हा तोच आवाज त्यांच्या कानावर पडला आणि हा असा काहीतरी वेगळ्याच प्रकारचा आवाज आल्यामुळे ते गृहस्थ गोंधळून गेले. त्यांनी इकडे तिकडे बघितले, तर टेबलाच्या कडेला एक काळ्या केसांचा झुपका त्यांना दिसला. त्यांनी खुर्ची मागे सरकवली आणि ते उठून उभे राहिले. एक कुणीतरी खोडकर दिसणारा लहान मुलगा तिथे बघून त्यांना आश्चर्य वाटले. टेबलाच्या दुसऱ्या टोकाला तो उभा होता आणि त्याची शर्ट-पँटही मळलेली होती.

त्या गृहस्थांना फक्त प्रौढ मान्यवर लोकांना आणि हुशार विद्यार्थ्यांनाच भेटण्याची सवय होती.

"तू इथे काय करतो आहेस?" त्यांनी विचारले.

"मला डॉक्टरांना भेटायचे आहे. तुम्ही डॉक्टर आहात का?"

"हो, पण तू कोण आहेस?"

दोडू खुर्चीवर चढला आणि उभा राहिला.

"तुम्ही जर खरंच डॉक्टर असाल तर मला तुम्हाला एक मजेशीर गोष्ट दाखवायची आहे. मी असे ऐकले आहे की तुम्ही झाडाच्या पानावर कुणी काही लिहून आणले की त्यांना पैसे देता आणि असेही ऐकलेय की त्यासाठी तुम्ही शंभर रुपये पण देता." त्याने त्याच्या खिशातून झाडाच्या पानांचा चुरगाळलेला एक चेंडू काढला आणि तो डॉक्टरांना दिला.

डॉक्टरांना त्यांच्या रोजच्या कंटाळवाण्या आयुष्यात हा एक मजेशीर बदल होता. त्यांनी अगदी सूक्ष्मपणे त्याने लिहून आणलेले पान बघितले. एका पानावर एक सुरईचे चित्र काढले होते आणि त्याला नाक काढले होते. दुसऱ्या पानावर एक घोड्याचे चित्र काढले होते आणि त्याखाली कन्नडमध्ये 'दोडू' असे नाव लिहिले होते. अजून एका पानावर एका कन्नड प्राथमिक पुस्तकातली काही वाक्ये लिहिली होती. 'गाय हा पाळीव प्राणी आहे', 'हे रामाचे पुस्तक आहे.' तिसऱ्या ठिकाणी काही इंग्लिश अक्षरे होती. 'Cot. Ox. Fig. Pear. Baby. AAAABCFG.'

शिलालेखांवरील दुर्मीळ अक्षरे वाचतांनासुद्धा डॉक्टरांना त्रास होत नसे. शेकडो वर्षांपूर्वीच्या राजेमहालातील तांब्यांच्या प्लेट्स आणि अतिशय कठीण असे दगडावरील खोदकाम वाचण्यातही ते तज्ज्ञ होते आणि यशस्वी झाले होते. दोडूचे हे गिचमिड लिहिलेले हस्ताक्षर म्हणजे त्यांच्यासाठी एक मोठे आव्हानच होते. एक प्रकारची शिक्षाच होती.

जेव्हा त्यांनी सगळे वाचून संपवले, तेव्हा ते थोडा वेळ थांबले आणि मग जोरजोरात हसू लागले.

दोडूला एकदम वाईट वाटले. तो दुखावला गेला. तो मनाशीच म्हणाला, 'डॉक्टरांना मला हसायचे काहीच कारण नाही. जर त्यांना ती पाने नको असतील तर त्यांनी ती माझी मला वापस द्यावीत. दोडू ती घेऊन आणखी दुसऱ्या एखाद्या डॉक्टरांना विकेल.' पण तो मोठ्याने काहीच बोलू शकला नाही.

"मी या अशा प्रकारासाठी पैसे देतो असे तुला कुणी सांगितले?" त्यांनी विचारले.

दोडूच्या भावाने त्याला काय सांगितले होते, ते सगळे त्याने पुन्हा डॉक्टरांना सांगितले. डॉक्टरांचा चेहरा आश्चर्यचकित झाला.

"तू खूप छान मुलगा आहेस,'' ते त्याला म्हणाले. ''मला जे पाहिजे होते तेच तू घेऊन आलास. मी ते विकत घेईन.''

त्यांनी ती पाने ठेवून घेतली आणि त्यांच्या खिशात काही नाणी होती ती दोडूला दिली. ते जवळ जवळ चार आणे होते. चार आण्यांची तांब्याची नाणी म्हणजे खूप मोठी रक्कम होती. दोडूने आनंदाने ते पैसे घेतले.

''कुणाचा मुलगा आहेस तू?'' त्यांनी विचारले.

दोडूने काहीच उत्तर दिले नाही. कारण ते त्याचे एक गुपित होते.

''मला माहीत नाही. माझे बाबा कोणत्या तरी ऑफिसमध्ये जातात.'' तो म्हणाला.

''तुझे नाव काय?'' त्यांनी पुन्हा विचारले.

दोडू थोडा वेळ थांबला आणि म्हणाला, ''रामस्वामी.''

ते पण खोटे होते. त्याचे घरातले नाव होते 'दोडू' आणि शाळेतले 'लक्ष्मण.'

''ठीक आहे रामस्वामी. तू आता नीट घरी जाशील का? फुटपाथवरून जा, कारण रस्त्यावर सारख्या मोटारगाड्या जात असतात.'' डॉक्टर म्हणाले.

दोडू एका म्हाताऱ्या बाईच्या समोर बसला होता. तिच्या टोपलीत खाण्याच्या वस्तू होत्या.

तीन पैशांचे खारे शेंगदाणे त्याने घेतले होते आणि त्याचे दोन्ही खिसे फुगलेले होते. समोरच चरत असलेल्या गाईकडे तो एकटक नजरेने बघत होता. सूर्याचे ऊन चेहऱ्यावर पडले होते आणि दोडूचा चेहरा खूप आनंदी आणि समाधानी दिसत होता.

◆

दुसरी जमात

मी या गोष्टीमध्ये कुठल्याही जातीचा किंवा जमातीचा उल्लेख करणार नाही. काही महिन्यांपूर्वीच वर्तमानपत्रात एका मथळ्याखाली एक छोटीशी, सुटसुटीत, सोप्पी अशी टीप आली होती – 'एक जमात' आणि 'दुसरी जमात'. हीच गोष्ट लक्षात ठेवून मी माझ्या या गोष्टीतल्या नायकाला काहीही नाव देणार नाही. जर तुम्हाला वाटलेच तर तुम्ही त्याची जात किंवा जमात जे काय असेल ते शोधून काढू शकता. पण मला खात्री आहे, तुम्ही कुठल्याही प्रकारचा अंदाज बांधू शकणार नाही. कदाचित तुम्ही एवढे सांगू शकाल की त्याने त्याच्या शर्टखाली बंडी घातली होती किंवा बनियन घातले होते. पण त्याने आपला काहीच उद्देश साध्य होऊ शकणार नाही. तो नायक एका विमा व्यवसायाच्या ऑफिसमध्ये काम करत होता. तो एका टेबलावर बसत असे आणि रोज सकाळपासून संध्याकाळी पाच वाजेपर्यंत दिवसभर काहीतरी कागदपत्रे बघून आकडेमोड करीत असे. महिन्याच्या शेवटी त्याच्या हातात एक पाकीट पडे; त्यात शंभर रुपये असत. तो एक मध्यमवयीन गृहस्थ आहे आणि त्याच्या तरुणपणापासून ते मध्यमवयापर्यंतचा त्याचा प्रवास त्याच्या ऑफिसच्या त्याच टेबलावर बसून झाला. तो एका छोट्या गल्लीत एका छोट्या घरात राहत होता. दोन खोल्या आणि एक हॉल असलेले त्याचे छोटेसे घर त्याला, त्याच्या बायकोला आणि चार मुलांना पुरेसे होत असे. फक्त कधी कधी पाहुणे आले तर मात्र अडचण

होई. घराच्या जवळच दुकाने होती, मुलांची शाळा जवळच होती आणि आजूबाजूला त्याच्या बायकोच्या मैत्रिणी होत्या.

ऑक्टोबर १९४७ पर्यंत त्याचे जीवन असे शांत, सुखी आणि समाधानी होते. पण नंतर हळूहळू त्याच्या लक्षात आले की, आजूबाजूच्या लोकांनी थोडेसे रानटीपणाने वागायला आणि बोलायला सुरुवात केली आहे. कुणीतरी कुणालातरी मारून टाकले आहे आणि त्याचे प्रेत कुठेतरी फेकून दिले आहे, अशा दूरदूरच्या हजारो मैलांवरच्या गोष्टी ते बोलत होते. दूर कुठेतरी घडलेल्या गोष्टींचे पडसाद इकडे उमटत आणि मग त्याच घटनेबद्दल सुडाच्या, बदला घेण्याच्या गोष्टी बोलल्या जात. खरे तर या सगळ्या गोष्टी मूर्खपणाच्या आणि हास्यास्पद होत्या. पण ते तसे चालले होते. एखाद्या दूरवर घडलेल्या एखाद्या चांगल्या कृतीचे पडसाद उमटत नाहीत; पण वाईट कृतीमध्ये मात्र ती शक्ती असते. आपल्या या मित्राने बघितले होते की त्यांच्या शेजारच्या घरात रोज पेपरमध्ये असे काही वाचले की त्यांचा रागाचा पारा चढत असे. ते अगदी रानटीपणे बोलत. "हे जे कुणी आहेत ना, त्यांना आपण असे चिरडून टाकले पाहिजे.", "त्यांनी मुलांना आणि बायकांनाही सोडले नाही.", "ठीक आहे आम्ही पण त्यांना चांगलाच धडा शिकवू.", "आम्ही पण इकडे असेच करू.", "या लोकांना जशास तसेचीच भाषा कळते." असे काहीतरी लोकांना बोलताना त्याने ऐकले होते. त्यांचे रडणे, ओरडणे त्याच्या कानावर येई. असे काहीतरी ऐकले की तो त्यांना काही सांगायचा प्रयत्न करी, "हे बघा..." त्याच्या ऑफिसमध्ये उजव्या बाजूला बसणारा त्याचा मित्र, त्यांचा पोस्टमन, पानाच्या दुकानावरील लोक आणि बँकेतला त्याचा एक मित्र हे सगळेच दुसऱ्या जमातीचे होते. आत्तापर्यंत त्याने या गोष्टीकडे कधीच लक्ष दिले नव्हते. ते सगळे त्याचे मित्र होते. ते सगळे एकमेकांशी हसून खेळून बोलत. एकमेकांची कामे करत असत. पण आता त्याला त्यांच्यातला एक नवाच पैलू दिसू लागला. ते कुणीतरी दुसऱ्या जमातीचे होते. तेच लोक आता धूर्तपणाने बोलत असत. त्याच्या पोस्टऑफिसमधल्या मित्राला कुणीतरी रस्त्यात अडवले होते. आणि ती छोटीशी मुलगी? तो जेव्हा त्यांच्या घरी जाई तेव्हा ती त्याला लिंबू सरबत आणून देत असे, नाच करून दाखवी, गाणे म्हणून दाखवी. शाळेत जाताना तिची बॅग वेगवेगळ्या चित्रांनी, पेन्सिलींनी आणि खोडरबराने भरलेली असे. एकदा ती शाळेत जात असताना कुणीतरी त्यांच्याच जमातीतल्या गुंड-मवाल्यांनी तिचा पाठलाग केला. हे अशा प्रकारचे चित्र डोळ्यांसमोर आले की त्याला श्वास घेतानासुद्धा अवघड होई. "देवा त्यांना क्षमा कर," तो मनातल्या मनात म्हणे. आजूबाजूच्या लोकांना तो शांतपणे समजावून सांगण्याचा प्रयत्न करी. "हे बघा, शांत राहा. इथे असे काहीही होणार नाही." पण त्याला माहीत होते की ते विचार फक्त त्याच्यापुरतेच होते. त्याला

माहीत होते की त्याची माणसे काठ्या आणि चाकू गोळा करीत आहेत. त्याला हेही माहीत होते की, ते त्यांची संघटना निर्माण करीत आहेत, त्यांचे काही नियमही आहेत. त्याच्या संवेदनशील मनाला हे सर्व खूप भयानक वाटत होते. जाळपोळ, लाठीमार, लुटालूट या सगळ्या गोष्टींनी सगळीकडे नुसता धुमाकूळ माजवला होता. त्याच्या काकांच्या घरी जेव्हा सगळे जमायचे, तेव्हा काही सूचना दिल्या जात, पैसे जमा केले जात आणि असे म्हणत असत की, ''हे बघा, आम्ही आमच्याकडून काहीही करणार नाही; पण त्यांनी जर शेपूट हलवली तर मात्र सगळे संपले. त्यांना ज्या भाषेत समजते त्याच भाषेत आम्ही समजावून सांगू.'' सगळे जीवनच कसे असह्य झाले होते. लोक भुरट्या चोऱ्या करीत, एकमेकांपासून गोष्टी लपवून ठेवीत. प्रत्येक माणूस त्याला एखादा संभवनीय मारेकरीच वाटायचा. लोक एकमेकांकडे संशयाने आणि द्वेषाने बघू लागले. एखादा माणूस रस्त्याने जाऊ लागला की दुसरा त्याच्यावर लक्ष ठेवी, त्याच्यापासून सावध राहत असे. या गोष्टींची त्याला लाज वाटे. वातावरणात सगळी भीती पसरली होती. तो कुणाला भेटायचे पण टाळीत असे. कुणीतरी सारखे काहीतरी सांगत असे – ''तुम्हाला माहीत आहे का, काल संध्याकाळी काय झाले ते? एक माणूस सायकलवर जात होता तर रस्त्यातच कुणीतरी त्याला भोसकले. अर्थात, पोलीस ही सगळी केस दाबूनच टाकतील म्हणा.'' किंवा त्याच्या कानावर येई – ''तुम्हाला माहीत आहे का, काल ते लोक एका मुलींच्या शाळेत घुसले आणि चार मुलींना पळवून नेले. पोलीस काहीच कामाचे नाहीत. हे सगळे आपल्यालाच निस्तरायला पाहिजे.'' अशा प्रकारची बोलणी ऐकली की त्याच्या छातीत धडधडायला लागे आणि आजारी पडल्यासारखेच वाटायचे. जीव गुदमरल्यासारखा व्हायचा. जिभेला अन्नाची चव कडू लागायची. या दडपणाखालीच तो बायको मुलांकडे पण बघत नसे. ''अरे देवा, किती निष्पाप आहेत ही. कोणत्या दांडगट माणसामुळे तुमच्या जिवाला धोका आहे, देव जाणे!''

रात्रीच्या वेळी मोठ्या कष्टांनी तो झोपण्याचा प्रयत्न करी. त्याचे डोळे सताड उघडे असत. कान तर बाहेर काही गोंधळ होतोय का या आवाजाचा सतत वेध घेत असत. समजा, त्यांनी येऊन धाडकन दार मोडले तर? त्याच्या लहान लहान मुलांनी भीतीने मारलेल्या किंकाळ्या त्याला ऐकू येत. सगळ्या रात्रभर तो मुलाबाळांकडे लक्ष ठेवी. झोप येत असली तर ती येऊ नये म्हणून प्रयत्न करायचा, अर्धवट झोपेतच असायचा आणि बाहेर गर्दी होऊन लोकांच्या रडण्या ओरडण्याच्या आवाजाची वाट बघायचा. रात्रीच्या शांततेत कुत्रा रडला की त्याला अशुभ वाटे. रात्री मध्येच उठून आभाळ थोडेसे फटफटले का ते बघत राही. झोपेतच त्याची बायको विचारी, ''काय झाले?'' तो म्हणायचा, ''काही नाही, झोप तू.'' आणि पुन्हा अंथरुणावर यायचा. काहीही घडत नव्हते म्हणून तो समाधानी होता. त्याने मनातल्या मनात

असेही ठरवले की सरपणाच्या खोलीतील कुऱ्हाड आपल्या जवळच आणून ठेवावी म्हणजे काम पडले तर आपल्याला आपल्या मुलाबाळांचे रक्षण करता येईल. कधी कधी एखाद्या मोटार, जीप किंवा बैलगाडीच्या येण्यामुळे त्याची झोप आवश्यकतेपेक्षाही कमी होत असे आणि मग त्याचे पाय खिडकीकडे वळत. तिथे उभा राहून तो खात्री करून घेत असे की मारामारी आणि जाळपोळ करणाऱ्या जमावाला रोखून धरण्यासाठी पोलिसांची गाडी तर आली नाही ना? प्रत्येक रात्र तो अशीच तगमग करीत, विचार करीत घालवत असे आणि मग दिवस उजाडला की त्याला सुटल्यासारखे वाटे.

प्रत्येक जण म्हणत होता की येणाऱ्या बुधवारी म्हणजे एकोणतीस तारखेला फार कठीण दिवस आहे. त्या दिवशी सगळे काही बंद आहे. ही तारीख त्यांनी का निवडली होती हे मात्र कळत नव्हते, पण प्रत्येक जणच तसे म्हणत होता. त्याच्या ऑफिसमध्येही लोक एकोणतीस तारखेशिवाय दुसरे काहीच बोलत नव्हते. त्याच्या काकांच्या घरात तर जे काही चालले होते ते तर कळसाला पोहोचले होते. त्याचे काका त्याला म्हणाले, "आत्तापर्यंत आपल्याला जो काही त्रास झाला त्याचा सगळा वचपा आपल्याला एकोणतीस तारखेला काढायला मिळणार, त्यामुळे मला खूप आनंद झाला आहे. आता एकदाचा हा सगळा मनस्ताप तरी संपून जाईल. आपण हे सगळे शहर स्वच्छ करू. शेवटी ते लोक आपल्या शहराच्या लोकसंख्येमध्ये तसे कमीच आहेत. फक्त दीड लाख आणि आपण..." ते मग अशीच काहीतरी आकडेवारी सांगू लागले.

दिवस जवळ येत चालला होता. तो निरनिराळे तर्क करीत होता. त्याला नेहमी आश्चर्य वाटायचे की, विपत्ती येणार पण त्याची योजना त्यांनी कशी केली? त्याची ठिणगी कशी पडणार? एखाद्या ठरलेल्या वेळी एखाद्या जमातीचा माणूस कुणाच्यातरी एखाद्याच्या सहजच थोबाडीत मारणार का काय?

त्याने त्याच्या काकाला विचारले, "समजा काहीच झाले नाही तर?"

काका म्हणाले, "असे कसे काही घडणार नाही? आम्हाला माहीत आहे की ते काहीतरी करणारच आहेत. रोज रात्री त्यांच्या सभा चालतात. रात्री अशी भेटायची काय गरज आहे?"

"त्यांना प्रत्येकाला तीच वेळ सोयीची असेल. त्या वेळेशिवाय ते एकत्र जमू शकत नसतील," तो म्हणाला.

"पण आम्हाला असे त्या वेळी त्या लोकांनी एकमेकांना भेटलेले चालणार नाही. आम्ही काही कुणाला त्रास देणार नाही; पण जर का समजा काही झालेच तर मात्र आम्ही त्यांना संपवून टाकू. त्यासाठी फक्त थोडासाच वेळ लागेल. एखादे बटण दाबले की जसे काम होते ना, तसा. पण आम्ही शक्यतो पुढाकार घेणार नाही."

एकोणतीस तारखेला जवळ जवळ सगळी दुकाने बंद होती. एक काळजी म्हणून मुले शाळेत गेली नाहीत. त्यांना आनंद झाला होता.

"बाबा आज शाळा नाही. का नाही ते तुम्हाला माहीत आहे का? आज कुठेतरी मारामारी होणार आहे म्हणे.''

त्या तशा मारामारीबद्दलचा मुलांचा थंडपणा आणि अलिप्तपणा बघून त्याला त्यांचा हेवा वाटू लागला. आज त्याचे ऑफिसला जाणे त्याच्या बायकोला आवडले नाही.

"शेजारचे लोक ऑफिसला जाणार नाहीत असे वाटते. तुम्ही का जाताय?'' ती त्याला म्हणाली.

तिचा तो प्रश्न त्याने हसण्यावारी नेला. बाहेर जाण्याच्या तयारीत असताना तो हसत हसत तिला म्हणाला, "जर तुम्हाला भीती वाटत असेल, तर तुम्ही घरात बसू शकता.''

त्याची बायको म्हणाली, "कुणी घाबरत नाही. जोपर्यंत तुमचे काका आपल्या जवळ आहेत तोपर्यंत आम्हाला काही भीती नाही.''

ऑफिसमध्ये गेल्यावर त्याने बघितले, त्याचे साहेब आले होते; पण बरेचसे सहकारी मात्र उपस्थित नव्हते. सगळ्यांचीच जणू काही तातडीची खासगी कामे निघाली होती. जे काही थोडेफार आले होते, ते त्यांचा सगळा वेळ नुसता गप्पा मारण्यात घालवत होते. आज काय होण्याची शक्यता आहे यावर त्यांची चर्चा चालली होती. आपल्या या मित्राचे डोके मात्र या सगळ्या अफवांनी आणि भीतीने चक्रावले होते. त्याला त्यांचे बाहेरचे बोलणेही ऐकावेसे वाटत नव्हते. त्याने स्वतःला पूर्णपणे कामात बुडवून घेतले आणि तो मन लावून काम करू लागला. एकएक काम उकरून काढून तो सतत व्यस्त राहण्याचा प्रयत्न करू लागला. स्वतःला गुंतवून ठेवण्यासाठी त्याने बऱ्याच जुन्या फायली काढल्या आणि त्यातली आकडेमोड तो तपासू लागला. तो कामात एवढा गढून गेला होता की त्याला सगळे आवरून ऑफिसमधून बाहेर पडायला संध्याकाळचे सात वाजले.

त्या सगळ्या जुन्या पुराण्या फाइल्स काढल्यामुळे त्याचे डोके सुन्न झाले होते. पण आता त्याला लवकरात लवकर घरी पोहोचावेसे वाटू लागले. आपल्या घरी काय झाले असेल काय नाही, देवाला माहीत असा विचार त्याच्या मनात आला. रोजच्या रस्त्याने जाणे त्याला थोडे त्रासदायक आणि अशक्य वाटू लागले. त्याला वाटले की त्या रस्त्याने गेलो तर आपल्याला खूपच वेळ लागेल. सगळ्यात चांगला उपाय म्हणजे ऑफिसच्या समोर एक छोटी, अरुंद गल्ली होती, त्या रस्त्याने गेले तर बरे. तो कधी कधी घाईत असला आणि अडचणीची वेळ असली तर त्या रस्त्याने जाणे येणे करी; पण रोज मात्र तिथून जाणे टाळीत असे, कारण तो रस्ता

अरुंद होता. तिथे गटार होते आणि खूप सारी घाणेरडी कुत्री असत. त्याने त्याच्या हातातल्या घड्याळाकडे बघितले आणि घाईघाईने तो त्या अंधाऱ्या गल्लीत शिरला. तो थोडा पुढे जातो न जातो तोच समोरून एक सायकलस्वार आला आणि एकदम थांबला. ते दोघेही समोरासमोर आले आणि ते दोघेही कसे जायचे याचा विचार करू लागले. दोघेही एकदमच एकदा डावीकडे तर एकदा उजवीकडे होत होते. दोघांनाही रस्त्याने जाणे अवघड झाले. शेवटी त्या माणसाचा सायकलवरचा ताबा सुटला आणि ते दोघेही तिथे धुळीत पडले.

आपल्या मित्राने घाबरून त्याला धरले आणि तो जोरात किंचाळला, ''नीट सायकल चालवता येत नाही का?''

दुसरा माणूस अडखळतच उठला आणि ओरडला, ''तू आंधळा आहेस का? तुला समोरून सायकल येताना दिसली नाही का?''

''तुझा लाईट कुठे आहे?''

''तू कोण मला विचारणार?'' तो दुसरा पुन्हा ओरडला आणि त्याने शर्टाच्या बाह्या वर करून आपल्या मित्राच्या एक थोबाडीत मारली. आपल्या मित्राचेही डोके फिरले आणि त्यानेही त्याच्या पोटात एक लाथ मारली. गर्दी जमली. कुणीतरी ओरडले, ''आपल्याच जागेत येऊन आपल्याला मारण्याची त्याची हिंमत बघा. या लोकांना चांगला धडा शिकवायला पाहिजे. तुम्हाला काय वाटते, आम्ही घाबरतो?''

ओरडणे आणि किंचाळणे वाढू लागले. कुणाचे कुणाला काही बोललेले पण ऐकू येत नव्हते. आपल्या मित्राला कुणीतरी काठीने मारले, कुणीतरी दुसऱ्या माणसाने त्याला धक्काबुक्की केली. कुणाच्या तरी खिशातला चाकू लकलकताना त्याने बघितला. आपल्या मित्राला कळले की, त्याचा शेवट आता जवळ आला आहे. तो एकदम बेफिकीर झाला आणि अलिप्तपणे सगळे बघू लागला. त्याला खरे तर या लोकांशी खूप बोलायचे होते. आपण सगळ्यांनी एकमेकांशी माणुसकीने वागले पाहिजे, नातेसंबंध जपले पाहिजेत, एक आदर्श निर्माण केला पाहिजे, हे सगळे एकदम थांबवा, असे बरेच काही त्याला बोलायचे होते. पण त्याच्या तोंडातून शब्दच फुटेनासा झाला. तो सगळ्या बाजूंनी घेरला गेला होता. ही गर्दी त्याला असह्य होत होती. त्या घोळक्यातला प्रत्येक माणूस त्याला दमदाटी करू पाहत होता आणि प्रत्येक जण आपल्या हाताने त्याच्या शरीरावर जिथे दिसेल तिथे प्रहार करीत होता. त्याचे डोळे हळूहळू मिटत होते. त्याला हलके हलके वाटू लागले.

जवळच कुणीतरी होते त्याच्या जवळ तो पुटपुटला, ''पण मी काहीच केले नाही. काय झाले ते माझ्या काकांना काहीच सांगू नका. हे सगळे घडले त्यासाठी मी जबाबदार नाही. मी सुरुवात केलीच नाही. फक्त हे शहर वाचले पाहिजे. मी एका शब्दानेही कुठे काही वाच्यता करणार नाही. मी कुणालाच काही सांगणार नाही. मी

काही बोललो तर ते एखादे बटण दाबल्यासारखेच होईल. त्यामुळे सगळ्यांचाच विनाश ओढवेल. तुमचा आणि आमचा. त्यामुळे काय साध्य होणार आहे? तुमची किंवा माझी जमात असे काहीच नाही. आपण सगळे एकाच देशाचे आहोत. मी, माझी बायको, माझी मुले, तुम्ही, तुमच्या बायका आणि तुमची मुले. एकमेकांचे गळे कापू नका. कुणी कुणाचा गळा कापला यात काही तथ्य नाही. माझ्यासाठी सगळे सारखेच आहे. पण आपण तसे काही करायला नको. तसे काहीच करू नये. तसे काहीच नको. मी माझ्या काकांना सांगेन की मी माझ्या ऑफिसच्या जिन्यावरून पडलो त्यामुळे मला लागले. त्यांना काहीच कळणार नाही. त्यामुळे ते बटण दाबणार नाहीत.''

पण बटण आधीच दाबले गेले होते. त्या अरुंद गल्लीतील ती घटना थोड्याच वेळात सगळ्या शहरात पसरली आणि त्याचे काका आणि दुसऱ्या लोकांचे काका सगळेच बटण दाबू लागले. या सगळ्यांचे परिणाम काय झाले ते इथे सांगायची गरज नाही. जर कदाचित तो बोलू शकला असता, आपला मित्र जर काही बोलू शकला असता, तर तो नक्कीच खोटे बोलला असता आणि त्याने शहराला वाचवले असते. पण दुर्दैवाने ते खोटे उच्चारले गेलेच नाही. दुसरे दिवशी सकाळी त्या दुर्दैवी गल्लीत पोलिसांना त्याचे प्रेत एका खड्ड्यात सापडले. त्याच्या शर्टाच्या खिशात त्याचे रॉकेलचे कूपन असल्यामुळे त्याची ओळख पटली.

◆

सूर्यासारखे

सत्य हे नेहमी सूर्याप्रमाणे आहे. शेखर मनातल्या मनात खोलवर विचार करत होता. मला तर असे वाटते की कुणीही मनुष्यप्राणी सूर्याकडे सरळ बघू शकणार नाही. त्याचे डोळे तरी मिचमिच करतील नाहीतर तो गोंधळून तरी जाईल. रात्रंदिवस विचार करून शेखरची खात्री पटली होती की मानवी नातेसंबंधांचे सार म्हणजे त्याच्या स्वभावात असलेले सत्य, ज्यामुळे कुणालाही धक्का बसत नाही. आजचा दिवस म्हणजे त्याला त्याच्या आयुष्यातील एक दुर्मिळ दिवस वाटू लागला. निदान वर्षातून एक दिवस तरी, काहीही झाले तरी सत्यच बोलले पाहिजे नाहीतर या जीवनाला काय अर्थ आहे? भवितव्यात आपल्याला हे शक्य होईल असे त्याला वाटू लागले. त्याने कुणालाही त्याच्या मनातली ही गोष्ट सांगितली नाही, पण त्याने त्याच्या मनाशी पक्का निश्चय केला होता. तो त्याच्यामधला आणि नियतीमधला एक करार होता.

पहिल्याच प्रसंगाला त्याला सकाळी सकाळीच तोंड द्यावे लागले. जेवणाबद्दल तो कुरकुर करू लागला. आपण स्वयंपाकात एकदम पारंगत आहोत असे त्याच्या बायकोला वाटत असे. त्याला कुरकुर करताना पाहून तिने विचारले, "का, जेवण चांगले झाले नाही का?"

एरवी जर तिने हा प्रश्न विचारला असता तर तिचे मन राखण्यासाठी तो म्हणाला असता, "बस झालं आता, माझं पोट भरलंय." पण आज तसे नव्हते. तो म्हणाला,

"बिलकूल चांगले झाले नाही. माझ्या तर घशाखाली घासही उतरत नाही."

त्याने तिचा उतरलेला चेहरा बघितला, पण स्वतःशीच तो म्हणाला, आज मी खरेच तुला काही मदत करू शकत नाही. सत्य हे सूर्याप्रमाणे असते.

दुसरा प्रसंग म्हणजे तो कॉमन रूममध्ये बसला असताना त्याचा एक सहकारी आला आणि म्हणाला, "तो अमका अमका माणूस गेलाय, तुला कळलंय का? खूप वाईट झाले नाही का?"

"नाही." शेखर म्हणाला.

त्याचा सहकारी म्हणू लागला, "तो माणूस खूप चांगला होता."

पण शेखरने त्याला मध्येच थांबवले आणि म्हणाला, "काही बोलू नकोस. मला तर तो एकदम स्वार्थी आणि रानटी माणूस वाटत होता."

शेवटच्या तासाला तो तिसरी 'अ'च्या वर्गावर भूगोल शिकवीत होता. तेवढ्यात हेडमास्तरांकडून एक चिठ्ठी आली – 'घरी जाण्यापूर्वी मला भेटा.'

शेखर स्वतःशीच म्हणाला, ते नक्कीच चाचणी परीक्षेच्या ढीगभर पेपरबद्दल बोलणार असतील. पोरांनी नुसते खरडलेले शंभर पेपर तपासायचे होते. मागच्या चार आठवड्यांपासून हे काम तो टाळीत आला होता. एखादी टांगती तलवार डोक्यावर असल्याप्रमाणे ते काम त्याला समोर दिसत होते.

शाळा सुटल्याची घंटा झाली आणि मुले वर्गाबाहेर पळाली. शेखर मुख्याध्यापकांच्या रूमकडे गेला. थोडा वेळ बाहेर थांबून त्याने शर्टाची बटणे वगैरे नीट केली. सगळे काही व्यवस्थित आहे का ते बघितले. नाहीतर अशा बाबतीत मुख्याध्यापकांचे प्रवचन ऐकणे हा एक वेगळाच विषय होता.

त्याने आत प्रवेश केला आणि नम्रपणे म्हणाला, "गुड इव्हिनिंग, सर."

मुख्याध्यापकांनी त्याच्याकडे आपुलकीने बघितले आणि विचारले, "आज संध्याकाळी तुम्ही रिकामे आहात काय?"

शेखर म्हणाला, "माझ्या मुलांना मी कबूल केलंय की आज संध्याकाळी कुठेतरी बाहेर जाऊ या म्हणून."

"ठीक आहे. तुम्ही असे करा, मुलांना पुन्हा कधीतरी बाहेर घेऊन जा. आज माझ्याबरोबर माझ्या घरी चला."

"ओह! हो सर. नक्की येईन." तो म्हणाला आणि भीतभीतच त्याने पुन्हा विचारले, "काही विशेष?"

"हो." मुख्याध्यापक हसत हसत म्हणाले, "तुम्हाला माझी गाण्याची आवड माहीत आहे ना?"

"हो... हो सर!"

"मी गुपचूप गाणे शिकतो आणि सरावपण करतो. आज संध्याकाळी तुम्ही

माझे गाणे ऐकावे असे मला वाटते. मी एका पेटीवाल्याला आणि तबला वाजवणाऱ्याला बोलावले आहे. ते माझी साथ करतील. पहिल्यांदाच मी हे असे सगळे साग्रसंगीत करतो आहे आणि मला त्याबद्दल तुमचे मत हवे आहे. मला माहीत आहे, याबाबतीत तुमचे मत नक्कीच मौल्यवान आहे.''

शेखरची संगीतातील जाण सगळ्यांनाच माहीत होती. शहरात सगळ्यांना भीती वाटावी, असा संगीत क्षेत्रातील तो एक टीकाकार होता. पण त्याची ही संगीताची आवड आजच्या दिवशीच त्याची अशी परीक्षा घेणारी ठरेल, असे त्याला वाटले नव्हते.

''आश्चर्य वाटले ना?'' मुख्याध्यापकांनी त्याला विचारले. ''या बंद दरवाजाच्या आड माझा भविष्यकाळ आहे. देवाने मला मूल दिले नाही, पण निदान ही संगीताची देणगी तरी त्याने माझ्या पदरात टाकली, याचे मला समाधान वाटते.''

अतिशय भावनाप्रधान होऊन मुख्याध्यापक बोलत होते. ते अगदी अव्याहतपणे संगीताबद्दलच बोलत होते. एक दिवस त्यांना खूपच कंटाळा आला होता, त्या कंटाळ्यातूनच त्यांनी गायला सुरुवात केली. त्यांचे शिक्षक पहिल्यांदा त्यांना हसले होते, पण मग नंतर त्यांनी त्यांना प्रोत्साहन दिले. त्यांची अशी महत्त्वाकांक्षा होती की संगीतातच स्वतःला बुडवून घ्यायचे आणि सगळे काही विसरून जायचे.

त्यांच्या घरी गेल्यावर तर मुख्याध्यापक फारच पुढेपुढे करू लागले. आपली छाप पाडण्याचा ते प्रयत्न करू लागले. शेखरला त्यांनी एका लाल रंगाच्या गालिच्यावर बसवले. समोर वेगवेगळ्या प्रकारची मिठाई आणि खाण्याचे पदार्थ ठेवले होते. घरात तर एवढी गडबड आणि गोंधळ होता की जणू काही शेखर म्हणजे त्यांचा जावईच होता.

ते शेखरला म्हणाले, ''तुम्ही अगदी मोकळेपणाने ऐका. चाचणी परीक्षेच्या उत्तरपत्रिकांचा ताण मनावर ठेवू नका.'' आणि पुढे हसत हसत ते म्हणाले, ''त्यासाठी मी तुम्हाला एक आठवड्याचा वेळ देईन.''

''दहा दिवसांचा द्या सर,'' शेखरने विनवणी केली.

''ठीक आहे, मंजूर!'' मुख्याध्यापक उत्साहाने म्हणाले.

आता मात्र शेखरला थोडे हायसे झाले. रोज दहा पेपर तपासून दहा दिवसांत ते काम त्याने संपवले असते आणि त्याच्या मागची ती कटकट एकदाची मिटली असती.

मुख्याध्यापकांनी सुवासिक उदबत्त्या लावल्या. ''वातावरणनिर्मिती करतोय,'' त्यांनी स्पष्टीकरण दिले. पेटीवाला आणि तबलेवाला आधीच येऊन आपापल्या जागेवर बसले होते आणि त्यांचीच वाट बघत होते. मुख्याध्यापक त्या दोघांच्या मध्ये एखाद्या सराईत गायकाप्रमाणे जाऊन बसले. त्यांनी घसा खाकरला आणि आलाप

घ्यायला सुरुवात केली.

थोडा वेळ थांबून त्यांनी शेखरला विचारले, ''कल्याणी चांगला जमेल ना?'' शेखरने तो प्रश्न ऐकून न ऐकल्यासारखे केले. मुख्याध्यापकांनी त्यागराजने संगीतबद्ध केलेले ते गाणे पूर्ण म्हटले, शिवाय आणखी दोन गाणी म्हटली. मुख्याध्यापक सारखे गातच होते आणि शेखर मनातल्या मनात त्यावर शेरेबाजी करत होता. 'डझनभर बेडूक एकदम ओरडावेत तसा ओरडतोय', 'एखाद्या म्हशीसारखा हंबरतोय' 'आता तर वाऱ्याने सैल झालेली दारे-खिडक्या थाड थाड वाजव्यात तसा आवाज येतोय.'

उदबत्त्या मंद झाल्या होत्या. शेखरचे डोके भणभण करत होते. त्या सगळ्या आवाजांच्या खिचडीने मिळून त्याच्या कानांवर हल्ला केला होता. कितीतरी तास हे चालू होते. त्याची मती गुंग झाली होती. मुख्याध्यापकांचा आवाज घोगरा झाला होता.

ते थोडेसे थांबले आणि त्यांनी शेखरला विचारले, ''चालू ठेवू का?''

''नको सर. मला वाटते कीऽऽ'' तो काय बोलतो ते मुख्याध्यापक मन लावून ऐकत होते. त्यांचे भान हरपले होते. त्यांच्या कपाळावर घामाचे थेंब साचले होते. शेखरला त्यांची खूप दया आली; पण त्याच्या लक्षात आले की आज तो त्यांना काहीच मदत करू शकत नव्हता. कुठल्याच परीक्षकाला आपला निर्णय सांगताना एवढा त्रास झाला नसेल. तो एवढा असहाय झाला नसेल. शेखरने बघितले, त्यांची बायकोसुद्धा स्वयंपाकघरातून हळूच डोकावून बघत होती. तिच्याही चेहऱ्यावर उत्सुकता होती.

पेटी-तबलेवाल्यांनी त्यांची हत्यारे बाजूला ठेवली आणि मोकळा श्वास घेतला.

मुख्याध्यापकांनी त्यांचा चश्मा काढला, डोळे पुसले आणि म्हणाले, ''हं, आता तुमचे काय मत सांगा.''

''उद्या सांगितले तर चालेल का सर?'' या संकटातून तात्पुरती तरी सुटका व्हावी या उद्देशाने शेखर म्हणाला.

''नाही, नाही. मला आत्ताच समजले पाहिजे. तुमचे मत एकदम मोकळेपणाने सांगा. बरे वाटले का?''

''नाही सर,'' शेखर म्हणाला.

''ओह! मग हे सगळे चालू ठेवण्यात काही उपयोग आहे का नाही?''

''मुळीच नाही सर,'' कापऱ्या आवाजात शेखर म्हणाला. त्याला खूप वाईट वाटत होते की तो यापेक्षा जास्त नरमाईने बोलू शकत नव्हता. सत्य ऐकायला जशी हिंमत लागते, तसेच ते सांगायला पण हिंमत पाहिजे. त्याच्या मनात प्रतिक्रिया उमटली.

घरी जाताना सगळा रस्ताभर तो सारखा हाच विचार करत होता. त्याला काळजी वाटू लागली. त्याला असे वाटू लागले की आपले यापुढील कार्यालयीन जीवन एवढे सुरळीतपणे चालणार नाही. दर महिन्याची पगारवाढ आणि नोकरीत कायम करणे हे प्रश्न होतेच. हे सगळे मुख्याध्यापकांच्या सदिच्छेवर अवलंबून होते. सगळ्याच काळज्यांनी त्याला एकदम घेरून टाकले; पण तो मनात पुनःपुन्हा विचार करू लागला, हरिश्चंद्राला नाही का काय काय सहन करावे लागले! त्याने त्याचे राज्य गमावले, बायको गमावली, मुलगा गमावला, कारण काय तर काहीही झाले तरी तो फक्त सत्यच बोलला होता. आपणसुद्धा काहीही झाले तरी खरे तेच बोलायचे.

घरी गेल्यावर बघितले तर बायको तोंड फुगवून बसली होती. त्याच्या लक्षात आले की सकाळी तो जे काय बोलला होता, त्यामुळे तिचा राग अजून गेला नव्हता. आजच्या दिवसातल्या या दोन घटना. शेखर मनाशीच म्हणाला, जर मी हे सगळे एक आठवडाभर असेच चालू ठेवले, तर मला वाटते मला एकही मित्र उरणार नाही.

दुसरे दिवशी तो वर्गात शिकवत असताना परत मुख्याध्यापकांचे बोलावणे आले. धास्तावलेल्या मनानेच तो आत गेला.

"तुमचा सल्ला खूप मोलाचा ठरला. मी माझ्या संगीत शिक्षकाला सगळे पैसे देऊन टाकले. आत्तापर्यंत माझ्या गाण्याबद्दल मला कुणीच खरे काय ते सांगितले नव्हते. आता या वयात मला हे सगळे कशाला पाहिजे? एक प्रकारे मीच माझी थट्टा करत होतो. मी तुमचा खूप आभारी आहे. बरे ते जाऊ द्या. चाचणी परीक्षेच्या त्या उत्तरपत्रिकांचे काय झाले?"

"तुम्ही मला ते तपासण्यासाठी दहा दिवसांचा वेळ दिलाय सर."

"नाही. त्याबद्दल मी विचार केला. मला ते काम उद्या सकाळपर्यंत व्हायला पाहिजे."

शंभर पेपर? एका दिवसात? म्हणजे संपूर्ण रात्रभर बसावे लागणार. "दोन दिवस तरी वेळ द्या सरऽऽ"

"नाही. नाही. मला उद्या सकाळपर्यंत पाहिजेत. आणि लक्षात ठेवा, प्रत्येक पेपर अगदी व्यवस्थित काळजीपूर्वक तपासलेला असला पाहिजे."

"ठीक आहे सर." शेखर म्हणाला. त्याच्या लक्षात आले, रात्रभर बसून शंभर पेपर तपासणे ही सत्य बोलण्याचे सुख पदरात पाडून घेण्याची किंमत आहे.

◆

चिप्पी

चिप्पीच्या पूर्वायुष्याबद्दल मला जास्त काही माहिती नाही. मला एवढेच माहीत आहे की त्याचा जन्म लंडनमध्ये झाला होता. त्याने त्याच्या बालपणातील बरेच दिवस स्कॉटलंडमध्ये घालवले होते आणि नंतर एका मेजरबरोबर तो भारतात आला होता. भारतात त्याने त्याचा उन्हाळा एका थंड हवेच्या ठिकाणी अगदी मजेत घालवला होता. मेजरबरोबर तो आणखीही मजेत राहिला असता आणि पेशावर, क्वेट्टा, दिल्ली असे कुठे कुठे फिरून परत त्याच्याबरोबर त्याच्या घरी आला असता; पण तो मूर्ख चिटुकला पेकिंझी बरोबर होता. तो मेजरच्या बायकोचा अतिशय आवडता आणि लाडका कुत्रा होता. चिप्पीला तो बिलकूल आवडत नव्हता. एके दिवशी घरात कुणीच नव्हते, तेव्हा चिप्पीने त्या क्षुल्लक कुत्र्याला चांगलाच धडा शिकवण्याचा प्रयत्न केला होता. त्याला हे दाखवून द्यायचे होते की, तो चिटुकला एका बाईच्या मांडीवर आरामात बसून खास प्रकारची बिस्किटे खातो, याचा चिप्पीला किती राग येतो. पण त्याच्या या धडा शिकवण्याच्या प्रयत्नांत तो चिटुकला मरूनच गेला. प्रामाणिकपणे सांगायचे तर त्याला मारण्याचा चिप्पीचा मुळीच उद्देश नव्हता. त्याला फक्त त्या चिटुकल्याला एक चांगला जोरदार धक्का द्यायचा होता. उंदराला मारण्याएवढे काही ते सोपे नव्हते. पण तो चिटुकला खाली पडला आणि त्याची हालचाल एकदम बंद झाली. तेव्हा फक्त चिप्पीलाच नाही तर सर्वांनाच

आश्चर्य वाटले. मेजरची बायको तर वेडीच झाली. आणि मेजर तर काय! बायकोच्या ताटाखालचे मांजर असलेला नवरा. त्याने तर सहजपणे असा निष्कर्ष काढला की चिप्पीला नक्कीच रेबीज नावाचा आजार झाला असावा. दुसऱ्या दिवशी सकाळीच त्याच्या डोक्यात गोळी घालायची असे मेजरने ठरवले. पण त्याच वेळी मेजरचा एक भारतीय मित्र आला. त्याचा काही रेबीज वगैरेवर विश्वास नव्हता. त्याने चिप्पीला आपल्याबरोबर घेऊन जायची तयारी दाखवली. चिप्पी काही दिवस त्या मित्राजवळ राहिला आणि नंतर पुन्हा त्या मित्राच्या भावाबरोबर, स्वामीबरोबर म्हैसूरला आला. कोणत्याच कुत्र्याला एवढा चांगला मालक कधीच मिळाला नसेल.

स्वामी आणि चिप्पी दोघेही एकाच खोलीत राहत होते. ते दोघेही बरोबरच बाहेर जात. चिप्पी तर जवळजवळ एका टेनिस क्लबचा मेंबरच होता. रोज संध्याकाळी तो त्याच्या मालकाबरोबर तिथे जाई. त्याचा मालक खेळात थोडासा रमेपर्यंत वाट बघत बसे आणि एकदा का मालक खेळात रमला की हळूच तिथून निसटून जाई. जवळच्याच एका गल्लीत तो भटकायला जाई. तिथे तपकिरी रंगाच्या कुत्र्यांची एक टोळी होती. शिवाय काळ्या रंगाची आणि काहीच रंग न ओळखू येणारीपण बरीच कुत्री तिथे असत. चौकाचौकात ती कुत्री पडलेली असत आणि नवीन कुणी आले की गुरकावून त्याच्या अंगावर येत. चिप्पीला त्यांनी मारले होते आणि चिप्पीकडून मारही खाल्ला होता. एकमेकांच्या अंगावर ओरखडेही काढले होते. एवढे सगळे झाल्यावर कुठे चिप्पीला हवे तिथे जाण्याचा हक्क प्राप्त झाला होता. तसे पाहिले तर त्या शहरात, त्या भागात फार आकर्षक असे पाहण्यासारखे काहीच नव्हते; पण त्याचा मालक खेळत असताना त्याला असे इकडेतिकडे कुठेही भटकायला फार आवडे. मालक खेळत असलेला खेळ बघणे म्हणजे एक कंटाळवाणेच काम होते. उगाच कुणीतरी चेंडूला फटका मारायचा आणि दुसऱ्याने त्याचा पाठलाग करून त्याला अडवायचे आणि परत पाठवायचे. शिवाय रस्त्यावरच्या या लुंग्यासुंग्या कुत्र्यांनी त्याच्यासारख्या एका प्रतिष्ठित कुत्र्याशी का म्हणून भांडावे? पण या गल्लीत मुक्त संचार करण्यासाठी चिप्पीला तोंडातून बऱ्याचदा रक्त सांडावे लागले होते आणि त्याच्या अंगावरचे केसही गमवावे लागले होते.

टेनिसचा खेळ खेळून झाल्यावर स्वामी कॉलेजमध्ये एखाद्या व्याख्यानाला किंवा चर्चेला जात असे. चिप्पीने एकही व्याख्यान किंवा सभा कधी चुकवली नाही. तो त्या सभेच्या हॉलमध्ये वर गॅलरीत चढून जाई. स्वामीजवळचीच जागा पकडून बसे आणि अगदी आभार प्रदर्शन होईपर्यंत जागचा तसूभरही हलत नसे. सभा झाल्यानंतर चिप्पी घरी जाई. ताटभर ठेवलेला भात आणि हाडे खात असे आणि मग पुन्हा एक दोन तासांसाठी त्याच्या काही जुन्या आणि प्रिय मित्रांना भेटायला जात असे. रात्री तो घरी येई आणि स्वामीच्या कॉटखाली जाऊन झोपे. सकाळीच तो आपले थंडगार नाक

स्वामीच्या गालावर घासून त्याला उठवीत असे.

एकंदरीत चिप्पीचे जीवन असे आनंदात आणि सुखासमाधानात जाऊ लागले. पण एक दिवस त्याच्या मालकाने आणखी एक कुत्रा आणला. दुसरा एखादा कुत्रा आणायला चिप्पीची काहीच हरकत नव्हती, पण हा जो कुत्रा आणला होता तो फारच लहान होता. त्याला त्याचा विरोध होता. ते मात्र चिप्पीला आवडले नाही.

चिप्पी फार कोत्या मनाचा होता असे काही म्हणता येणार नाही; पण अशा छोट्या कुत्र्यांचा तो द्वेष करत असे. पेकिंझी प्रकरणात या गोष्टीचा प्रत्यय आलाच होता. चिप्पीला एक वाईट सवय होती. तो जेव्हा केव्हा बाहेर जात असे, तेव्हासुद्धा तो रस्त्यात भेटणाऱ्या अशा लहान लहान कुत्र्यांना धक्के मारी, त्यांना चावे घेई, ओरखडे काढी. आणि आता तर अशी एक पप्पी, दोनच महिन्यांची चिमुकली, कमी उंचीची, जिचा रंग एकदम गडद पण आकर्षक होता, जिची शेपूट लांब होती, घरातच त्याच्याबरोबर सोबतीला आली होती. एक दिवस दुपारी तो घरी आला तेव्हाच हॉलमध्ये मालकाच्या दोन्ही पायांमध्ये बसलेल्या त्या कुत्र्याला त्याने बघितले. चिप्पी आत जाताच ती गुरकावून चिप्पीच्या अंगावरही आली. खरे तर आत्ताच तिची अवस्था पेकिंझीसारखी झाली असती; पण स्वामीने पटकन एक लाथ मारली आणि चिप्पी गडगडतच एका कोपऱ्यात जाऊन पडला. चिप्पी पटकन उठला आणि बाहेर निघून गेला. लपलप करीत त्याने बाहेरच्या नळाचे पाणी प्यायले, जाईच्या झाडाखाली पुरून ठेवलेले हाडूक त्याने उकरून काढले, गॅरेजच्या मागे असलेल्या सावलीत गेला आणि तिथेच पडून राहिला. हाडूक चघळत असतानाच घरात नुकतेच काय घडले याचा तो विचार करू लागला. नवीन आलेल्या त्या कुत्र्याला तो एकदम घाबरवू शकला असता. एवढ्यात त्याच्या मालकाने त्याला बोलावले, ''चिप्पीऽ चिप्पीऽ'' चिप्पी उठला आणि मालकाजवळ गेला. पण मालकाच्या जवळ तो नवीन कुत्रा साखळीला बांधलेला त्याने बघितला, तेव्हा एकदम त्याचा चालण्याचा वेग मंदावला.

''ये चिप्पी, ये इकडे ये'' स्वामी गोड बोलून त्याला फसवीत होता. चिप्पी स्वामीजवळ गेला. त्याला जेवढी जास्त जवळीक दाखवता येत होती तेवढी त्याने दाखवली. पण त्याला हे सांगायचे होते की, हे जे काही चालले आहे ते त्याला बिलकूल आवडले नाही. कुणीतरी एक कुत्रा मालकाच्या अगदी पायाजवळ उभा होता. हा काही रस्ता नव्हता असे उभे राहायला! मालकाने त्याची माफी मागितली, त्याच्या पाठीवरून हळूच हात फिरवला आणि त्याला त्या नवीन कुत्र्याच्या जवळ नेले. तो नवीन कुत्रा साखळीच्या टोकाला चुळबुळ करीत बसला होता. तिथल्या तिथेच वळवळ करीत होता. किती भयानक अवस्था होती त्याची. मालक मात्र सारखा म्हणत होता, ''चला, आता दोघे मित्रासारखे वागा बघू. ये, इकडे ये. तू

तर किती शहाणा आहेस," असेच आणि बरेच काहीबाही. चिप्पीने खरे तर शेपूट हलवून कबुली द्यायला पाहिजे होती.

थोड्याच दिवसांत तो नवीन कुत्रा घरात चांगलाच रुळला. घरातल्या चिप्पीच्या सगळ्या आवडत्या जागांचा त्याने ताबा घेतला. तो हॉलमध्ये सोफ्याच्या खाली पडून राही. मालकांच्या खोलीत जाऊन त्यांच्या पायाजवळ बसत असे. जेवणाच्या वेळी चिप्पीच्या अगदी जवळ येऊन बसे आणि रात्री तर मालकाच्या कॉटखाली जाऊन झोपे. त्याच्यापासून कुठेच सुटका नव्हती. चिप्पीला त्याच्या या सोबतीचा कंटाळा आला आणि मग तो घरी जास्त येईनासा झाला. त्याने घरात यायचे थांबवले. जेव्हा केव्हा तो घरी असे, तेव्हा तो गॅरेजच्या मागे सावलीत बसायचा. त्या छोट्या कुत्र्याला घरात काय गोंधळ घालायचा तो घालू दे, त्याला घरभर जेवढे लुटुलुटू, ऐटीत चालायचे तेवढे चालू दे; पण चिप्पी मात्र त्याच्यासोबत कधीच राहणार नाही.

त्यातल्या त्यात समाधानाची गोष्ट एकच होती की अजूनही बाहेर जाताना मालक त्यालाच घेऊन जात असे. कारण तो छोटा, एवढा छोटा होता की त्याला भरभर चालता येत नसे आणि सायकलवरही बसता येत नसे.

पण एक दिवस त्या छोट्या कुत्र्याने निर्लज्जपणाचा कळसच केला. चिप्पी घराच्या भोवती फेऱ्या मारत असताना तोही हळूच चिप्पीच्या नकळत त्याच्याबरोबर आला. जवळपास कुणीच नव्हते, त्यामुळे चिप्पीने हळूच त्याला एक धक्का मारला आणि भीती दाखवली. त्यामुळे त्या ठेंगूला एवढे मात्र समजले की चिप्पीची काही खात्री देता येत नाही. तो काहीही करेल. त्यामुळे त्या छोट्याला त्याची जागा समजली. पण तोही खूप कपटी आणि नीच होता. मालकाच्या समोर त्याने असे दाखवले की चिप्पी आणि तो दोघेही किती जवळचे मित्र आहेत. अशा परिस्थितीत चिप्पीला त्याचे दात दाखवणे आणि गुरगुरणे बिलकूल सहन झाले नाही. पण तो लहाना जेव्हा त्याच्या कानाशी आणि शेपटीशी खेळू लागला, तेव्हा चिप्पीने त्याचे डोके गच्च धरले आणि आता काहीतरी करावे, असे त्याला वाटू लागले. या गोष्टीचा तो काळजीपूर्वक विचार करू लागला. चिप्पी उठला आणि तिथून निघून गेला.

साधारणतः तो नवीन कुत्रा आल्याच्या पंधरा दिवसांनंतर, एक दिवस दुपारी चिप्पी त्याच्या नेहमीच्या जागेत गॅरेजच्या मागे हाडूक चघळत बसला होता. भानावर आल्यावर त्याने बघितले, तर त्याला एकदम आश्चर्याचा धक्काच बसला. तो नवीन कुत्रा त्याच्यासमोर येऊन उभा राहिला होता. आत्तापर्यंत चिप्पीची ही जागा त्याला माहीत नव्हती. आता तर त्याने ती पण शोधून काढली. चिप्पी उभा राहिला. त्याला एकदम निराश वाटले आणि रागही आला. त्या छोट्याने त्याच्याजवळ येऊन मैत्री

दाखवण्याचा प्रयत्न केला होता. तो जर थरथर कापत भीतीने एका बाजूला उभा राहिला असता, तर चिप्पीने एकवेळ त्याला माफही केले असते आणि ठोकरून लावले असते. पण त्या नवागताने पटकन वेळ आणि जागा यांचे भान ठेवले. त्याने एक क्षणभर चिप्पीकडे बघितले. काहीतरी काम असल्यासारखे त्याच्यासमोरून निघून गेला, जवळच एका ठिकाणी जाऊन पडला आणि डोळे मिटून घेतले. त्यानेच चिप्पीची शिकार साधली होती. चिप्पी गोंधळून गेला. तो छोटा तिथे आला होता म्हणून काही केवळ तो त्याला शिक्षा करू शकत नव्हता. त्याची शेवटची, सुरक्षित जागाही गेली होती.

चिप्पी उठला आणि दुडुदुडु धावत घराबाहेर गेला. तो थोडा वेळ थांबला. पोलीस स्टेशनसमोरच साचलेल्या डबक्यातून त्याने उडी मारली.

उगाचच्या उगाच तो सगळ्या शहरभर भटकला. अगदी रात्रीपर्यंत भटकला. आणि मग कुठेतरी खायला काही मिळते का किंवा कुठे पडायला जागा मिळते का ते शोधू लागला. आपले नशीब आजमावण्यासाठी तो मार्केटमध्ये गेला. पण तिथे असणाऱ्या उनाड मुलांनी त्याला दगड मारले. तिथे काही जुनी कुत्री होती ती पण त्याचा पाठलाग करू लागली. तो जिथे कुठे जाई तिथे ही कुत्री ओरडत आणि गुरगुरत त्याच्या मागे जात. ते सगळे त्याचा छळ करत होते. पश्चिमेच्या बाजूने तो मार्केटमधून बाहेर पडला आणि त्याच्या मागच्याच गल्लीत वेड्यासारखा भटकत राहिला. या गल्लीत चहाची आणि दारूची दुकाने होती. रात्रीची वेळ होती. ग्रामोफोन किंचाळत होते. सगळीकडे नुसता गोंगाट होता आणि लोखंडाच्या तव्यावर मटणाचे तुकडे भाजल्याचा खरखर आवाज येत होता. सगळे वातावरण कसे जागे असल्यासारखे वाटत होते. त्या गल्लीत विजेचे दिवे पण नव्हते. पण प्रत्येक दुकानाच्या समोर लावलेल्या पेट्रोलच्या दिव्यांचा चित्रविचित्र उजेड सगळीकडे पसरला होता. त्या दुकानातील गिऱ्हाईक लोखंडाच्या खुर्च्यांवर बसून सामानाच्या गठ्ठ्यांची बांधाबांधी करीत होते. म्हैसूर शहरातला हा भाग बऱ्याच लोकांना माहीत नव्हता, पण तिथे दरवळणाऱ्या मटणाच्या वासाने चिप्पी मात्र तिकडे वळला होता.

तो एका पहिल्याच दुकानासमोर उभा राहिला. कुणीतरी त्याच्यासमोर पावाचा एक तुकडा फेकला. नंतर मग असे बरेच तुकडे आले. सगळ्या रात्रभर ही अशीच मेजवानी चालू होती. असे करण्यात त्या लोकांना आनंद वाटत होता. तिथे खूप सारी कुत्री जमली होती, पण हा भाग एखाद्या विशिष्ट टोळीच्या मालकीचा नव्हता, त्यामुळे तिथे काही त्रास होत नव्हता.

चिप्पीला तिथे एवढा आनंद झाला की आपले पुढचे सगळे आयुष्य इथेच घालवायचे असे त्याने ठरवले. त्या छोट्या कुत्र्यापासून दूर. एकाच आठवड्यात ती जागा त्याची आवडती जागा झाली.

पण हा सगळा दिखावा फक्त एक आठवडाभरच टिकला. पुढच्या आठवड्याच्या शेवटी शेवटी त्याला भूकही लागेनाशी झाली. त्याच्यापुढे फेकण्यात आलेल्या मटणाच्या तुकड्यांना तर त्याने स्पर्शही केला नाही. त्याला असेच उपाशी राहावे वाटू लागले. त्याला त्याच्या मालकाच्या सहवासाची भूक लागली होती.

एक दिवस सकाळी सकाळी स्वामी एक अवघड गणित सोडवण्याचा प्रयत्न करीत होता, तोच त्याच्या पायाला थंडगार काहीतरी लागले. त्याने टेबलाखाली बघितले आणि त्याला एकदम आश्चर्यच वाटले. "गाढवा, कुठे होतास तू एवढे दिवस?" मालक म्हणाला. चिप्पीने त्याचा मागचा भाग वळवला, शेपटी दुमडून घेतली आणि खाली मान घालून मालकाच्या समोर जाऊन उभा राहिला. त्याचा पांढरा शुभ्र रंग मळकट झाला होता. त्याच्या अंगावर खूप सारी धूळ साचली होती आणि अंगावर चहाचे, मसाल्याचे, मातीचे कसले कसले डाग पडले होते. कुणीतरी त्याच्या गळ्यातला रबरी पट्टा काढून टाकला होता. त्यामुळे तो कसा उघडा बोडका दिसत होता.

स्वामीने ओढत ओढतच त्याला बागेतल्या नळाजवळ नेले. त्याच्या अंगाला खसखसून साबण लावला. स्वामी त्याला म्हणू लागला, "मला खात्री आहे हे ऐकून तुला नक्कीच वाईट वाटेल. तुझा तो छोटा मित्र निघून गेला आहे. मला तर वाटते की कुणीतरी चोरून त्याला आपल्याला विकले होते. त्याचा खरा मालक त्याला शोधत इथे आला आणि कालच त्याला घेऊन गेला. काळजी करू नकोस, मी तुझ्यासाठी दुसरा एखादा सोबती शोधून आणीन."

◆

काकांचे पत्र

छोट्या माणसा, माझ्या नवीन पुतण्या, या जगात तुझे स्वागत आहे. तुला हे जग कसे वाटते आहे? इथे सगळे चकचकीत आहे, होय ना? आता तुला इथेच वावरायचे आहे. मला असे कळले की या जगात पाऊल ठेवताच तू एक जोरदार आक्रोश केला होतास. पण हे चांगले चिन्ह आहे. इथल्या सगळ्या वातावरणाला दिलेला तुझा तो योग्य असा प्रतिसाद आहे. सध्या तू एक निष्पाप माणूस आहेस. मला तर वाटते की सध्यातरी तुझ्या तोंडाला वेळोवेळी जे मधाचे बोट लावण्यात येते, तेवढेच तुला आवडत असेल. हे मात्र चांगले आहे. चिमुरड्या माणसा, तुला अजून बऱ्याच गोष्टींना सामोरे जायचे आहे.

छानऽऽ छानऽऽ! तू एक खूप चांगली गोष्ट केलीस. तुझे वडील खूप उतावीळ होऊन माझ्याकडे आले होते. काल संध्याकाळी पाच वाजता तू त्यांच्याकडे बघून हसलास. त्यांनी तुझ्या पाळण्यावरचा पडदा बाजूला करून आत डोकावले, तेव्हा त्यांना थोडीशी हालचाल झाल्यासारखे वाटले. आणि नंतर काय झाले, तुझे छोटेसे शरीर एखाद्या किड्यासारखे वळवळले, तू त्यांच्याकडे बघून डोळे मिचकावलेस आणि तुझ्या बोळक्या तोंडाने त्यांना हसून दाखवलेस. त्यांनी तर आनंदाने उडीच मारली आणि ही गंमत दाखवण्यासाठी तुझ्या आईला उठवले. पण तुझी आई जवळ येईपर्यंत तू तुझा इरादा बदलून टाकलास

आणि लाथा झाडून रडायला सुरुवात केलीस. तुझ्या वडिलांना असे वाटले की त्यांनी तुला उचलून घेऊन तुझ्या या कृतीला योग्य तो प्रतिसाद दिला नाही, म्हणूनच तू असे केलेस. आई-वडिलांना अशा बऱ्याच गोष्टी वाचण्याची आणि त्यातून अर्थ काढण्याची कला अवगत असते.

कुणालाही पहिल्यांदा दात येणार असले की त्रास होतोच. आपल्याला सगळ्यांनाच या परिस्थितीतून जावे लागते. पण त्यामुळेच तर आपण आपले जीवन काही त्रास न होता व्यवस्थित जगू शकतो ना! तू त्याबद्दल काही वाईट वाटून घेऊ नकोस. एखाद्या शूर वीराप्रमाणे सगळे सहन कर. तू एका गोष्टीचा नीट विचार कर. दोन वर्षांपर्यंत तू तुझ्या मनाला येईल तसे वागू शकतोस. पण हे स्वातंत्र्य तू जिन्यावर वापरू नकोस हं! तिथे मात्र तुला धोका आहे, कळतंय का तुला? तुझे पाय तुला जास्त सहकार्य करणार नाहीत. थोडेसे चालून गेलास की गडगडत खाली येशील. या वयात असताना काय काय करावे अशा कल्पना मनात येतात, पण अजून तू तुझ्या शरीराचा भार उचलू शकत नाहीस. तेवढी तुझी क्षमता नाही. तेवढा लढा देण्याची शक्ती अजून तुझ्यात आलेली नाही. पण लक्षात ठेव, लवकरच सगळ्या घरात तू दुडुदुडु धावत सुटशील. तुझे लाल झालेले आणि सुजलेले नाक बघून मलाही वाईट वाटेल. माझ्या लाडक्या, कदाचित मी तुला ओळखू पण शकणार नाही. तुझ्या आईला मात्र खात्री आहे, तू कुठेही पडल्याचा थोडा जरी आवाज आला, तरी तू तुझे डोके फोडून घेतलेस असे तिला वाटेल.

काही दिवसांपूर्वी तुझे डोके फिरल्याची तिची समजूत होती, त्याची आता तुझे वागणे बघून तिला खात्रीच पटली. त्या शेजारच्या घरातल्या मुलीशी तू असे का वागतोस? कदाचित तिच्याजवळचे अर्धे संत्रे तिने तुला दिले नसेल, पण तुला दिलेले तर सगळे तू संपवले होतेस ना! तिच्या स्वार्थीपणाची शिक्षा म्हणून तू तिच्या दंडाचा चावा घेतलास अशी तक्रार आली होती. समाजात वावरताना अशा प्रकारे वागून चालत नाही. मी तुला सक्त ताकीद देतो की, तू तुझे हे असे वागणे सोडून दे.

शाळा? ती तर अशी गोष्ट आहे की तिच्यातून तुझी कधीच सुटका होऊ शकणार नाही. तुला ते सगळे सहन करावेच लागेल. कमीत कमी बारा वर्षं तरी. हं, आता तूच जर ठरवलेस तर तू ते लांबवू शकतोस. या गोष्टीमध्ये कुणाकडूनही सहानुभूतीची अपेक्षा करू नकोस. रोज सकाळी उठून तुझ्या घरातले तुझ्याशी ज्या प्रकारे वागतील त्याने तू भांबावून जाशील. मला असे कळले की तुझे वडील तुला

एवढा धाक दाखवत असतात, जोर जबरदस्ती करत असतात, जेणेकरून तुला असे वाटावे की त्यापेक्षा शाळेत जाणे चांगले. मला तुझ्याबद्दल खूप सहानुभूती वाटते, पण मी यापेक्षा जास्त काही करू शकत नाही. तुला तुझ्या शिक्षकांच्या धमक्यांना सामोरे जावे लागेल. गणिताची तुला भीती वाटेल. (विशेषतः तू तुझ्या काकांसारखा झालास तर). वर्गात घडणाऱ्या बऱ्या-वाईट गोष्टी, मग त्या कट्टी करणे, पुन्हा गट्टी करणे, पार्ट्या आणि भांडणे, आणि मग त्यानंतर येणाऱ्या परीक्षा, त्या परीक्षांच्या भयंकर यातना आणि त्याचा लागणारा निकाल. पण या सगळ्या गोष्टींचा आधीच धाक वाटून घेऊ नकोस. तू नक्कीच या सगळ्या गोष्टीतून व्यवस्थित बाहेर पडशील.

तू आता एखाद्या मोरासारखा नाचायच्या वयाचा झाला आहेस. खांद्यावर लांब कोट घालून आणि त्याचे टोक खाली फरपटत ओढत तू जात असशील. मला तर असे वाटते की त्या वेषात, तुझ्या हातात सनद असलेल्या कागदाची गुंडाळी करून, तू नक्कीच फोटो काढला असशील. तुझ्या पदवीदान समारंभाचे ते अनमोल क्षण तू नक्कीच जतन करून ठेवले असशील. त्या समारंभात होणाऱ्या त्या भाषणाला मात्र बेशिस्त वागून तू कंटाळून जाऊ नकोस. त्या समारंभाचे जे अध्यक्ष असतात, त्यांना ते करावे लागते. तुम्हाला पुढे काय करावयाचे आहे, आयुष्यात तुम्ही कसे यशस्वी व्हाल आणि देदीप्यमान आणि वैभवशाली आयुष्य कसे जगाल, हे त्यांना सांगावेच लागते. अर्थात, ते काय सांगतात त्याकडे तसे विशेष लक्ष देण्याची गरज नाही म्हणा. तुझे स्वतःचे तू काही ठरवलेच असशील. तुझ्याही मनात त्याविषयीचे विचार चांगले खच्चून भरलेच असतील. आता मला तुला याव्यतिरिक्त आणखी एकच गोष्ट सांगायची आहे, जी तुझ्या मनातही सतत रुंजी घालीत असेल, ती म्हणजे आयुष्यात होणाऱ्या त्रासांची आत्ता कुठे सुरुवात होत आहे.

तुझी आई आत्ता जशी आहे तशी पूर्वी नव्हती. आता मात्र तूच तिचा आधार आहेस. तिने आयुष्यात खूप दुःख सोसले आहे; पण आता तू तुझ्या बायकोबरोबर जो नवीन संसार सुरू करशील त्यात ती तिचे सगळे दुःख विसरून जाईल. आता तू चांगला मिळवता झाला आहेस. कुठलीही गोष्ट करायची ती नीट विचार करून सगळ्यांच्या मनाने करत जा.

मला खात्री आहे, एकदम उच्च प्रतीच्या निळ्या कागदावर तुझा पत्ता लिहिलेली आणि नीट शिक्का मारलेली पन्नास पत्रे तू तुझ्या बायकोसोबत दिली असशील. ती तिच्या वडिलांच्या घरी असताना तिने तुला रोज एक पत्र लिहावे असे तुला वाटत

होते; पण मला मात्र तुला सांगायला भीती वाटते की त्यातला दहावा भाग तरी लिहिण्यासाठी वापरला जातो का नाही. आणि एखादे दिवशी जरी पत्र आले नाही तरी तू लगेच तिला तार करून विचारशील की आज पत्र का नाही पाठवलेस? पण तरुण बायकोकडून अशी अपेक्षा करणे म्हणजे जरा जास्तच आहे. असा अचाट पराक्रम फक्त व्यावसायिक पत्रकारच करू जाणे!

हे सगळे असेच घडत राहणार. वेळ आली की प्रत्येक उपवर तरुणाचे रूपांतर अचानकपणे प्रिन्स चार्मिंगमध्ये होत असते. कधी कधी मुलींच्या काही अडचणींमुळे तू उदास, खिन्न झाला असशील; पण तुला सांगतो आयुष्यात अशाच काही सुंदर आणि आश्चर्यकारक घटना घडत असतात. मी तर हिंमत करून असं म्हणेन की तिला त्या मुलाबद्दल काय वाटते ते तू एकदा तिच्या चेहऱ्यावर वाच. मी त्या मुलाच्या वडिलांना आणि काकांना ओळखतो. आम्ही लहान असताना ते माझ्याच वर्गात होते. ते सगळे लोक खूप चांगले आहेत, पण हे सगळे काही मी एखाद्या न्यायाधीशासमोर शपथेवर मात्र सांगणार नाही हं! मला थोडीशी शंका वाटते की त्या लोकांना पैशाचा मोह असावा आणि ते सारखे काहीबाही मागत राहतील. तशी तुझी तयारी असेलच म्हणा. मग तर मुळीच काळजी करू नकोस. पुढे पुढे जात राहा.

आता या वेळेस बँकेच्या पासबुकाकडे बघून उसासे सोडत बसू नकोस. लग्नाच्या सगळ्या कार्यक्रमांचे आणि जेवणाचे वगैरे पैसे दिल्यानंतर ते तसेच दिसणार. मुलाकडच्या लोकांनी एवढ्या मोठ्या लग्नसमारंभात चांगलाच तमाशा केला. व्यवस्था चांगली केली नाही, मानपान नीट केले नाहीत, अन् अजून काय अन् काय! तुला नक्कीच राग आला असेल. पण अशा गोष्टी या आपल्या समाजाचा एक अविभाज्य घटक आहेत. तू त्याकडे जास्त लक्ष देऊ नकोस. मुलाकडच्यांनी जर अशी मुलीकडच्यांची दमछाक केली नाही तर त्यांना कोण विचारणार? अगदी युद्धपातळीवर त्यासाठी कायदे केले गेले आहेत, पण प्रत्येक वेळी त्याच्यावर काही ना काही तोडगा निघतोच. तुझ्या तीन मुलांच्या लग्नात (तीन का चार?) तू या गोष्टीचा चांगला बदला घेऊ शकशील. मी जर बरोबर असेन, तर मला वाटते, तुझा मोठा मुलगा लवकरच लग्नाच्या बाजारात येईल. तो एकदम होतकरू मुलगा आहे आणि पुष्कळजणांचा त्याच्यावर डोळा आहे.

कोणत्याही गोष्टीवर चिडचिड करणे चांगले नाही. तुझा मोठा मुलगा खूप खर्च करतो आणि बचत मात्र काहीच करत नाही. तुझा दुसरा मुलगा सारखा त्याच्या बायकोच्या खनपटीला बसतो आणि सोबत म्हणून तिच्याबरोबर तिच्या माहेरी जात

असतो. तुझ्या धाकट्या मुलाला मुंबईला जाऊन काहीतरी अफलातून करून दाखवायचे आहे. तुझा सगळ्यात मोठा जावई त्याच्या मुलींच्या लग्नाबद्दल आणि मुलांच्या शिक्षणाबद्दल बेपर्वा आहे. तो दुसऱ्याच गोष्टींमध्ये एवढा व्यस्त असतो की त्याला या गोष्टींकडे लक्ष द्यायला वेळच मिळत नाही. तुझा दोन नंबरचा जावई तर काहीच कामाचा नाही. काय करावे, काय नाही याबद्दल कुणीच तुझ्याकडे येऊन तुला काहीच विचारत नाहीत. तुझा सल्ला घ्यायला येत नाहीत. लोक त्याबद्दल काय काय बोलतात म्हणून तुला वाईट वाटते. तू आपली तुझ्या मनाची समजूत घालून घेतोस. पण तू त्यांचा विचार करणे सोडून का देत नाहीस? त्यामुळे तुझ्या डोक्याला जास्त ताप होणार नाही. तू बहुतेक तुझ्या बायकोला काय वाटेल याचाच जास्त विचार करत असशील, पण मला खात्री आहे की अशा गोष्टींमध्ये ती चांगली मुरलेली आहे.

तुझ्या सहस्रचंद्रदर्शनाचा कार्यक्रम सगळे मिळून खूप थाटामाटात साजरा करणार हे ऐकून मला खूप आनंद झाला. वयाची ऐंशी वर्षे पूर्ण करणे म्हणजे खूप विशेष गोष्ट आहे. तो एक प्रकारे आपला विजयच आहे. तुझ्या बायकोलाही माझ्याकडून अभिनंदन सांग. कारण या गोष्टीचे बरेचसे श्रेय तिच्याकडे जाते. या गोष्टीचा तिला पण गर्व असणार आहे. त्या दिवशी तुला एखाद्या नवरदेवासारखे वाटेल. ढोलताशे वाजतील, वेगवेगळे सुवास घरात दरवळतील, फुलांची उधळण होईल, पवित्र धूर निघेल, अत्तराचे फवारे उडतील आणि तुझ्या मुलांचे, त्यांच्या मुलांचे हसणे, खिदळणे तुझ्या कानात दुमदुमेल. या जगातला सर्वांत सुंदर कार्यक्रम तो आहे, कुणी कल्पनाच करू शकणार नाही.

मला वाटते आता मी माझे हे पत्र बास करावे. एक तर मला वाटते तू आता अशा वयात आहेस की या सगळ्या गोष्टी तुला माहीत झाल्या असतील आणि आयुष्य काय आहे हे तुला चांगलेच समजले असेल. दुसरे म्हणजे तुला माहीतच आहे की मला आता हातात पेनही धरवत नाही. कारण माझा सहस्रचंद्रदर्शनाचा कार्यक्रम झाला त्याला आता अठरा वर्षे होऊन गेली.

◆

अनावश्यक बोलणे

'आज कुठल्याही प्रकारचा वाद घालू नकोस,' असे त्याला त्या दिवशी एकाने सांगितले होते. कारण त्याचे ग्रहमान चांगले नव्हते आणि एखादी साधी क्षुल्लक गोष्टसुद्धा अपशकुनी ठरून भांडणाला कारणीभूत होऊ शकली असती. आपले ग्रहमान चांगले नाही, या गोष्टीची त्याला खूप भीती वाटू लागली. तो अगदी कल्पनेच्या पलीकडे घाबरला होता. उशिरा का होईना; पण त्याच्या भविष्यातल्या सांगितल्या गेलेल्या बऱ्याच गोष्टी खऱ्या झाल्या होत्या. तो एका ज्वेलरच्या दुकानात एका कोपऱ्यात बसून दिवसभर आकडेमोड करण्याचे काम करत असे आणि एकदम संध्याकाळीच घरी जाण्यासाठी निघे. घरी जाताना रस्त्यातच असलेल्या त्याच्या एका मित्राकडे जाऊन थोडा वेळ इकडच्या तिकडच्या गप्पा मारी. तेवढीच करमणूक होई. त्याच्या या मित्राला ज्योतिषाचे चांगले ज्ञान होते. सहजच बोलता बोलता तो काहीतरी भविष्य सांगे आणि त्यातल्या बऱ्याच गोष्टी खऱ्या होत असत. एकदा त्याने सांगितले होते, "या पंधरवड्यात तुला खूप आर्थिक चणचण भासणार आहे. म्हणजे अगदी तुझे असलेले पैसेसुद्धा तुझ्या हातात लवकर पडणार नाहीत." आणि ते अगदी खरे झाले होते. त्याच्या गावाकडच्या घराच्या भाड्याच्या पैशांची मनीऑर्डर सगळ्या देशात फिरून त्याच्याकडे आली. कारण काय तर पत्ता लिहिण्यात थोडी काहीतरी चूक झाली होती. त्या मित्राने त्याला सांगितले होते की,

"तुझ्या मागे शनीची पीडा लागली आहे; आजाराच्या रूपाने शनी त्रास देणार आहे आणि काहीतरी मोठे दुखणे होईल.'' खरोखरच घरात सगळे जण, त्याच्या म्हाताऱ्या आईपासून तो त्याच्या चार महिन्यांच्या बाळापर्यंत सगळे सर्दीतापाने आजारी पडले. त्याला स्वतःलासुद्धा आजारी पडल्यासारखे वाटू लागले, पण त्याच्या मालकाने काही त्याला सोडले नाही. आणि आता काल संध्याकाळी त्याच्या त्या मित्राने त्याला सांगितले की, ''माझ्या मते, तुझा वाईट काळ आता संपत आलाय, पण अनावश्यक बोलणे टाळ. संपूर्ण सोमवारचा दिवस कुणालाही काहीही बोलू नकोस. तू स्वतः रागात आलास तर त्यामुळे समोरच्यालाही राग येईल. आणि त्यामुळे धोका निर्माण होईल. त्यामुळे शांत राहा आणि काहीही बोलू नकोस.''

सकाळीच तो झोपेतून उठला. त्याने डोळे उघडले आणि तो मनाशीच म्हणाला, 'आज कुणालाही काहीही बोलायचे नाही. उगाच एखादा शब्द बोलला जायचा आणि काहीच्या बाही व्हायचे.' त्याने लहान्या मुलाचा गालगुच्चा घेतला, दुसऱ्याच्या पाठीवर थोपटले. त्याचा सात वर्षांचा मुलगा शाळेत जायला तयार होत नव्हता. तो त्याच्यावर ओरडणार होता; पण एकदम गप्प बसला. काहीही बोलायचे नाही असे त्याने ठरवले. देवाच्या भरवशावर सोडून दिले.

त्याची बायको त्याला म्हणालीच, ''मनाला येईल ते करायची तुम्ही त्याला परवानगी कशी दिली?''

त्याने फक्त मान हलवली आणि तो बाथरूमकडे वळला. त्याची मुलगी बाथरूममध्ये गेली होती आणि बाथरूम आतून बंद होते. आता एक तासाची तरी निश्चिंती होती. त्याने खरे तर तिला स्पष्ट बजावले होते की ऑफिसच्या वेळेला बाथरूम अडवून ठेवायचे नाही. पण आज तिने त्याची आज्ञा मोडली होती. त्याने दोन-तीन वेळा दार वाजवले, थोडा वेळ वाट बघितली आणि चक्क समोरच्या बागेतल्या नळाखाली जाऊन अंघोळ केली. जेवतानासुद्धा तो अगदी खाली मान घालून जेवला. शांतता पाळण्याचे त्याने मनोमन ठरवले होते. बायकोने काही विचारले, तर अगदी विनयपूर्वक 'हो' किंवा 'नाही' एवढीच उत्तरे दिली. ऑफिसला जाताना समोरच्या व्हरांड्यात तो थोडा वेळ उभा राही आणि घरातल्या लोकांच्या अंगावर वसकन ओरडून पान-तंबाखू मागत असे. 'मला ऑफिसला जायला उशीर होतोय, गाडी पकडायची आहे, एवढे कसे कळत नाही?' असे म्हणून तो ओरडत असे. आज तो थोडा वेळ व्हरांड्यात उभा राहिला, पण कुणीच त्याला पान-तंबाखू दिले नाही. तो मनाशीच म्हणाला, 'रोजचे काम वेळेवर आणि सांगितल्याशिवाय करायची कुणालाच अक्कल नाही, तर आज मी पण पान खाणार नाही. बास झाले!' आणि काहीही न बोलता तो तसाच निघून गेला.

रोजच्यासारखीच गाडीला भरपूर गर्दी होती. कुणीतरी त्याच्या पायावर पाय

देऊन उभे राहिले; पण त्याने ते मुकाट्याने सहन केले. कंडक्टरने त्याला एका बाजूला ढकलले आणि मध्येच रस्त्यात उभे राहिल्याबद्दल काहीतरी उर्मट बोलला, तरी तो शांत राहिला. तिकिटे तपासायला आलेला इन्स्पेक्टर 'पास' असा जादूचा शब्द उच्चारताना थोडासुद्धा हसत नव्हता, तर उलट पास दाखवा म्हणून खनपटीलाच बसला. आणि शास्त्री जेव्हा पास शोधण्यासाठी खिसे चाचपू लागला तेव्हा तर त्याने चक्क एक शिवीसुद्धा हासडली; पण शास्त्रीने एक शब्दही उच्चारला नाही. एखाद्या हुतात्म्यासारखे त्याने सगळे सहन केले.

ऑफिसमध्ये जायला त्याला फक्त दोनच मिनिटे उशीर झाला, पण त्याचा मालक आधीच आपल्या जागेवर येऊन बसला होता आणि तो आल्यानंतर असा काही त्याच्याकडे बघू लागला की जसा काही त्याला दोन तास उशीर झाला होता. तो जे काय बोलला ते शास्त्रीने मुकाट्याने ऐकून घेतले.

"काही न बोलता एखाद्या पुतळ्यासारखा उभा राहिलास ! ते फार सोपे आहे. मला तर वाटते कीऽऽ..."

त्याचा मालक त्याला वाट्टेल तसे बोलत होता. पटकन शास्त्रीच्या तोंडातून निघणार होते 'काय झालंय काय आज तुम्हाला?' पण तो फक्त एवढेच बोलला, "काय झालंय?"

"ओह, काय झालंय?"

"म्हणजे मला असे विचारायचे होते की, टाइम काय झालाय?"

"तू मला टाइम विचारतोस? जा, जा तुझ्या तुझ्या जागेवर बस जा. शास्त्री, हे बघ, मी जास्त रागात येण्यापूर्वी तूऽऽ..."

शास्त्री हळूच चोरट्या पावलांनी आपल्या जागेवर जाऊन बसला. ऑफिसचे रोजचे व्यवहार सुरू झाले. दुकानातले नोकर शोकेस पुसून पुन्हा सामान जागच्या जागी ठेवत होते. गिऱ्हाईक येणे सुरू झाले. कुणी आपल्याजवळचे किडूकमिडूक मोडायला येत होते तर कुणी दागिने विकत घ्यायला येत होते. छोटासा पंखा त्याच्या चौकटीतल्या चौकटीत फिरत होता. सगळी थंड हवा तो मालकाच्याच तोंडावर फेकत होता. त्याचा दुसरा सहकारी आरामात दुपारी आला आणि आपल्या जागेवर जाऊन बसला. मालकाचा लहाना मुलगा आला आणि काहीतरी फालतू खर्च करण्यासाठी पैसे घेऊन गेला. शास्त्री मात्र एका कोपऱ्यात मोठमोठ्या चोपड्या घेऊन बसला होता. त्यातले हिशेब बघत बघतच तो एकीकडे विचार करत होता. आता दोन वाजले, ऑफिस सुटायला अजून आठ तास वेळ आहे. त्यानंतर मग आपला आजचा दिवस संपेल.

एक गिऱ्हाईक त्याच्या समोर येऊन उभे राहिले. त्याच्या हातात काहीतरी जिन्नस होते. त्याने विचारले, "हे बघा, माझ्याजवळचे हे हिरे घेऊन त्याच्या

बदल्यात मला प्लॅटिनमचे काही मिळेल का?''

शास्त्रीने त्याच्या हातात काय होते ते बघितले आणि म्हणाला, ''तुम्ही तिकडे विचारा.''

''ठीक आहे, ते मला कळते,'' तो माणूस उद्धटपणे म्हणाला. ''पण मला आधी माझ्या प्रश्नाचे उत्तर द्या.''

शास्त्रीने फक्त मान हलवली.

''म्हणजे तुम्हाला याबद्दल काहीच माहिती नाही?'' तो माणूस पुन्हा म्हणाला.

''मला काहीच माहीत नाही.'' शास्त्री म्हणाला.

''तर मग या दुकानातून चालते व्हा.'' तो माणूस जोरात ओरडला आणि मालकासमोर जाऊन बसला. मालकाने लगेच त्याला बोलावले.

''शास्त्री, इकडे ये.''

''काय सर?'' शास्त्रीने जागेवरूनच खालची मान वर न करताच विचारले. त्याच्या हातातील वहीतील तीन ओळी त्याला अजून पूर्ण करायच्या होत्या. त्याला जर मध्येच असा अडथळा आला असता, तर त्याला पुन्हा पहिल्यापासून त्या अवाढव्य राक्षसी आकड्यांना तोंड द्यावे लागले असते. त्यामुळे मालकाने बोलावल्याबरोबर गेला असता, तर त्याला अजून उशीर झाला असता.

पण त्या आधीच मालकाच्या रागाचा पारा चढला आणि तो जोरात ओरडला, ''आधी ते पेन खाली ठेव. आणि जेव्हा केव्हा मी बोलावेन तेव्हा ताबडतोब यायचं, कळलं?''

पण शास्त्रीची आणखी एक ओळ हिशेबात घ्यायची राहिलीच होती. ही ओळ जर चुकली असती, तर आजची रात्रच त्याला ऑफिसच्या त्या भयानक वातावरणात घालवावी लागली असती. मालक सारखा ओरडतच होता. शास्त्रीने एक क्षणभरच मान वर करून बघितले. ते गिऱ्हाईक तिथेच बसलेले होते, त्याच्याकडेही बघितले. त्याचा चेहरा रागाने लाल झाला होता. शास्त्रीने आपले ओठ गच्च मिटून घेतले आणि हातातला तेवढा हिशेब पूर्ण झाल्याशिवाय उठायचेच नाही, असे ठरवले. अगदी ऐकू येत नसल्याप्रमाणे तो शांतपणे आपले काम करू लागला. काम संपवून जेव्हा तो मालकाच्या समोर जाऊन उभा राहिला, तेव्हा मालक हातात पेपरवेट गच्च धरून ते फिरवीत होता. शास्त्रीला वाटले, कदाचित तो आता तो पेपरवेट आपल्याला फेकून मारेल. तोही चिडण्याच्या मनःस्थितीत आला होता. तो त्रास देणारा गिऱ्हाईक तिथे आरामात बसून सगळा तमाशा पाहत होता आणि दात विचकत होता. त्याच्याकडे बघून शास्त्रीला आपला अपमान झाल्यासारखे वाटले. मालक मला फक्त पन्नास रुपये देतो. पन्नास म्हणजे काहीच नाही. मी त्याची गुलामगिरी करतो, पण माझा अपमान करण्याचा त्याला काय अधिकार? या सगळ्या गोष्टीचा त्याला

खूप त्रास होऊ लागला. त्याच्या भुवया ताणल्या गेल्या आणि मालकाच्या हातातल्या पेपरवेटकडे बघत त्याने विचारले, ''काय आहे?''

''मूर्खा, तुला आज काय झाले आहे? तू तुझे तुझे आपले काम कर जा,'' मालक ओरडला. ''आणि मी तुला बोलावले तेव्हा का आला नाहीस?''

तेवढ्याच वेळात शास्त्रीचा राग थोडा कमी झाला होता. नाहीतर त्याच्याकडून अगदी स्फोट होण्याच्याच मार्गावर होता.

''मी बेरीज करत होतो सर,'' थोड्या करारीपणानेच पण शांतपणे त्याने उत्तर दिले.

''जेव्हा बोलावले तेव्हा यायला शीक थोडे. आणि या सभ्य गृहस्थाबरोबर तू असे उद्धटपणे का वागलास?''

''मी नाही सर,'' शास्त्रीने अगदी थोडक्यात उत्तर दिले.

''मग तुम्हाला काय वाटले, मी खोटे बोललो?'' तो माणूस जोरात ओरडला. त्याचा चेहरा रागीट झाला होता.

शास्त्रीने त्याला आलेला राग गटागट गिळला. त्याच्या मित्राने मारलेली भविष्याची पीन त्याला आठवली. अनावश्यक बोलणे टाळ. नाहीतर अशा या प्रतिकूल परिस्थितीत तो चांगलेच काहीतरी बोलणार होता.

त्याच्या मालकाने त्याच्याकडे बघितले आणि म्हणाला, ''शास्त्री, मी आता तुला शेवटचे सांगतो, माझ्या दुकानात आलेल्या सगळ्या गिऱ्हाईक लोकांबरोबर तू सभ्यपणाने वागलेच पाहिजेस. नाहीतर तुला या दुकानातून निघून जावे लागेल.''

''मी फक्त एवढेच म्हणालो की, मला प्लॅटिनमबद्दल काही माहिती नाही.''

''ते मला काही माहीत नाही. या दुकानात काम करणाऱ्या प्रत्येक माणसाला इथल्या प्रत्येक गोष्टीची माहिती असायला हवी. नाहीतर असा माणूस मला या दुकानात नको. समजले?''

शास्त्री परत जाण्यासाठी वळला.

ते गिऱ्हाईक पुन्हा म्हणाले, ''मी फक्त एवढेच विचारले की याच्या बदल्यात मला प्लॅटिनम मिळेल का? एवढ्या साध्या प्रश्नाचे उत्तर त्याला देता आले नाही.''

''ओह! असे झाले का? एखादा लहान मुलगासुद्धा या प्रश्नाचे उत्तर देईल,'' मालक म्हणाला. ''शास्त्री, इकडे ये.'' मालकाने त्याला पुन्हा बोलावले. शास्त्री मालकाच्या समोर येऊन उभा राहिला.

''तुला प्लॅटिनमच्या जडणघडणीबद्दल काय माहिती आहे?''

''मला त्याबद्दल काहीच माहीत नाही, सर.''

''तू मला असे उत्तर देतोस? ठीक आहे. तू तुझ्या जागेवर जा. मी तुला नंतर बघून घेईन. आत्ता माझ्या डोळ्यांसमोरून चालता हो.''

शास्त्रीने एक उसासा सोडला आणि तो त्याच्या जागेकडे निघून गेला. तो त्याच्या जागेकडे परत जात असताना त्याच्या कानावर त्या गिऱ्हाइकाचे शब्द पडले – "हे लोक आजकाल फारच उद्धट झालेत."

"ते त्यांच्या युनियनबाजीमुळे हो. मी सांगतो तुम्हाला मी या सगळ्या गोष्टींची काळजी घेतो. तरी एखाद्याला सावध करायला पाहिजे."

शास्त्री कोपऱ्यात त्याच्या जागेवर जाऊन बसला आणि आपल्या डोक्यातले विचार त्याने पुन्हा आकड्यांमध्ये बुडवून टाकले. थोडेफार जमत होते, पण मनातला एक कोपरा मात्र सारखा काहीतरी विचार करत होता. असे मूर्ख लोक दुकानात येतात आणि मला मात्र उगाचच अपमान सहन करावा लागतो. वीस वर्षं झाली, मी इथे काम करतोय.

तेवढ्यात त्या गिऱ्हाइकाने त्याचे काम संपवले आणि तो जायला निघाला. जाता जाता तो शास्त्रीच्या समोरूनच गेला. त्याने शास्त्रीकडे विजयी मुद्रेने बघितले. शास्त्रीबद्दलचा अनादर त्याच्या चेहऱ्यावर दिसत होता. शास्त्रीने पटकन आपल्या रजिस्टरमध्ये मान घातली. 'हा माणूस कोण आहे? हा माझा छळ करण्यासाठीच जन्माला आला आहे का?'

रस्ता चुकल्याप्रमाणे सूर्यप्रकाशाचा एक किरण खिडकीच्या निळ्या तावदानातून आत आला आणि वर छतावर सावली पडली. म्हणजेच संध्याकाळ झाली होती. त्याचा मालकही निघून गेला असावा, कारण नुकताच त्याने खाली वाजलेला गाडीचा हॉर्न ऐकला होता. ऑफिसमधले इतरही सगळे लोक जाण्यासाठी निघाले होते. सगळ्या फाइल्स दारामागे ठेवल्या होत्या. फक्त शास्त्री आणि दारावरचा शिपाई दोघेच राहिले होते. त्याच्या मालकाने आणलेल्या त्याच्या कामातील अडथळ्यांमुळे काम एवढे बिघडले होते की सगळे आकडे एकमेकांच्या गळ्यात पडले होते आणि त्यांच्या गाठी पक्क्या बसून त्यांची गुंतागुंत अजून वाढली होती. म्हणजे त्याला अजून प्रचंड काम करावे लागणार होते. आणखी जुने लेजर बघावे लागणार होते. त्याने सगळे लाईट चालू केले आणि तो नऊ वाजेपर्यंत काम करत बसला. त्याच्या हाताची बोटे आखडल्यासारखी झाली होती, ती त्याने थोडीशी ताणली आणि तो जिना उतरून रस्त्यावर आला.

लोक मला नावे ठेवतात. सर्वांच्या समोर अनोळखी लोकांकडून आणि मालकाकडून माझा अपमान होतो. प्लॅटिनम म्हणे प्लॅटिनमऽऽ. वीस वर्षं झाली, मी इथे पन्नास रुपयांपेक्षाही कमी पैशांवर काम करतोय. त्याचे त्यालाच नवल वाटू लागले. इथेच काय पडले आहे? आपण एवढे कसे निकम्मे झालो? दुसरीकडे कुठेही आपल्याला काम मिळाले असते. मालकाने माझी माफी मागितल्याशिवाय मी जेवणारच नाही. नाहीतर मी हे काम सोडून देईन. काहीही झाले तरी मी कशाचीही पर्वा करणार नाही.

त्याला एकदम त्याची बायको-मुले भुकेने व्याकूळ झालेली दिसू लागली. पण त्या गोष्टीचेही त्याला आत्ता या क्षणी महत्त्व वाटले नाही. मी काहीतरी करून सगळे नीट करीन. कर्ज काढून एखादे छोटेसे दुकान काढीन, नाहीतर आणखी काहीतरी करीन. पण सगळे नीट करीन. मला कशाची पर्वा नाही. आता त्याला एका गोष्टीपुढे कशाचेच काही वाटेनासे झाले होते. त्याला फक्त त्याचा रुबाब, मोठेपणा परत मिळवायचा होता. तो एका कुटुंबाचा प्रमुख होता. एका दुकानात हिशेबनीस म्हणून काम करत होता. त्याला मालकाच्या हातातला तो पेपरवेट आठवला आणि इतर कशामुळे नाही पण त्यामुळे त्याचे मन आणखीच दुखावले गेले. विचाराच्या नादातच तो स्टेशनकडे जाऊ लागला. तेवढ्यात रॉयपेट्टयाला जाणारी गाडी त्याच्या समोरच येऊन उभी राहिली. त्यामधे चढून पटकन लगेच घरी जावे असा आवेश त्याला आल्यासारखा वाटला. पण त्याने ती गाडी जाऊ दिली. त्याने कीलपौकला जाणारी बस पकडली आणि त्यात तो चढला.

जेव्हा तो मालकाच्या 'अंबर गार्डन' बंगल्याच्या गेटमध्ये पोहोचला, तेव्हा रात्रीचे दहा वाजले होते.

गेटवरच्या पहारेकऱ्याने विचारले, "एवढ्या रात्री?"

"हं, मालकांना भेटायचे आहे. ते जागे आहेत का?" तो म्हणाला.

"हो, आत्ताच त्यांचं जेवण झालं आणि ते समोरच्याच हॉलमध्ये बसले आहेत."

शास्त्री आतमध्ये अर्ध्यापर्यंत गेला आणि त्याला अस्वस्थ वाटू लागले. त्याला त्याच्या मित्राने सांगितलेले भविष्य आठवले. 'अनावश्यक बोलणे टाळ.' पण तो मागे वळला नाही. नशिबाने जणू काही त्याचे मानगूट पकडले होते आणि ते त्याला पुढे पुढे ढकलत होते. तो हॉलमध्ये जाऊन उभा राहिला. त्याचा मालक वर्तमानपत्र पुढे घेऊन सोफ्यावर लोळत पडला होता. शास्त्री मनाशीच घोकत होता, "बोलणे टाळ, अनावश्यक गोष्टी काही बोलू नको." त्याच्या मित्राचे शब्द एखादा ड्रम वाजविल्यासारखे त्याच्या कानात आणि डोक्यात घुमत होते. तो स्वतःशीच म्हणाला, 'आता बोलण्यासारखे काही राहिले नाही.' त्याला वाटले असेच मागे वळावे आणि इथून पळून जावे.

तो असा विचार करत असतानाच, वर्तमानपत्राचे पान उलटताना मालकाचे त्याच्याकडे लक्ष गेले. तो नम्रपणे उभा राहिला होता. मालकाने त्याच्याकडे बघितले आणि म्हणाला, "शास्त्री? हं. मला वाटते की आत्ता कुठे तुझे डोके ठिकाणावर आले असावे आणि आपल्या वागण्याची माफी मागण्यासाठी तू आला असणार. मी तुझाच विचार करत होतो. जर पुन्हा तू असे काही माझ्या माघारी जरी बोलण्याचा प्रयत्न केलास, तरी मी तुला तिथल्या तिथे कामावरून काढून टाकीन, लक्षात ठेव.

आणि शिवाय इतर माणसांशी वागतानासुद्धा तू उद्धटपणे वागतोस. तो माणूस फक्त प्लॅटिनमच्या घडणावळीबद्दल विचारायला आला होता.''

"हो सर, प्लॅटिनमच्या घडणावळीबद्दल.''

"त्याच्याशी तुझा काही संबंध नाही, पण एखादा माणूस मूर्ख असो नाहीतर शहाणा, त्यांना सभ्यपणे उत्तर देणे हे तुझे काम आहे. ते प्लॅटिनमबद्दल बोलोत, चांदीबद्दल बोलोत, मातीबद्दल बोलोत नाहीतर फाटक्या चिंध्यांबद्दल, माझ्या ऑफिसमधल्या प्रत्येक माणसाला ऑफिसमधल्या सगळ्या विभागांची माहिती असायला पाहिजे. खरे तर आज तुझ्या वागण्यामुळे आणि बोलण्यामुळे मी तुला कामावरून काढूनच टाकणार होतो. पण आता तूच तुझा बचाव केलास. माझे तत्त्व असे आहे की, जो कोणी प्रामाणिकपणे माफी मागतो, अशा माणसांना मी माफ करतो. आता तू जाऊ शकतोस.''

"मी तुमचा खूप आभारी आहे सरऽऽ. शुभ रात्री!" शास्त्री म्हणाला. त्याचा आवाज अगदी सभ्य माणसासारखा नम्रपणे येत होता. घरी जायला एक तास लागला तरी त्याला कंटाळवाणे झाले नाही. तो खूप खूश होता, कारण आज त्याने वाईट ग्रहांवर विजय मिळवला होता.

◆

गवतामधला साप

उन्हाळ्याचे दिवस होते. दुपारची वेळ होती. बंगल्यातले सगळे लोक वामकुक्षी घेत होते. तेवढ्यात सायकलवरून एक माणूस आला. तो खूप घाबरलेला होता. जोरजोरातच त्याने दारावरची बेल वाजवली.

दार उघडल्यानंतर त्याने सांगितले, ''एक मोठ्ठा विषारी साप आत्ताच तुमच्या कंपाऊंडमधून आत घुसलाय. मी येत होतो तेव्हाच माझ्या सायकलच्या समोर आला होता.''

रस्त्यावर त्याची सायकल होती तिकडे त्याने बोट दाखवले आणि तो परत निघून गेला.

त्या घरातील सगळी माणसे, आई आणि तिची चार मुले गेटजवळ जमली. त्यांच्यामध्ये एकदम गडबड गोंधळ सुरू झाला. घरातला जुना नोकर दासा तिथेच सावलीत झोपला होता. त्यांनी त्याला हलवून हलवून झोपेतून जागे केले आणि त्याला सांगितले की आपल्या बागेत साप घुसलाय. ''काही नाही सापबीप,'' असे म्हणून त्याने ती गोष्ट झटकून टाकली. त्यांनी त्याला चार शिव्या दिल्या आणि साप कुठे गेलाय, खरेच काही आहे का नाही, ते बघायला सांगितले. सगळे बडबडायला लागले.

''तो इथेच कुठेतरी आहे आणि आज संध्याकाळपर्यंत जर तो सापडला नाही तर आम्ही तुला कामावरून काढून टाकू. बागेकडे तुझे बिलकूल लक्ष नाही. एवढे सगळे गवत वाढले आहे, त्यामुळेच असे विषारी प्राणी आत येतात.''

तेवढ्यात शेजारचे काही लोक गोळा झाले. ते दासाकडे असे काही बघू लागले की यात जणू काही सगळा त्याचाच दोष होता.

"दासा, तू जगातला सगळ्यात आळशी नोकर आहेस." कुणीतरी म्हणाले.

"त्याने खरे तर हा सगळा परिसर स्वच्छ, नीटनेटका ठेवायला पाहिजे," आणखी कुणीतरी म्हणाले. लोक बोलतच होते.

"मी किती दिवसांपासून गवत कापायची कात्री द्या म्हणतोय," दासा म्हणाला.

सगळे एकाच सुरात बोलू लागले. त्यांनी त्याला सांगितले की घरात ज्या काही वस्तू आहेत त्यातूनच तू काम करायला पाहिजे. आणि हे पाहिजे, ते पाहिजे असे काही म्हणायला शिकू नकोस. आणि तरी पण तो चिकाटीने पुन्हा पुन्हा तेच तेच म्हणत राहिला. मग त्या लोकांचे एकमेकांत तर्ककुतर्क सुरू झाले. गवत कापायची कात्री घेण्यासाठी किती पैसे लागतील? एक शेजारी म्हणाला, "आता हे युद्ध सुरू आहे ना तोपर्यंत तुम्ही लोखंडाचे काही हत्यार घेण्याचा विचारसुद्धा मनात आणू नका. युद्धामुळे या गोष्टींवर बंदी आली आहे." आणि हे सगळे तो तारस्वरात ओरडून सांगत होता. त्या घरातला दोन नंबरचा मुलगा होता तो खात्रीशीरपणे सांगू लागला की तो कोणतीही वस्तू घेऊन दाखवेल. मग तो शेजारी काळ्या बाजाराबद्दल भाषणबाजी करू लागला. त्यांच्या दोघांमध्ये तिथेच जोरजोरात वादविवाद सुरू झाला. आजूबाजूला जमलेले सगळे लोक त्यांचा वादविवादच ऐकत बसले. तेवढ्यात त्या घरातला कॉलेजमध्ये जाणारा मुलगा मध्येच बोलला, "मी एका अमेरिकन न्यूज पेपरमध्ये वाचले आहे की, वर्षाला तीस हजार लोक साप चावून मरतात." त्यांची आई एकदम हवेत हातवारे करून दासावरच दोषारोप करू लागली.

तो कॉलेजमधला मुलगा पुन्हा आकडेवारी सांगू लागला, "मी त्याचा गोशवारा काढलाय. वर्षाला तीस हजार म्हणजे एका दिवसात त्र्याऐंशी लोक होतात. म्हणजे आत्ता आपण इथे बोलतोय तेवढ्या वेळात कुठेतरी एखादा माणूस साप चावून मरून पडला असेल."

हे ऐकून आईने तर भीतीने एकदम किंकाळीच मारली. आजूबाजूचे वातावरण सगळे भयाण, अशुभ वाटू लागले. मुलांनी घरात जाऊन काठ्या आणल्या आणि त्यातली एक त्या नोकराच्या हातात पण दिली.

"तो सारखा ती काठी त्या गवतामध्ये खुपसतोय आणि बाहेर काढतोय," कुणीतरी ओरडले.

"अरे, हा तर त्या गवतावरच काठी मारत बसलायऽऽ..."

मग सगळ्यांनी आपल्या पँटी, पायजमे, धोतर काय होते ते वर खोचले, हातात मोठमोठे चाकू, लोखंडाचे कांब वगैरे घेऊन सगळ्या बागेभोवती फेऱ्या मारायला सुरुवात केली. खाली सगळ्या वेली पसरल्या होत्या. निरनिराळ्या

झाडांची झुडपे होती, गवत होते. असे खाली पडलेले बिनकामाचे सगळे त्यांनी उपटून टाकले. घराभोवतीचा बराचसा अडथळा गेल्यामुळे घराच्या समोरच्या भिंतीवर खूप सारा उजेड पडला आणि ती चमकू लागली.

जेव्हा काही करायचे राहिले नाही तेव्हा दासा म्हणाला, "कुठे आहे साप?"

एक म्हातारा भिकारी गेटमध्ये येऊन भिक्षा मागू लागला. ते सगळे त्याला म्हणाले की आम्ही आता साप मारण्याच्या कामात व्यस्त आहोत आणि तू आम्हाला त्रास देऊ नकोस. पण हे ऐकल्यावर त्याच्यासोबत असलेल्या म्हाताऱ्या बाईला उलट आनंदच झाला. ती म्हणाली, "तुम्ही लोक किती नशीबवान आहात. तो देव सुब्रम्ह्यण्यम आहे. तो तुम्हाला भेटायला आलाय. तुम्ही त्याला मारू नका."

आईला वाटले जणू काही ती बाई तिच्या मनातलेच बोलली. ती लगेच म्हणाली, "बरोबर आहे तुझे म्हणणे. मी देवाला अभिषेक करायचे कबूल केले होते आणि विसरूनच गेले. देवानेच मला या रूपाने आठवण करून दिली."

तिने त्या भिकाऱ्याला एक पैसा दिला. त्या भिकारी बाईने सांगितले की सापावर मंत्र घालणारा एक माणूस तिच्या ओळखीचा आहे, त्याला पाठवून देते. थोड्याच वेळात एक माणूस बाहेर फाटकाजवळ आला आणि सांगू लागला की तो सापावर मंत्र घालून त्यांना पकडतो. सगळे जण त्याच्याभोवती जमले. त्याने आत्तापर्यंत कसे आणि किती साप पकडले, काय काय केले, त्याच्याजवळ कशी शक्ती आहे, याचे सगळे वर्णन करून त्याने सांगितले.

त्या लोकांनी त्याला विचारले, "तुम्ही सापाला कसे पकडणार?"

"हे असे." त्याने खाली जमिनीवर साप आहे आणि आपण त्याला पकडत आहोत असे समजून हाताचा पंजा मारला. मग तो साप ज्या दिशेने गेला होता ते त्यांनी त्याला सांगितले आणि त्याचे काम चालू ठेवण्यास सांगितले. तो असहाय होऊन म्हणाला, "तुम्ही जर मला साप दाखवला तर मी ताबडतोब त्याला पकडून दाखवीन, नाहीतर मी काही करू शकणार नाही. आता तुम्हाला तो दिसला की मला बोलवा, मग मी येईन. मी इथे जवळच राहतो." त्याने त्याचे नाव आणि पत्ता लिहून दिला आणि तो निघून गेला.

संध्याकाळी पाच वाजण्याच्या सुमारास सर्वांनी आपल्या हातातील काठ्या आणि हत्यारे फेकून दिली आणि व्हरांड्यात आराम करण्यासाठी जागा केली. त्यांनी बागेतला एकूण एक दगड काढून बघितला, सगळे गवत, झुडपे उपटून फेकून दिले म्हणजे अगदी लहानातला लहान प्राणी जरी आला तरी तो दिसल्याशिवाय राहणार नाही. भविष्यात अशा सरपटणाऱ्या प्राण्यांकडून आपण आपली काळजी कशी घ्यायला पाहिजे, यावर ते जोरजोरात चर्चा करू लागले.

तेवढ्यात दासा तिथे आला. त्याच्या हातात एक हंडा होता आणि त्याचे तोंड

एक दगड लावून बंद करून टाकले होते. त्याने तो हंडा खाली ठेवला आणि म्हणाला, ''मी त्याला यात कोंडून ठेवले आहे. मी त्याला बघितले तेव्हा तो यातून डोकावून बघत होता. त्याने मला बघायच्या आधीच मी पटकन त्याला यात बंद केले.''

मग त्याने त्या सापाला कसे बघितले, कुठे बघितले, त्या भांड्यात कसे पकडले हे सगळे सविस्तर सांगितले. सगळे लोक त्या भांड्यापासून दूर अंतरावर उभे राहिले आणि त्याच्याकडे बघू लागले. आपण काहीतरी खूप मोठ्ठे काम केल्याचा आनंद त्याच्या चेहऱ्यावर होता. ''आता यापुढे मला आळशी वगैरे काही म्हणू नका.'' तो म्हणाला.

आईने त्याच्या त्या कामाची स्तुती केली आणि सांगितले की तिने त्या भांड्यात देवाला नैवेद्य म्हणून थोडेसे दूध टाकून ठेवले होते. दासाने पटकन तो हंडा उचलला आणि तो जायला निघाला. तो म्हणाला की जवळच राहणाऱ्या त्या साप पकडणाऱ्या माणसाकडे सापासहितच तो हंडा देऊन टाकतो. तो त्या दिवशीचा हिरो झाला होता. सगळे त्याच्याकडे कौतुकाने बघत होते आणि त्याला काहीतरी बक्षीस देण्याचा विचार करत होते.

दासाला जाऊन पाचच मिनिटे झाली नसतील तेवढ्यात लहाना मुलगा ओरडला, ''तो बघा तिकडेऽऽ.'' कंपाऊंड जवळच्या एका छिद्रातून तो साप बाहेर आला. तो फाटकाच्या बाजूने हळूहळू सरपटत होता. एक क्षणभर थांबून व्हरांड्यात जमलेल्या सगळ्या लोकांवर त्याने एक नजर टाकली. सरपटतच तो फाटकाच्या खालून निघून गेला आणि बाहेरच्या एका नाल्यात अदृश्य झाला. त्या धक्क्यातून सगळे लोक बाहेर आले.

''म्हणजे इथे दोन साप होते की काय?'' कुणीतरी ओरडले.

तेवढ्यात कॉलेजमध्ये जाणारा मुलगा हळूच म्हणाला, ''दासाने आणलेल्या त्या हंड्यात खरोखरच काय आहे ते आपल्याला कळायला पाहिजे, म्हणून त्याच्या तोंडावरच्या झाकणाला मी थोडा धक्का दिला होता.''

◆

संध्याकाळची देणगी

आता सध्या त्याला जे काम मिळाले होते, ते त्याच्या आयुष्यातले सगळ्यात उत्कंठावर्धक काम होते. आत्तापर्यंत त्याने काम मिळविण्यासाठी जेवढे प्रयत्न केले होते ते सगळे अयशस्वी ठरले होते म्हणून हे काम त्याने अत्यंत कृतज्ञतेने आणि उत्साहाने स्वीकारले होते. त्यासाठी त्याला महिन्याला तीस रुपये मिळत. पंधरा रुपये भाडे देऊन तो एका स्वस्तातल्या हॉटेलमध्ये राहत होता. तिथे पोटमाळ्यावर भिंतीमध्ये एक फळी टाकून पलंगासारखे केले होते, त्यावर त्याला झोपायला मिळत असे. उठून बसले की वरचे छप्पर त्याच्या डोक्याला लागे. उरलेले पंधरा रुपये तो गावाकडे पाठवत असे. बहिणीच्या लग्नासाठी काढलेले कर्ज त्याला फेडायचे होते. त्याशिवाय पोस्ट ऑफिसच्या व्हरांड्यात त्याला काही अडाणी लोक भेटत. त्यांची पोस्टकार्डे लिहून किंवा मनीऑर्डरचे फॉर्म भरून त्याला एक-दोन रुपये मिळत. पण त्याचे मुख्य जे काम होते ते मात्र फारच विचित्र होते. एका अट्टल दारूबाज माणसाला सोबत करण्याचे ते काम होते. हा जो श्रीमंत माणूस होता, त्याला रात्री नऊ वाजल्यानंतर कुणीतरी मर्यादा घालून घरी घेऊन जायला हवे होते. शंकरची शरीरयष्टी पण या कामाला साजेशी होती. त्याच्या मालकाने सांगून ठेवले होते, ''माझ्यावर जर जबरदस्ती करावी लागली तरी मुळीच संकोच करू नकोस.'' पण तशी गरज कधी पडली नाही. शंकर अगदी व्यवस्थित प्रकारे त्यांचे मन

वळवून, त्यांना मना करीत असे. आणि 'ओरिएंटल कॉफी बार'च्या सगळ्या लोकांना हे माहीत झाले होते. मालक आणि त्याच्यात कधी कधी चांगलीच खडाजंगी होत असे. पण शेवटी शंकरच त्यात यशस्वी होत असे. मालकाच्या हातातला दारूचा ग्लास तो हिसकावून घेई आणि जवळ जवळ ढकलतच त्याला कारकडे घेऊन जाई.

दुसरे दिवशी सकाळी मालक त्याला विचारीत, "काल रात्री आपण किती वाजता घरी आलो?"

"नऊ वाजून पंधरा मिनिटे झाली होती, सर."

"तुला जास्त त्रास झाला का?"

"नाही सर."

"फार छान, फार छान. मला खूप आनंद होतोय. काही झाले तरी तू मला नऊच्या नंतर थांबू देत नाहीस. मी कितीही..."

"हो सर."

"ठीक आहे, आता तू जा. संध्याकाळी मात्र लवकर, रोजच्या वेळेला ये."

अशा प्रकारे त्याची सकाळची ड्यूटी संपत असे. मग तो त्याच्या माळ्यावर येई. थोडा वेळ झोप घेई. त्यानंतर पोस्ट ऑफिस, कोर्ट इथे थोडा वेळ रेंगाळत असे. काही काम मिळते का ते बघे. आणि बरोबर संध्याकाळी सहा वाजता कामावर जाई.

"ये." त्याचा मालक व्हरांड्यातच त्याची वाट बघत बसलेला असे. त्यानंतर शंकर कारमध्ये समोरच्या बाजूला बसे आणि ती कार त्यांना 'ओरिएंटल कॉफी बार'कडे घेऊन जाई.

पण आज काय झाले कुणास ठाऊक, त्याला त्याच्या या कामाचा कंटाळाच आला. त्या पेताड्या माणसाबरोबर तेच तेच गोड बोलून आणि काम पडले तर दांडगाई करून त्याला उगाचच आजारी पडल्यासारखे वाटू लागले. त्याने मनाची तयारीच केली, हे काम सोडून द्यायचे आणि गावाकडे निघून जायचे. आपले घर आणि घरची सगळी माणसे यांच्याबद्दल त्याच्या मनात हुरहूर दाटून आली. 'जे होईल ते होवो, मी आता घरी वापस जाणार आणि दुसरे काहीतरी काम करून पैसे मिळवणार,' त्याने मनाशी ठरवले. तेवढ्यातच पुन्हा त्याला घरून एक पत्र आले.

"ताबडतोब शंभर रुपये पाठवा. घर गहाण ठेवले आहे, त्याचा हप्ता भरायची शेवटची तारीख आली आहे. नाहीतर आपले घर जाईल."

जणू काही त्याला धमकीच दिली गेली होती. कुठून आणणार होता तो पैसे? यातून कसे बाहेर पडणार होता तो? त्याने त्याच्या नशिबालाच दोष दिला. काय करावे, काय नाही याचाच विचार करीत तो कितीतरी वेळ बसून राहिला. किती छान आहे आपले घर! जाऊ दे, गेले तर गेले. जगामध्ये ही एकच गोष्ट त्यांच्या

मालकीची होती. जर ते गेले असते तर त्याची आई, भाऊ, लहान बहीण सगळ्यांनाच दारोदार भटकावे लागले असते. डोक्यावर छप्पर राहिले नसते. पण तो शंभर रुपये कुठून आणणार होता? अगदी शेवटच्या क्षणी त्याला असे सांगण्यात काय अर्थ होता? घरातला सगळ्यात मोठा मुलगा असल्यामुळे, आणि आपल्यामुळे सगळ्यांना त्रास होत असल्यामुळे त्याने पुन्हा एकदा आपल्याच नशिबाला दोष दिला.

त्या तिरिमिरीतच रोजच्याप्रमाणे तो कामाला गेला. मालकाबरोबर त्या खास परमिटरूमच्या बूथमध्ये त्याने प्रवेश केला. नंतर त्या रूमचा पडदा बाजूला केला. बेल वाजवली. जवळ जवळ एक वर्ष होत आले होते. महिन्याचे तीस दिवस एखाद्या यंत्राप्रमाणे तो रोज हेच काम करत होता. वेटर आला. काही बोलायची गरजच नव्हती. शंकरने फक्त मान हलवली. वेटर निघून गेला आणि थोड्याच वेळात एक ग्लास, बाटली आणि सोडा घेऊन आला. त्याने त्या सगळ्या वस्तू टेबलावर ठेवल्या.

''याच्यासाठी एक लिंबू सरबत घेऊन ये.'' तो दारुडा सभ्य गृहस्थ म्हणाला.

''नको सर,'' शंकरने उत्तर दिले. हे असे रोजच चालायचे. आता पुढचे काम शंकरचे होते. ते बाटलीतले पेय ग्लासमध्ये ओतायचे, तो ग्लास त्यांच्यासमोर ठेवायचा, सोडा त्यांच्या हाताजवळ ठेवायचा आणि बाहेर व्हरांड्यात जाऊन पेपर वाचत बसायचे. (ती बाटली तशीच हातात धरून). मालकांनी बोलावल्यावर परत आत जाऊन ग्लास भरायचा. त्या बाटलीतले शेवटचे थेंब जेव्हा तो ग्लासमध्ये ओतत असे, तेव्हा मात्र बाहेर न जाता तो तिथेच मालकाजवळ बसून राही. ही एक प्रकारे थांबविण्याची सूचनाच असायची.

''तू इथे का बसलास? बाहेर व्हरांड्यात जा.''

''मला ही जागा आवडते आणि मी इथेच बसणार.''

''अजून तुझी आत येऊन बसायची वेळ झाली नाही.''

''अजून फक्त दहा मिनिटे.''

''मूर्खा, आता फक्त सातच वाजलेत.''

''दोन तासांपूर्वी वाजले होते.''

''तुम्ही लोक ना, घड्याळाचे काटे तुम्हाला वाटेल तसे फिरवता. बाटलीत अजून किती शिल्लक आहे, मला बघू दे जरा.''

''काहीच नाही,'' शंकर म्हणाला. त्याने बाटली दाखवली. ''शेवटचा थेंब मी आत्ताच ओतला.'' त्याने रिकामी बाटली दाखवली, तसा मालकाला अजूनच जास्त राग आला. त्यांनी शंकरकडे थोडे संशयित नजरेने बघितले.

''मला वाटते, तुझी काहीतरी हातचलाखी चालू आहे. मला सांग, एवढा वेळ

ही बाटली घेऊन व्हरांड्यात बसून काय करीत होतास?'' या प्रश्नाचे उत्तर शंकरजवळ नव्हते.

घड्याळात नऊचे ठोके पडले तसे त्याने मालकाच्या खांद्यावर थोपटल्यासारखे केले आणि म्हणाला, ''चला, संपवा ते सगळे आणि आता उठा, सर.''

''काय, म्हणायचंय काय तुला? मी उठणार नाही. तू कोण मला सांगणारा?''

शंकर तसाच उभा राहिला.

''हे बघ, असा मख्खासारखा इथे उभा राहू नकोस. तुला काय वाटले, मी पिऊन बोलतोय? मी एक साधा सभ्य माणूस आहे. मला एकट्याला राहू दे.''

तरी शंकरने आपला हेका सोडला नाही.

''मी तुला काढून टाकीन. यापुढे तू माझ्याकडे कामावर यायचे नाही. मला असे मूर्ख आणि उद्धट लोक हाताखाली नकोत.''

साधारणतः असा प्रसंग आला की शंकर काही न बोलता तिथेच बसून राही आणि त्यांचा शेवटचा ग्लास संपला की ओढून त्यांना गाडीजवळ घेऊन जाई. ते त्याला शिव्या देत, ओरडत त्याच्या मागे जात. त्यांचे डोळे लाल झालेले असत. पण आज जेव्हा ते त्याला म्हणाले की मी तुला कामावरून काढून टाकीन, आत्ताच्या आत्ता चालता हो, तेव्हा शंकर म्हणाला, ''तुम्ही मला आत्ताच्या आत्ता कामावरून काढून टाकणार? मग मी काय उपाशी मरू का?''

''नाही, तू जर आत्ताच्या आत्ता इथून निघून गेलास, तर मी तुला चार महिन्यांचा पगार देईन.''

शंकर विचार करू लागला.

''इथे बसू नकोस. पटकन काय ते सांग,'' मालक म्हणाले.

एकशे वीस रुपये. कर्जाच्या रकमेपेक्षा वर वीस रुपये जास्तच. तो गावाकडे जाऊन आईला पैसे देऊ शकला असता. पुढचे देवाच्या भरवशावर. पण त्याने पटकन हा विचार झटकून टाकला.

''नाही, नको सर, चला आता उठा.''

''तू इथून आधी चालता हो,'' मालक त्याच्या अंगावर ओरडले. त्यांनी बेल वाजवून वेटरला बोलावले. ''मला अजून घेऊन ये.''

शंकरने त्या वेटरला विरोध केला.

''तू जा इथून निघून,'' मालक पुन्हा ओरडले. ''तुला काय वाटले, मी दारूच्या नशेत बोलतोय? मला तू नको आहेस. माझे मी स्वतः बघून घेईन. जर तू इथून निघून गेला नाहीस तर मी वेटरला सांगून तुला धक्के मारून बाहेर काढायला लावीन.''

शंकर तसाच उभा राहिला.

"आता मला सांग, तुला पगार किती आहे?" आपले पाकीट उचलून शंकरकडे बघत ते म्हणाले.

"तीस रुपये सर."

"हे घे तुझे चार महिन्यांचे पैसे. हे घे आणि जा. मला आता इथे एक मीटिंग आहे. मला जेव्हा पाहिजे तेव्हा मी माझा जाईन. गाडी आहेच." त्यांनी शंभरची एक नोट आणि दहाच्या दोन नोटा काढल्या. घराचा हप्ता. पण मी हे पैसे कसे घेणार? शंकरची द्विधा मनःस्थिती झाली, पण शेवटी त्याने ते पैसे घेतले.

"आभारी आहे सर," तो म्हणाला.

"तसे म्हणायची काही गरज नाही."

"तुम्ही खूप दयाळू आहात."

"ते माझे कर्तव्यच आहे. बस झाले तर मग, कुणी काहीही केले तरी आपण आपल्या कर्तव्याला चुकू नये, हे माझे तत्त्व आहे. कुणीही. काहीही. तुला संध्याकाळी यायची आवश्यकता नाही, मला तुझी गरज नाही. तुला मी कामावर ठेवले ते तात्पुरते होते. पण माझ्या एखाद्या मित्राला जर असे कुणी कामासाठी, लेखनिक म्हणून किंवा इतर काही मदत म्हणून पाहिजे असेल तर मी तुझ्यासाठी शब्द टाकेन."

"निरोप घेतो, सर."

"हं, ठीक आहे."

तो निघून गेला. तो गेला तिकडे मालक कितीतरी वेळ बघत बसले. त्यांच्या चेहऱ्यावर समाधान होते. एकीकडे ते तोंडाने बडबड करीत होते. "कुणी काहीही करो... आपण... माझे तत्त्व आहे..."

दुसरे दिवशी सकाळी शंकर बाजारात गेला. त्याने खरेदी केली. लहान बहिणीसाठी सिल्कचा फ्रॉक, आईसाठी चश्मा आणि घरातील दुसऱ्या इतर मुलांसाठी काही खेळणी. हॉटेलमध्ये जाऊन त्याने त्याचा हिशेब चुकता केला. 'मी आज जाणार आहे, माझ्या गावाकडे चाललोय,' असे त्याने सांगितले. त्याचे हृदय आनंदाने भरून आले होते. हॉटेलमधल्या नोकराला त्याने एक रुपया बक्षिसी दिली. त्याने आपली वळकटी गुंडाळली आणि त्या जागेकडे एक नजर टाकली. तिथला तो कळकट वास, छतावरचे पोपडे हे सगळे सोडून जाताना त्याला दुःख होत होते, ते न सांगण्यासारखे होते. सकाळी अकरा वाजता तो बसस्टॅण्डवर गेला. बस निघण्यासाठी तयारच होती. तो त्याच्या जागेवर जाऊन बसला. संध्याकाळी सहा वाजेपर्यंत तो घरी पोहोचला असता. त्याच्या आईला किती आश्चर्य वाटले असते. रात्रभर त्याने आईशी गप्पा मारल्या असत्या. त्या पिदाड्या माणसाबद्दल सांगितले असते.

पण त्याच्या या समाधीतून तो एकदम जागा झाला. एक पोलीस इन्स्पेक्टर बसच्या दारात उभा होता. त्याच्या खांद्यावर हात ठेवून त्याने विचारले, ''तू शंकर आहेस का?''

''हो.''

''खाली उतर आणि माझ्याबरोबर ये.''

''मी माझ्या गावाकडे चाललोय.''

''तू आता जाऊ शकत नाहीस.'' त्या पोलिसाने शंकरच्या हातातली ट्रंक आणि वळकटी हमालाच्या डोक्यावर ठेवली आणि ते पोलीस स्टेशनकडे निघाले. तिथे सगळ्यांनी शंकरला खूप सारे प्रश्न विचारले. त्याचे पाकीट शोधले आणि त्यातले पैसे काढून घेतले. इन्स्पेक्टरने ती शंभर रुपयाची नोट हातात घेऊन चांगली निरखून बघितली आणि म्हणाला, ''तोच नंबर आहे, कुठे मिळाली ही तुला? खरे सांग.''

नंतर तो इन्स्पेक्टर उठला आणि म्हणाला, ''माझ्याबरोबर चल. आपण तुझ्या मालकाच्या घरी जाऊ.''

शंकरने बघितले, त्याचे मालक व्हरांड्यात एका खुर्चीवर बसले होते. त्यांचा चेहरा खूप थकल्यासारखा दिसत होता. त्यांनी इन्स्पेक्टरला खूण करून आपल्या शेजारच्या खुर्चीवर बसायला सांगितले. नंतर शंकरकडे बघून ते म्हणाले, ''तू असा असशील असे मला मुळीच वाटले नाही, शंकर. मी शुद्धीवर नसताना तू मला लुबाडलेस. तू जर मला म्हणाला असतास, तर तुला जेवढे पाहिजे तेवढे पैसे मी दिले असते. तू काय माझा गळा दाबून मला मारून टाकणार होतास का? का तू मला बांधून कुठे फेकून देणार होतास?''

शंकर घाबरून गेला आणि तसाच उभा राहिला. त्याच्या अंगाचा थरकाप होत होता. तो नीट बोलूही शकत नव्हता. आदले दिवशी काय झाले ते सगळे त्याने इन्स्पेक्टरला सांगितले. त्याच्या मालकांनी आणि इन्स्पेक्टरनेही सगळे शांतपणे ऐकून घेतले. ते त्याच्याकडे संशयाने आणि रागाने बघू लागले.

मालक इन्स्पेक्टरला म्हणाले, ''तो जे काही सांगतोय त्याच्यावर तुमचा विश्वास बसतोय का?''

''नाही सर.'' इन्स्पेक्टर म्हणाले.

''माझा पण नाही बसत. गरीब दिसत होता, पण एका कोपऱ्यात बसून काय काय कारभार करत होता, काय माहीत?'' एक क्षणभर त्यांनी विचार केला आणि ते पुन्हा म्हणाले, ''मला माहीत नाही. मला वाटते, तुम्ही सगळे पैसे गोळा केलेत ना, त्याच्याजवळ किती पैसे निघाले?''

''एकशे दहा आणि काही सुटे पैसे.'' इन्स्पेक्टरने सांगितले.

"मग बाकीचे पैसे कुठे गेले?" शंकरकडे बघून ते म्हणाले, "तू खर्च केलेस का?"

"हो, मी काही कपडे आणि खेळणी घेतली."

"हो का, छान!" ते एकदम उत्साहाने ओरडले. "जाऊ दे. जे झाले, ते झाले. पण दुष्टा, मला फार वाईट वाटले. मला असा धोका देऊन लुटण्यापेक्षा तू मला पैसे मागायचेस. तुला माहीत आहे का, या लोकांना मी कुठे सापडलो ते?" आपल्या भुवईवर झालेली जखम दाखवत ते म्हणाले, "दुसरे दिवशी सकाळी ते लोक मला घरी घेऊन आले. काही माहीत आहे का तुला? तू मला तशाच अवस्थेत सोडून निघून गेलास. पण जाऊ दे. मी माझी तक्रार मागे घेतो. दुसऱ्यांशी वाईट वागू नये नाहीतर तुमचे पण तसेच होईल. करावे तसे भरावे, हे माझे तत्त्व आहे. आत्तापर्यंत एवढे दिवस तू माझी विश्वासाने चांगली सेवा केलीस. पण आता यापुढे मात्र माझ्या डोळ्यांसमोरसुद्धा येऊ नकोस. लुच्चा, बदमाश कुठला. जा. आत्ताच्या आत्ता इथून बाहेर निघून जा."

"इन्स्पेक्टरसाहेब, तुमची सगळी कारवाई झाली की मग माझी राहिलेली सगळी रक्कम मला उद्या वापस पाठवून द्या. आभारी आहे मी तुमचा. धन्यवाद."

शंकर दोन दिवस उपाशी होता आणि रस्त्यावर इकडे तिकडे भटकत होता. त्याच्याजवळ कपडे नव्हते आणि डोक्यावर निवारा. शेवटी असेच एकदा पोस्ट ऑफिसजवळ रेंगाळत असता त्याने काही पोस्टकार्ड्स लिहून दिली आणि मनीऑर्डरचे फॉर्म्स भरून दिले. त्याचा त्याला एक रुपया मिळाला. त्या पैशात त्याने थोडेफार काही खाल्ले आणि बस पकडून गावाकडे वापस निघून गेला. तिथे त्याच्या न संपणाऱ्या, त्रास देणाऱ्या घरगुती समस्या त्याची वाटच बघत होत्या.

◆

सैतानाचा श्वास

प्रास्ताविक

निसर्गाने अशी काही रचना करून ठेवली आहे की दिवसाच्या चोवीस तासांपैकी किमान आठ तास तरी आपण झोपतो किंवा झोपण्याचा प्रयत्न करतो. ती एक प्रकारची नुकसानभरपाई करण्याचीच योजना आहे, नाहीतर आपल्या डोळ्यांवर एक प्रकारचा ताण पडेल. आपण सतत जागे राहू आणि मग सतत आकंठ काहीतरी विचार करत राहू. त्याचा परिणाम आपल्या तब्येतीवर होईल. मला तर वाटते की जो माणूस शांत असतो त्याची विचार करण्याची क्षमता पण जास्त असते. डोळे उघडे असले की त्याचा आपल्या मनावर ताण पडतो आणि चित्त विचलित होते. डोळे उघडे असले की आवश्यकतेपेक्षाही जास्त काहीतरी, चांगले वाटणारे बघितले जाते. जर कुणी आपल्या डोळ्यांची काळजी घेतली नाही तर निसर्ग त्यावर काही ना काहीतरी उपाय काढतोच.

माझ्या लक्षात आले नाही, पण हळूहळू माझ्या उजव्या डोळ्याला या एक दोन वर्षांत थोडे कमी दिसू लागले. मला राग येऊ लागला. मला वाटले की माझ्या चश्म्याच्या काचेवरच काहीतरी तेलाचा वगैरे डाग पडला असेल, त्यामुळे मी सारखा चश्मा काढून रुमालाने पुसत होतो. मी जेव्हा पहिली ओळ वाचली तेव्हा तो डाग पहिल्याच ओळीवर दिसला आणि मग तो हळूहळू प्रत्येक ओळीपरत खाली येऊ लागला. त्यानंतर मी जेव्हा मित्रांचे किंवा शत्रूंचे

फोटो बघू लागलो तेव्हा त्यावरही मला तो डाग दिसू लागला. मी वर बघितले की तो डागही वर उचलला जाऊ लागला. हळूहळू त्याचा आकारही वाढू लागला. मला चित्रपट बघणेही शक्य होत नव्हते, कारण त्या चित्रपटात काम करणाऱ्या लोकांचे चेहरेच मला दिसेनासे झाले होते. एखादा काळा मोठा ठिपका असल्यासारखे वाटायचे. माझ्या चश्म्याची काच साफ करण्यात काही अर्थ नव्हता.

माझ्या डोळ्यांच्या डॉक्टरांनी एका अंधाऱ्या खोलीत माझे डोळे तपासले आणि जाहीर केले की तो डाग चश्म्याच्या काचेवर नव्हता, तर दैवी देणगी असलेल्या माझ्या डोळ्यातच होता आणि हळूहळू माझ्या डोळ्यांची पारदर्शकता कमी कमी होत होती. आणि मग माझ्या सोयीसाठी त्यांनी एका कागदावर लिहून दिले, 'Lentil Opacity.' म्हणजे त्यावरच एकच उपाय, एक छोटेसे ऑपरेशन, जे लवकरच करून घ्यायचे.

प्रत्येक जण म्हणत होता की ऑपरेशन अगदी साधे आहे. साधे म्हणजे काय तर त्यात दुखण्याचा भाग कमी आहे. रक्त न सांडता कुशलतेने ते पार पाडले जाते. पण एखाद्या डॉक्टरसाठी तर ते अतिशय नाजूक आणि जबाबदारीचे काम आहे. त्यासाठी त्याला सगळे चित्त एकाग्र करावे लागते. कौशल्याने हात चालवावे लागतात. एखाद्या फुलपाखराप्रमाणे ते पेशंटच्या डोळ्यांभोवती घिरट्या घालतात, जो की त्याच्या चेहऱ्याचा एक अत्यन्त नाजूक असा भाग असतो.

ऑपरेशन झाल्यानंतर सगळी हालचालच बंद होते. सगळीकडे अंधार पसरलेला असतो. आणि दोन्ही डोळ्यांवर निदान एक आठवडाभर तरी पट्ट्या बांधून ठेवलेल्या असतात. प्रकाशाचा एक अगदी छोटासा किरणही आत जाऊ नये म्हणून कुंपण घातले जाते. सगळे दृश्य जग एकदम संपूनच जाते, बंद होते. सुरुवातीला या गोष्टीची कल्पना करूनच मी धास्ती घेतली होती. हे म्हणजे एखाद्या माणसाचे अस्तित्वच नसल्यासारखे वाटत होते. पण लवकरच ही गोष्ट म्हणजे माझ्यासाठी अनुभवांचे एक समृद्ध भांडारच बनली. काहीच बघायचे नाही, अगदी आपल्या खिडकीच्या खालीसुद्धा काय चालले आहे त्याकडे दुर्लक्ष करायचे, रहदारी चालू आहे, त्याकडे दुर्लक्ष करायचे. वेगवेगळ्या प्रकारचे, वाहनांचे आवाज फक्त कानांवर पडत होते. कदाचित डोळ्यांनी त्या सगळ्या गोष्टी आपण बघत असतो त्यामुळे त्याचा आपल्याला जास्त त्रास होतो. आवाजाची तीव्रता जास्त जाणवते. पण जर तुम्हाला ती रहदारी, ती वाहतूक बघायलाच मिळाली नाही, तर त्याबद्दल तुम्ही विचार करणे पण सोडून देता. फक्त आवाजाला विरोध करणाऱ्या खोलीतच शांतता मिळते असे नाही, एखाद्याच्या डोळ्यांवर पट्ट्या बांधल्या तरी त्याचे परिणाम तेच होतील. मला बाहेरच्या वातावरणात काय चालले आहे ते काहीच कळत नव्हते. खरे तर त्यामुळे माणूस निराश होतो, गोंधळून जातो, त्याचा अपेक्षाभंग होतो किंवा तो

सतत एखाद्या धुंदीतच असतो. मला काहीच कळत नव्हते, माझ्या खिडकीबाहेरचे आभाळ ढगाळलेले आहे का! जेव्हा पाऊस पडायचा तेव्हा पावसाच्या थेंबांची टपटप ऐकू यायची, पण सगळीकडे साचलेला चिखल, पूर्ण भिजलेला तो सृष्टीचा देखावा या कशाचेच भान नसायचे. एखाद्या गोष्टीपासून मिळणारा आनंद आपला उत्साह वाढवतो, थकवा दूर करतो तर त्याच गोष्टीमुळे आपण कधी निराशही होतो. मला फक्त शब्द ऐकू येत असत, पण त्यापाठोपाठ होणारे हावभाव आणि शरीराच्या हालचाली यांची मला काहीच जाणीव होत नव्हती. कारण तशा हावभाव आणि हालचालींमुळे शब्दांचे अर्थच बदलून जातात. अशा अवस्थेत आपण फक्त शब्दच ऐकले तर माणसांचे एकमेकांशी असणारे संबंध किती साधे आणि सरळ राहतील. कदाचित या कारणामुळेच पूर्वीच्या काळात योगी लोक स्वतःच्या व्यक्तिमत्त्वाची उन्नती करावयाची असेल तर अजिबात हालचाल न करता, नाकाच्या टोकावर दृष्टी ठेवून चित्त एकाग्र करायला सांगत. ते करत असलेल्या योगातील ही पहिलीच पायरी असते. (शेवटची पण असू शकेल). महात्मा गांधींनी पण स्वतः एका तरुणाला असा सल्ला दिला होता. बायकांकडे बघितले की त्या तरुणाचे हृदय सतत धडधडत असे. महात्मा गांधींनी त्याला सांगितले की, एक तर खाली पायाच्या बोटांकडे नाहीतर मग वर, आकाशातील ताऱ्यांकडे बघून चालत जा.

जेव्हा बाहेरच्या सदृश्य जगातील परिस्थिती अशा प्रकारची असते, तेव्हा साहजिकच माणसाचे मन अंतर्मुख होते. माणसाच्या मनाची खोली, (तत्त्वज्ञ आणि पुराणातील मताप्रमाणे) किंवा त्याच्या मेंदूमध्ये (शरीरशास्त्रज्ञ किंवा मानसशास्त्रज्ञाप्रमाणे) शरीराच्या प्रत्येक भागाचे आपल्याला स्मरण होत असते. "गाणे संपले तरी त्याचे तरंग मनावर उमटत असतात." शेलेने म्हटले आहे की एखाद्या सुकलेल्या फुलाचा सुवास, किंवा अत्तराचा सुगंध आपण आठवू शकतो. त्याचा मऊ स्पर्श आपल्याला आठवत असतो. तशीच दृश्य स्मरणशक्ती पण आत कुठेतरी असते, जी आपल्या सगळ्या असामान्य चेतना पुन्हा जिवंत करते. त्या शक्तीमुळे आपल्याला फक्त स्वतःच्या डोळ्यांनी बघितलेल्याच गोष्टी किंवा ज्यांच्यावर आपण प्रेम केले त्याच गोष्टी आठवत नाहीत, तर ज्यांची आपण इच्छा करतो त्या गोष्टी पण दिसतात. माझी स्वतःची आवड म्हणजे पुराणवस्तुशास्त्र आणि भूगर्भशास्त्र आहे, हे मी कबूल करतो. माझे सगळे आयुष्य वेगवेगळ्या प्रकारचे दगड, जुन्या ऐतिहासिक इमारती, स्थळे, पुतळे, पुराणकालीन शिलालेख यांच्यात रमण्यातच गेले. एखाद्या विशेष खडकाच्या, पाषाणाच्या उभारणीबद्दल, घडणीबद्दल, जुन्या मंदिराबद्दल किंवा ऐतिहासिक इमारत, शिलालेख याबद्दल मी बेफिकीर राहूच शकत नाही. त्यामुळे आताही माझे डोळे बंद असले तरी दिवसरात्र, श्वासापरत खांब, खोदकाम अशा कितीतरी साध्या साध्या फालतू गोष्टीसुद्धा डोळ्यांसमोर उभ्या राहतात. दगडांचा पसारा डोळ्यांसमोर

दिसतो आणि एखादा दैवी शक्ती असलेला शिल्पकार तिथे अस्तित्वात आहे, असे वाटते.

कधी कधी एखाद्या कोपऱ्यात कमळाच्या सिंहासनावर बसलेली देवी लक्ष्मी दिसते. तिच्या जवळच गुळगुळीत झालेला, फिक्या रंगाचा आज्ञापत्र हातात घेऊन उभा असलेला एखादा सम्राट डोळ्यांसमोर दिसतो. नीट विचार करून बघितले तर लक्षात येते की कोपरा वगैरे काही नाही, तिथे कुठे कोपराच नसतो, पूर्व, पश्चिम, दक्षिण, उत्तर दिशाच नसते. आपल्या या सगळ्या लहान लहान नातेसंबंधाचे ते ठिपके असतात.

नशीब की माझी दृश्य शक्ती मला पांढऱ्या भिंती किंवा नुसते छत दाखवत नव्हती. प्रत्येक चेहरा भव्य आणि पुराणकालीन असायचा. जणू काही शतकानुशतके एखाद्या पवित्र दिव्याचा प्रकाश या चेहऱ्यांवर पडलेला आहे. कधीकधी एकाच वेळी अनेक गोष्टींची खिचडी होत असे. रथाची चाके दिसत, डोक्याविना मुकुट दिसत, राजदंड दिसत, मोडकळीस आलेले सिंहासन आणि या सगळ्यातून एखादी भव्य आकृती तयार होऊन पायापासून आकाशापर्यंत त्याची कमान होई. नंतर हे सगळे दृष्टीसमोरून नाहीसे झाले होते. जमिनीवर कापलेल्या लाकडाचे तुकडे पसरले होते. शिल्पाकृतींच्या, दगडाच्या, धातूच्या टणक नाहीशा झालेल्या आठवणी फक्त खोल कुठेतरी दडून बसल्या होत्या. सध्या हा सर्व काहीतरी अद्भुत असा विरोधाभास असावा असेच वाटत होते. एखादा खूप मोठा ताणलेला कॅनव्हास, एवढा भव्य की तो गुंडाळल्याशिवाय मी पुढे पाऊल कसे टाकणार? आता मी एका भव्य, कालातीत अशा गुहेमधल्या मंदिराच्या सभागृहात उभा आहे. उलट मला तर अशा अंधारातच राहायला आवडेल, जो मला अंकित करतो, जो शांत, स्वच्छ आहे आणि आपल्या मनाचा कोपरा न् कोपरा प्रकाशित करतो. असा लाईट की ज्याची कुठे सावलीच पडत नाही. काहीच भीतिदायक किंवा असमाधानी नाही. प्रत्येक गोष्टीला तिची तिची स्वतःची अशी एक शांतता आहे, त्यांची स्वतःची अशी एक गुणवत्ता आहे. एखाद्या जुन्या काळातले एखादे उदाहरण असेही असते की शरीराचा भाग वाघाचा असतो, पण चेहरा मात्र देवाचा असतो. तो प्राणी कुणाचे प्रतिनिधित्व करतो ते कळत नाही. हळूहळू या सगळ्या गोष्टी माझ्या डोळ्यांसमोरून सरकत होत्या आणि माझ्याकडे बघून हसत होत्या.

आपण या क्षणी कुठे आहोत, हे वास्तव आहे. वर्तमानावर ताबा ठेवणे हीच आपली खरी गुणवत्ता आहे. नाहीतर बाकी सगळ्या गोष्टी म्हणजे भूतकाळ किंवा भविष्यकाळ. ही खोली, हा पलंग, ज्या पलंगावर मी रात्रंदिवस पडून आहे, सध्या हेच माझ्यासाठी माझे वर्तमान आहे. इतर सर्व ज्या गोष्टी माझ्या डोळ्यांसमोर तरळून गेल्या त्या अंधूक आणि एखाद्या स्वप्नाप्रमाणे होत्या. सध्याचे माझे आयुष्य

एका तालावर चालले होते. सकाळी सहा वाजल्यापासून (हे मी रस्त्यावर गस्त घालणाऱ्या माणसाच्या आवाजावरून ओळखतो) माझा नोकर मला सगळी हिंमत देतो, बळ देतो (ज्याचा सहवास आणि संभाषण मला ही गोष्ट लिहिण्यासाठी स्फूर्ती देणारे ठरले.) ते रात्रीपर्यंत. मी अंथरुणावर पडतो, तो नोकरच मला सांगतो की, ''लाईट बंद केला आहे सर.'' डॉक्टर, त्यांचे सहकारी, त्यांचे येणे, जाणे, भेटीला येणारे लोक, जे माझ्यासाठी या खोट्या जगातल्या, ते जिथे राहतात तिथल्या वेगवेगळ्या बातम्या घेऊन येतात. अशा या कोंडलेल्या वातावरणात मला सुखदायक, आरामशीर वाटत होते, मी समाधानी होतो. त्यातला जो नित्यक्रम होता तोच माझ्यासाठी अतिशय महत्त्वाचा होता. मी अगदी माझ्याच घरात असल्यासारखा होतो आणि ते जेव्हा संपेल तेव्हा मला वाईट वाटणार होते.

आर.के.एन.
मार्च १९६९

सॅम हा माझ्यासाठी फक्त एक आवाज होता. स्वच्छंद, घुमणारा असा, मधल्या षड्जातला एक ध्वनी. त्याचे कुजबुजणे म्हणजेसुद्धा एक भक्कम असा गडगडाट झाल्यासारखा वाटायचा. त्याच्या आवाजावरून मी तर्क करायचो, तो कसा दिसत असेल? अशा प्रकारच्या आवाजालासुद्धा एक प्रकारची प्रतिष्ठा असते. असा माणूस म्हणजे मानेवर रुळणारे केस, लांब नाक, उंच, माझ्या पलंगापासून तो बाथरूमपर्यंतचे अंतर तीन ढांगांमध्ये संपवणारा. पण मला हा प्रवास शेवट नसलेल्या प्रवासासारखाच वाटत असे. पहिल्याच दिवशी मी त्याला विचारले, ''तू कसा दिसतोस?''

''ते मी कसे सांगणार? मला आरशात पाहूनच खूप दिवस झाले!''

''का?''

''घरात असलेली बाई तशी संधीच देत नाही. बस एवढेच. मी दाढीसुद्धा आरशात न पाहताच करतो.'' पुन्हा थोड्या वेळाने तोच म्हणाला, ''एकदा मी शिंप्याच्या दुकानात गेलो होतो तेव्हा तिथे मोठी काच होती, त्यात बघितले आणि मी भानावर न राहून ओरडलो, ओह, एरॉल फ्लिन आपल्या गावात आलाय?''

''एरॉल फ्लिन तुला आवडतो?''

''कुणाला आवडणार नाही? रॉबीनहूड अगदी न विसरता येण्यासारखा आहे. मी तो सिनेमा पन्नास वेळा बघितलाय.''

''तू कुणासारखा दिसतोस?''

तो थोडा वेळ थांबला आणि म्हणाला, ''पुढच्या आठवड्यात याच वेळेला तुम्ही स्वतःच बघाल. डोळ्यांवरच्या पट्ट्या काढेपर्यंत धीर धरा.''

न्यू एक्स्टेन्शनच्या 'मालगुडी आय क्लिनिक'च्या ऑपरेशन थिएटरपासून, ऑपरेशन झाल्यानंतर व्हीलचेअरवर डोळ्याला पट्टी बांधून मी जसा बाहेर पडलो, तेव्हापासून सॅमने माझ्या पूर्ण शरीराचा ताबा घेतला होता. (डोळ्यांवर कापूस ठेवून, पट्टी बांधून त्याला पूर्णपणे बंद केल्यापासून). या बंदिस्तपणाच्या काळात आठ रुपये रोज याप्रमाणे सॅम माझ्या डोळ्यांचे काम करणार होता.

तो एक प्रशिक्षित परिचारक होता. त्याच्या मते, अशी सेवा करणे हे फक्त पुरुषांचेच काम आहे आणि हे तो सगळ्यांना पटवून द्यायचा. बायका त्यात मधेच उगाच लुडबुड करतात, असे तो म्हणे. या गोष्टीचा त्याला राग येत होता. माझ्या खोलीत एखादी नर्स आली की तो उद्धट आविर्भावाने बसायचा. ती गेली की तो काहीतरी बडबड करीत असे. "या बाईला डोक्याच्या कवटीला मार बसलेली केस द्यायला पाहिजे. मी पैज लावतो, तो दुखणेकरी माणूस पुन्हा घरी वापस जाणारच नाही."

त्याच्या एकंदर बोलण्यावरून असे वाटत होते की, त्याने सेवक म्हणून त्याच्या आयुष्याची सुरुवात केली नसावी. तो सतत सैन्यातील प्रसंगाबद्दल बोलत असे. त्या आज्ञा, मोहिमा, काम केल्यानंतर येणारा थकवा आणि कवायती. त्याने सैन्यात नेमके काय केले ते मला स्पष्ट कळत नव्हते. कदाचित त्याच्या चेहऱ्यावरचे हावभाव आणि त्याच्या हालचाली जर बघितल्या असत्या तर, त्याने उच्चारलेले शब्द आणि त्याचा हेतू यावरून मला काही अंदाज बांधता आला असता. पण माझ्या सध्याच्या या न दिसणाऱ्या अवस्थेत तो जे काही सांगत होता ते ऐकणे आणि स्वीकारणे एवढेच माझ्या हातात होते. तो नेहमी एका कर्नलबद्दल बोलायचा, ज्यांनी त्याची हुशारी पारखून त्याला परिचारकाचे शिक्षण दिले होते. हे कुठेतरी बर्मा, इंडो-चायना सरहद्दीवर किंवा आणखी कुठे तरी झाले असावे. त्यानंतर त्यांची सोबत सुटली असावी आणि वैद्यकीय सेवाही संपुष्टात आली असावी. कर्नलच्या हाताखाली काही थोडेफार लोक असावेत आणि सॅम हा त्यातला सर्वांत हुशार माणूस असावा. युद्ध संपल्यानंतर पुनर्वसन केलेल्या जखमी लोकांवर उपचार करून, त्यांना योग्य स्थितीत आणून, पूर्णपणे बरे वाटल्यावर घरी जाण्यासाठी तो मदत करीत असे. ते कोणते युद्ध होते, ती लढाई कुठे झाली, कुणाच्या विरोधात होती, यांपैकी कोणत्याही प्रश्नाचे उत्तर मला त्याच्याकडून कधी मिळाले नाही. तो नेहमी म्हणत असे, "तो शत्रू." पण तो शत्रू कोण होता, हे मला कधी समजलेच नाही. तो सतत एवढा बोलत असे की, त्याला थांबवून विचारणेही शक्य होत नसे. ते दोघे वेगळे झाल्यानंतर कर्नलने त्याला एक प्रमाणपत्र दिले होते, ज्यामुळे सॅमला पुढच्या आयुष्यात त्याचा फायदा झाला. "ते प्रमाणपत्र फ्रेम करून मी माझ्या घरी जीझसच्या फोटोजवळ भिंतीवर लावले आहे," तो सांगायचा.

युद्धाच्या वेगवेगळ्या ठिकाणी (पुन्हा एकदा कोणते युद्ध ते मला कधीच समजले नाही) त्याची सेवा देण्यासाठी मागणी झाली होती, विशेषतः वैद्यकीय सेवा. पण आता सॅमलाच असे साध्या डॉक्टरच्या हाताखाली काम करण्यात रस नव्हता. तो एका सर्जनच्या हाताखाली काम करणारा माणूस होता. काही काही गोष्टी तो अशा काही वर्णन करून सांगायचा की, कसे त्याने एखाद्याच्या पोटातले आतडे सर्जन येईपर्यंत धरून ठेवले होते, मान कशी वाकडी झाली होती, हात तुटले होते आणि सर्व प्रकरणी तो माणूस असा मोडून तोडून आल्यावर त्याचे दुखणे काहीही विचार न करता यशस्वीपणे कसे हाताळले होते. तो म्हणायचा, ''माझे दोन हात आणि दहा बोटे सतत लोकांना मदत करत राहतील, मग ती युद्धात असो वा शांततेत.''

''या नोकरीमध्ये तुला काय मिळते?'' मी एकदा त्याला विचारले.

तो म्हणाला, ''कधी दहा रुपये मिळतात, कधी पाच, कधी दोन, कधी कधी तर काहीसुद्धा मिळत नाही. मला आठ मुले आहेत. माझी बायको, दोन बहिणी आणि एक पुतण्या यांची जबाबदारी माझ्यावरच आहे. या सगळ्यांना मला पोसावे लागते. त्यांचे कपडे, त्यांना शाळेत पाठवणे, वह्या-पुस्तके घेऊन देणे आणि सगळ्यांचा औषधाचा खर्च सगळे मलाच करावे लागते. कसेबसे चालू आहे, निभावून नेतो. देवाने मला पुष्कळ दिले आहे. सगळ्यात मोठी आणि महत्त्वाची गोष्ट म्हणजे मी लोकांना त्यांच्या दुःखात मदत करू शकतो, हीच माझ्यासाठी महत्त्वाची बाब आहे...

''अहो! एवढ्या घाईघाईने काही करू नका. ते तुमच्यासाठी चांगले नाही. तो डास तुमच्या कानाभोवती गुणगुण करतोय ना? त्याला असे चिरडून टाकण्याचा प्रयत्न करू नका. तुमच्या डोळ्याला मार लागेल. त्या डासाकडे बघायला मी आहे ना इथे. हात खाली करा. तुमचे हात तुमच्या डोळ्याजवळ आणू नका.''

तो सतत मला अशी काहीतरी ताकीद देत असे. कदाचित त्याला माझी काळजी वाटत असेल की मी निष्काळजीपणे पुन्हा काहीतरी करून बसेन.

तो माझ्याच खोलीत, माझ्या पलंगाजवळ खाली चटई टाकून झोपत असे. तो सांगत असे की तो सकाळी पाच वाजता उठतो, पण तेव्हा नक्की किती वाजले, तेही कधी कधी कळत नाही. पण मी काही त्याची शहानिशा करू शकत नव्हतो, कारण मला घड्याळ बघता येत नव्हते. माझ्यासाठी त्या आठवड्यातील सगळे दिवसरात्र, सगळ्या वेळा सारख्याच होत्या. तो वर पुन्हा स्पष्टीकरणही देत असे की, जरी तो लवकर उठला तरी काहीही आवाज न करता तसाच अंथरुणात लोळत पडत असे. मी माझ्या बिछान्यावर हालचाल करून 'सॅम' अशी हाक मारेपर्यंत तो तसाच पडून राहत असे.

"सुप्रभात, सर," माझ्या हाकेला उत्तर देऊन तो म्हणे. "उठायचा प्रयत्न करू नका आत्ताच."

त्यानंतर जवळ येऊन तो अगदी काळजीपूर्वक पलंगावरची मच्छरदाणी बाजूला करायचा.

"आत्ताच उठू नका." तो मला आज्ञा करायचा आणि तिथून जायचा. मग त्याने बाथरूमचे दार उघडलेले मला ऐकू येई. त्यानंतर त्याच्या चालण्याचा आवाज मला ऐकू येई. खिडक्यांची दारे वगैरे व्यवस्थित लावली आहेत का, नाहीतर मी असा चाचपडत जाताना मला कुठे काही कशाचा धक्का तर लागणार नाही ना, याची तो खात्री करून घेत असे. अशा प्रकारे माझ्या रस्त्यातले सगळे अडथळे दूर केल्यावर तो वापस येई आणि म्हणे, "हं, आत्ता जमलं. सर, आता ती जागा तुम्हाला जाण्यासारखी झाली. आता तुम्ही व्यवस्थित जाऊ शकता. हळूच उठा. कशाची घाई आहे? हा तुमच्या पलंगाचा काठ. तुमच्या पायापासून जमीन खाली फक्त चार इंचावर आहे. हळूहळू घसरत या. माझा हात धरा. हाऽऽ हा काय इथे आहे."

माझे दोन्ही हात हातात धरून मागे मागे चालत तो मला प्रयत्नपूर्वक बाथरूमजवळ घेऊन जायचा. चालतानाही सतत त्याचे बोलणे सुरूच असायचे.

"खाली सरळ फरशी आहे, काही भीती नाही, चलाऽऽ..."

तो कितीही खात्री देत असला तरी माझ्या डोळ्यांवरच्या पट्ट्या मात्र मला दृष्टीची विलक्षण अनुभूती देत होत्या आणि प्रत्येक पावलाबरोबर मी नाराज होत होतो. एका वेगळ्याच भौगोलिक परिस्थितीतून मी जात होतो. त्यात खूप मोठे भगदाड आहे, मोठमोठ्या खोल दऱ्या आहेत, नाहीतर सुती कापडाचे, लोकरीचे, मेणकापडाचे ढीग आहेत किंवा खूप सारे घडीव काम केलेले आहे, नाहीतर मग ज्याला काही शेवट नाही अशा भिंतींचा व्यूह आहे, एकानंतर एक असे काहीतरी वाटत राही. मला सावधपणे हालचाल करावी लागत होती. जेव्हा आम्ही बाथरूमच्या उंबरठ्यावर पोहोचू तेव्हा तो मला स्पष्ट सूचना करी.

"हं, आता डाव्या बाजूला वळा. तुमचा उजवा पाय उचला. हं. तुम्ही आता तिथे पोहोचलात. तुम्ही आता इथे सगळे काही करू शकता फक्त मागे पाय टाकू नका. तुम्हाला जर पाहिजेच असेल तर थोडेसे वळा. हं, आता कसे छान चालले आहे."

मी जेव्हा बोलावत असे, तेव्हा तो पुन्हा बाथरूममध्ये येई. पुढचे वाक्य त्याच्या तोंडात तयारच असे.

"अहाहा, किती काळजीपूर्वक आणि किती स्वच्छ! मला तर वाटते सर्व लोकांना मुळातच अशी व्यवस्थित आणि नीटनेटकेपणाची दृष्टी लाभली असती, तर बरे झाले असते. नाहीतर काही लोक जरी आत असले तरीही ती जागा जाळून टाकण्याच्याच लायकीची असते. पण जाऊ द्या. कुणाची तक्रार करणे हे माझे काम

नाही. सर्वांची सेवा करणे हेच माझे काम आहे.''

त्यानंतर तो मला हाताला धरून वॉश बेसिनजवळ घेऊन जाई आणि माझ्या हातात ब्रश आणि पेस्ट ठेवत असे. ''जास्त जोरात घासू नका. तुमच्या डोळ्यांसाठी ते चांगले नाही. थांबा आता, मी ब्रश धुवून देतो. इथे पाणी आहे, चूळ भरा. हं, जायचे का आता परत?''

''हो सॅम.'' मी म्हणे.

तो पुन्हा मला गोल फिरवून माझ्या पलंगाजवळ घेऊन जाई.

''तुम्हाला आता पलंगावर बसायचे आहे का खुर्चीवर?''

आमच्या या मोहिमेच्या शेवटी तो मला विचारी. मला विचार करून उत्तर द्यायला वेळ लागला की तोच म्हणे, ''खुर्चीवरच का बसत नाही? नाहीतरी रात्रभर तुम्ही पलंगावरच होता ना? कधी कधी तर मला असे वाटते की, एखाद्या दुर्घटनेमध्ये जखमी झालेला माणूसच स्ट्रेचरवर पडला आहे. मी लोकांना नेहमी म्हणतो, अंथरुणावर झोपून राहिले की आजारी असल्यासारखे वाटते, त्यामुळे उठून बसत जावे. जोपर्यंत तुम्ही उठून बसू शकता तोपर्यंत उठून बसा. आम्हाला जंगलात कुठे सोफा होता? तेव्हा मी लोकांना कुठेही बसायला लावत असे. त्यांनाही बरे वाटे. एकदा तर मी एकाला सापाच्या बिळावरच बसवले. वरचे थोडेसे साफ आणि सरळ करून दिले.''

तो मला खिडकीच्या खाली वेताच्या खुर्चीवर बसायला सांगे.

''कुठे झाले हे सगळे? तू आत्ता बर्माला असे म्हणालास का?'' एकदा मी त्याला विचारलेच.

तो एकदम सावध झाला.

''बर्मा? मी बर्मा म्हणालो का? जर मी बर्मा म्हणालो असेन, तर ते नक्कीच बरोबर असेल. एखादे वाळवंट तर नसेलच.''

''कोणती मोहीम होती ती?''

''मोहीम? खूप मोहिमा झाल्या. मला आता आठवतही नाही. काहीही असो. ती एक मोहीम होती आणि आम्ही तिथे होतो. समजा, मी उद्या माझी डायरी तुम्हाला आणून दिली तर ती तुम्ही तुमच्या डोळ्यांनी पाहू शकाल आणि त्यात तुम्हाला माझ्या सगळ्या प्रश्नांची उत्तरे मिळतील.''

''हं, ते खरंच छान होईल.''

''कर्नलने मला एक एवढी मोठी, लेदरचे कव्हर असलेली डायरी दिली होती. लंडनहून येताना त्यांनी ती शंभर रुपयांना आणली होती. आणि मला म्हणाले, 'सॅम, तू रोज जे जे काय बघतोस आणि करतोस ते सगळे विचार यात लिहीत जा. तुझी मुले मोठी झाल्यावर ते वाचतील आणि त्यांना तुझा किती अभिमान वाटेल.' आता

मी कर्नलला कसे सांगू की मला चांगले लिहित-वाचता येत नाही म्हणून? माझ्या वडिलांनी मी हा असा एवढा एवढा असतानाच माझे शिक्षण बंद केले आणि सगळा वेळ तेच मला शिकवीत असत. चांगली ताडी कशी ओळखायची आणि वाईट ताडी कशी ओळखायची ते.''

''ओह! तू पितोस?''

''नाही नाही, आता नाही. कर्नलने मला एकदा प्यायलेले बघितले आणि चांगले फटके मारले. तेव्हापासून मी त्याला स्पर्शही न करण्याची शपथ घेतली.''

एक दिवस दुपारी तो मला असेच काहीतरी सांगत होता. त्या वेळी त्याने माझ्यासाठी थर्मासमध्ये कॉफी आणली होती आणि तो ती मला ओतून देत होता. (जवळच असलेल्या एका कॉफी हाऊसमध्ये जाऊन तो कॉफी आणत असे. पण तो ज्या वेगाने जात आणि येत होता ते खरंच नवल करण्यासारखे होते. कारण कॉफी हाऊसला जाण्यासाठी त्याला पायऱ्या उतरून, व्हरांड्यातून रस्त्यावर जावे लागे. आणि खाली गेल्यावर गेटमधून बाहेर पडल्यावर कॉफी हाऊस होते. तो हे सगळे कसे जमवून आणत होता, तेच मला कळत नव्हते. जेव्हा केव्हा मी त्याला बोलावीत असे, तेव्हा तेव्हा तो हजर असे आणि जेव्हा मला कॉफी पाहिजे असे, तेव्हा ती तयारच असे.) तो अगदी काळजीपूर्वक कप माझ्या हातात देई, कपाचा कान बरोबर माझ्या बोटांच्या दिशेने केलेला असे. मी जेव्हा कॉफी पीत असे, तेव्हा तो माझ्या पलंगाजवळ बसून काहीतरी ठाकठीक करताना ऐकू येत असे.

''जेव्हा डॉक्टर येतील तेव्हा त्यांना सगळे व्यवस्थित दिसले पाहिजे, नाहीतर त्यांना वाटेल की एखादा गाढव माणूस इथे काम करतो आहे.''

तो मनाशीच अशी काहीतरी बडबड करी. तो झाडून काढी. कधी धूळ झटकून टाकी. कॉफीचा कप उचलून बेसिनमध्ये धुवून जागेवर ठेवून देई आणि टॉयलेटची साखळी सारखी ओढून ओढून फ्लश सारखा खळखळ वाहता ठेवत असे. त्याचा आवाज सतत कानावर पडत असे. अशाप्रकारे तो डॉक्टरच्या येण्याची तयारी करी. जेव्हा गाडीच्या चाकांचा आवाज येई तेव्हा तो मला पलंगावर बसायला मदत करी आणि डॉक्टरांची वाट बघत दरवाजात थांबे. पावलांचा आवाज येई आणि सगळ्यांच्या बोलण्याचे आवाज कानात घुमत.

तो म्हणे, ''गुडमॉर्निंग डॉक्टर, सर.''

डॉक्टर विचारीत, ''कसे आहेत ते आज?''

''चांगली झोप लागली, जेवण व्यवस्थित केले. ताप नाही. सगळे एकदम नॉर्मल आहे सर.''

डॉक्टरांनी माझ्या डोळ्यांजवळ स्पर्श केला, पट्ट्या काढल्या. एक निमिषमात्र मला माझ्या आजूबाजूला असलेले चेहरे जाणवले. त्यांनी माझे डोळे तपासले,

डोळ्यांत औषध घातले, पुन्हा पट्ट्या बांधल्या आणि ते निघून गेले. एक औपचारिकपणा म्हणून सॅम त्यांच्या मागे दरवाजापर्यंत गेला आणि परत आला.

आल्यावर तो मला म्हणाला, ''तुमच्या प्रगतीवर डॉक्टर खूश आहेत. त्यामुळे मलाही आनंद झालाय.''

पडून पडून कंटाळा येतो म्हणून मी माझ्याजवळ गाणे ऐकण्यासाठी एक रेडिओ ठेवला होता. पण रेडिओ बंद केला की एक कर्णकटू आवाज हवेत घुमत असे. त्यानंतरही मला एखाद्या सिनेमातले प्रसिद्ध गाणे गुणगुणल्याचा आवाज येई आणि रेडिओ कुठेतरी दूर असल्यासारखे वाटे. तो आवाज कुठून येतोय आणि कशाचा आहे ते मला लक्षात येत नव्हते. सुरुवातीला मी गोंधळून गेलो. नंतर मला जेव्हा समजले तेव्हा मी त्याला विचारले, ''सॅम, तू गाणे म्हणतोस?''

त्याचे गुणगुणणे एकदम थांबले.

''खूप दिवस झाले, मी सरावच केला नाही.'' तो म्हणाला. ''मी जेव्हा डॉन बॉस्कोला होतो तेव्हा तिथले धर्मगुरू मला खूप प्रोत्साहन द्यायचे. मी चर्चमध्ये समूहात गाणे म्हणत होतो आणि संगीताच्या मेळ्यामध्ये पेटीसुद्धा वाजवत होतो. आम्ही एक नाटकही केले होते आणि त्यात मी लुसिफरचे काम केले होते. माझ्या भुवया रंगवल्या होत्या आणि चिमट्याने वाकड्या केल्या होत्या. मला एक शेंडीही लावली होती. बिशप नेहमी म्हणायचे की आत्तापर्यंत एवढा चांगला सैतान मी कुठेच पाहिला नाही. लोकांना पण माझे काम खूप आवडायचे. आमच्या गोष्टीमध्ये एक राजा होता. तो चांगला असतो; पण मी त्याच्या मनात प्रवेश करून त्याचे मन कलुषित करून टाकतो. राजकन्या पण चांगली असते, पण मी तिलाही बिघडवून टाकतो आणि तिला पाप करायला लावतो.'' त्या दिवसांतल्या त्या आठवणींनी तो गालातल्या गालात हसत असावा.

एक दिवसाआड एक नर्स माझे अंग पुसून स्वच्छ करून देण्यासाठी येत असे. त्याला ती बिलकूल आवडायची नाही. त्याला ती येण्याची कल्पनाच सहन होत नव्हती. तो म्हणायचा, ''मी हे काम करू शकत नाही का? मी विषमज्वर झालेल्या लोकांचेसुद्धा अंग पुसून देत होतो. त्यांना तर एकशे सात डिग्री ताप असायचा.''

''हो नक्कीच करू शकशील,'' त्याला बरे वाटावे म्हणून मी म्हणत असे. ''पण हे वेगळे आहे. डोळ्यांच्या रोग्यांसाठी काही वेगळ्या प्रकारचे शिक्षण दिले जाते.''

जेव्हा ती सेविका गरम पाणी, टॉवेल घेऊन आत येई, तेव्हा तो तिथेच रेंगाळत असे. शेवटी तीच त्याला कडकपणे म्हणत असे, ''तू जा इथून. मला खूप घाई आहे.''

तो नाराज होऊन निघून जाई. ती दरवाजा बंद करून घेई. मला एका खुर्चीवर

बसवे, माझे कपडे काढायला मदत करी आणि गरम पाण्यात टॉवेल बुडवून टॉवेलने माझे अंग पुसून काढी. हे काम करत असताना ती सतत बडबड करीत असे. तिच्या काय काय इच्छा आहेत ते सांगे. तिला तिच्या भावाला भेटायला पूर्व आफ्रिकेत जायचे होते. तिच्या तीन मुलांना शाळेत घालून चांगले शिक्षण द्यायचे होते, अन् काय काय!

जेव्हा ती निघून जाई तेव्हा मी सॅमला विचारी, ''ती कशी दिसते?''

''कशी म्हणजे? ती तिच्यासारखीच दिसते. बस! तुम्ही कशाला तिचा विचार करताय? मी चांगला ओळखतो तिला.''

''ती सुंदर आहे का दिसायला?'' मी पुन्हा चिकाटीने विचारी. ''काही असले तरी मी शपथेवर सांगतो की तिचा आवाज गोड आहे आणि तिचा स्पर्श मखमली आहे.''

''ओह! ओह! काळजी घ्या.''

''अगदी तिच्या श्वासातून लसणाचा मंद सुगंध येतो ना, तोसुद्धा मला छान वाटतो. खरे तर मला लसूण आवडत नाही.''

''अशा बायकांना तुम्ही प्रोत्साहन नको द्यायला.'' तो म्हणाला. ''तुम्हाला काही कळायच्या आतच गोष्टी घडूनही जातात. मी जेव्हा ल्युसिफरमध्ये काम करत होतो तेव्हासुद्धा, मेरी नावाची एक मुलगी जेव्हा संधी मिळेल तेव्हा सारखी माझ्या पुढे पुढे करत होती. तिने राजाच्या मुलीचे काम केले होते. अर्थात, मी तिच्याकडे बिलकूल लक्ष देत नसे. पण एकदा जेव्हा आम्ही बाहेरगावी गेलो होतो तेव्हा मी बघितले, ती रात्री हळूच माझ्या खोलीत माझ्या पलंगावर येऊन बसली. मी तिला ढकलून देऊ लागलो; पण तिला राग आला आणि तिने मला धमकी दिली की ती जोरात ओरडेल आणि सगळ्यांना सांगेल की मीच तिला पळवून आणले आहे. आता अशा मुलीबरोबर मी काय करणार?''

तो थोडा वेळ थांबला आणि म्हणाला, ''आम्ही बाहेरगावाहून परत आल्यावरसुद्धा तिने माझे मन वळविण्याचा खूप प्रयत्न केला. पण एक दिवस माझ्या बायकोने ते बघितले आणि आपल्या हाताच्या नखांनी तिला ओरबाडून काढले. त्या बावळट मुलीला चांगलाच धडा मिळाला.''

''ती मेरी आता कुठे असते?'' मी विचारले.

''ती? ती गेली लग्न होऊन. तिचा नवरा असाच कुठेतरी, कोणत्या तरी संस्थेच्या, धर्माच्या नावाखाली पैसा गोळा करीत फिरतो. तो कधी कधी मला मार्केटजवळ तिला मदत करताना दिसतो, पण मी त्याकडे पूर्ण दुर्लक्ष करतो.''

जेव्हा माझ्या कारचा आवाज येई, तेव्हा तो पळतच खिडकीजवळ जाई आणि

ओरडे, ''ओ सर, आले बघा ते.''

ती संध्याकाळची भेटीची वेळ असायची आणि माझ्या घरचे लोक मला भेटायला येत. येताना ते माझ्यासाठी रात्रीचे जेवणही घेऊन येत. सॅम खिडकीजवळूनच जोरात ओरडे, ''तुमचा भाऊ आलाय आणि एक छान बाई आहे, त्याची बायको आहे वाटते. आणि तुमची मुलगी आणि तिचा लहान मुलगा पण आलाय. किती प्रतिभावान दिसतोय तो. आत्तापासूनच मला त्याच्यात प्रतिभा दिसते आहे. हो खरंच! हांऽऽ ते आता थोड्याच वेळात इथे येतील. मी दार उघडूनच ठेवतो.'' तो लगेच खुर्च्या वगैरे नीट लावून ठेवी. दाराबाहेर बोलण्याचे आवाज येऊ लागले की सॅमचाच आवाज त्या सगळ्यांपेक्षा जास्त जोरात येई.

''गुड इव्हिनिंग मॅडम, गुड इव्हिनिंग सर. हाय, छोटू! ये, ये. हे बघ तुझे आजोबा. ये, हं, असा त्यांच्याजवळ ये आणि त्यांना हॅलो म्हण. तू असा लाजून त्यांच्यापासून दूर उभा राहू नकोस.''

मग तो मला उद्देशून म्हणे, ''तो तुमच्या दाढीला घाबरतोय सर!''

आणि मग पुन्हा त्या मुलाला म्हणे, ''त्यांच्या डोळ्यांवरच्या पट्ट्या काढल्या ना की ते एकदम छान होतील. ते मग छान दाढी करतील आणि एकदम स्वच्छ अंघोळ करतील. हे असे आत्ता अंग पुसून काढतात तशी नाही. एकदम छान. खूप पाणी घेऊन. आणि मग बघ, तुझे आजोबा कसे मस्त दिसतात ते!''

त्यानंतर मग तो माझ्या तब्येतीबद्दल एकूण एक गोष्ट माझ्या भेटायला आलेल्या लोकांना सांगे. तो मध्येच हळूच माझी एखादी तक्रारसुद्धा करी.

''ते माझे काही ऐकूनच घेत नाहीत. सारखा डोळ्यांना हात लावत राहतात आणि मी काही सांगायला गेलो की झटकून टाकतात.''

मग ते लोक त्यावर काहीतरी बोलत. त्यावर तो आणखीच जोरात काहीतरी बोले. असे त्यांचे एकमेकांशी जोरजोरात बोलणे चालू असे. मला चेहरे दिसत नसल्यामुळे कुणालाच काही म्हणता येत नसे. मग मी सगळ्यांना गप्प बसण्याची विनंती करी.

''सॅम, तू थोडा वेळ बाहेर जातोस का? आम्हाला थोडा वेळ बोलू दे. मी नंतर तुला बोलावतो.''

मी असे म्हटल्यावर तो मला, माझ्या लोकांना बोलण्याची संधी देई. मला असे वाटे की मी सांगितलेले ऐकून तरी तो बाहेर गेला असेल. निदान हे लोक जायला निघेपर्यंत तरी मला त्याचा आवाज ऐकू येत नसे. पण मधेच तो म्हणे, ''उद्या धुतलेले कपडे आणायला विसरू नका. डॉक्टरांनी त्यांना फळे खायला सांगितली आहेत. जमले तर सफरचंद घेऊन या.''

नंतर तो त्यांच्याबरोबर गाडीपर्यंत जाई आणि गाडी गेल्याचा आवाज आल्यानंतर

मगच आत येई.

ते लोक गेल्यानंतर तो मला म्हणे, "तुमचे भाऊ चांगले मोठे ऑफिसर दिसतात. कुणीच त्यांना मूर्ख बनवू शकणार नाही. चांगलेच कडक दिसतात ते. मला पण त्यांच्याशी बोलायची भीतीच वाटत होती. तुमच्या मुलीचे तुमच्यावर खूपच प्रेम आहे. नवल नाही म्हणा. कारण आईच्या माघारी तुम्हीच तिला मोठे केलेत. आणि नातू? माझे शब्द लक्षात ठेवा. मोठेपणी तो अगदी नेहरूंसारखा होईल. त्याचा रोखच तसा आहे. तुम्हाला माहीत आहे का, जेव्हा मी त्याला बाहेर घेऊन गेलो तेव्हा तो मला काय म्हणाला ते? तो म्हणाला की, माझे आजोबा जर लवकर बरे झाले नाहीत, तर मी तुला गोळी घालीन." आणि मग त्या बालिश बोलण्याची आठवण होऊन तो पुन्हा जोरात हसे.

माझ्या डोळ्यांवरच्या पट्ट्या काढण्याच्या त्या दिवसाची आम्ही आतुरतेने वाट बघत होतो आणि तो आला.

त्याच्या आदल्या दिवशी सॅम मला म्हणाला, "तुमची काही हरकत नसेल तर मी एक छोटासा समारंभ करतो. नवीन वर्षाच्या सुरुवातीला आपण करतो ना तसा. त्या कार्यक्रमासाठी तुम्ही थोडे पैसे द्या. दहा रुपये लागतील. बस! पण तुमची परवानगी असेल तरच हं." त्याने हात घालून माझ्या उशीखालचे माझे पाकीट काढले. अर्ध्या तासात येतो असे सांगून तो निघून गेला.

तो जेव्हा आला तेव्हा मला टेबलावर बाटल्या ठेवल्याचा आवाज आला.

"तू तिथे काय करतो आहेस?" मी विचारले.

"काही नाही. संत्र्याचा ज्यूस आणलाय आणि कोकाकोला आणलाय. माझ्या वाढदिवसाला मी असेच करतो. आज माझा वाढदिवस आहे. मी केक आणलाय, मेणबत्त्या पण आणल्यात. या आनंदाच्या प्रसंगी तेवढेच माझे नम्र योगदान."

तो एकदम शांत होता आणि काहीतरी कामात असल्यासारखा दिसत होता. मग पुन्हा थोड्या वेळाने त्याची बडबड सुरू झाली.

"आता मी केक कापतोय आणि मेणबत्त्या पण लावल्या आहेत."

"किती?"

"एक डझनपेक्षा जास्त मिळाल्याच नाहीत. जवळच्या दुकानात त्याच्यापेक्षा जास्त मेणबत्त्याच नव्हत्या."

"तू फक्त बारा वर्षांचा आहेस?"

तो हसला. त्याने माझ्या हातात एक ग्लास दिला.

"कोकाकोला. तुमच्या आरोग्यासाठी. तुमचे डोळे चांगले होवोत आणि लवकरच हे सुंदर जग तुम्हाला पाहायला मिळो."

"आणि तुझा चेहरा पण." मी म्हणालो.

तो सारखा माझा ग्लास भरत होता आणि सारखा माझ्या आरोग्याबद्दल सदिच्छा व्यक्त करत होता. त्याच्या पिण्याचा सारखा गटागट आवाज माझ्या कानांवर पुन्हा पुन्हा येत होता.

“तू काय पितो आहेस?”

“अर्थातच संत्र्याचा ज्यूस आणि कोकाकोला.”

“वास कशाचा येतोय?”

“ओह! तो वास? कुणीतरी पलीकडच्या वॉर्डमध्ये घासलेटचा दिवा फोडलाय.”

“पण मी तर त्या लोकांना संध्याकाळीच जाताना ऐकलंय. ”

“हो हो, पण जाण्याच्या अगदी थोडा वेळ आधीच त्यांनी तो दिवा फोडला. मी त्यांना म्हणालो, काळजी करू नका, मी सगळे स्वच्छ करीन. शेवटी आपणच एकमेकांना मदत करायला पाहिजे.”

त्यानंतर त्याने केक दिला आणि गाणे म्हणायला सुरुवात केली. ‘ही इज अ जॉली गुड फेलो..’ आणि त्यानंतर ‘द मोअर वुई आर टुगेदर’. अगदी तारस्वरात गात होता तो. मला त्याच्या पायांचा नाच करण्याचाही आवाज आला.

थोड्या वेळानंतर मला थकवा आला. मी त्याला म्हणालो, “मला माझे जेवण दे. मला झोप येत्येय.”

मला मधेच रात्री एकदम जाग आली आणि मी हाक मारली, “सॅमऽऽ...”

“ओ सर,” तो म्हणाला.

“मला बाथरूमपर्यंत घेऊन जाशील का?”

“हो सर.” पुढच्याच क्षणी तो माझ्या कॉटजवळ आला आणि म्हणाला, “हं, उठून बसा. थोडे पुढे या. पायापाशी दोन इंचावर या. आता डावा, हं उजवा, डावा मार्च.. डावा, उजवा, डावा, उजवाऽऽ वळा.”

मला हे सगळे विचित्रच वाटत होते. माझ्या पट्टी बांधलेल्या डोळ्यांसमोर ते दृश्य येऊ लागले. तेवढ्यात तो म्हणाला “नाहीऽऽ नाही, आता काही नाही, खांब नाही, भिंत नाही, काही पसारा नाही कुठे. माझ्यावर विश्वास ठेवा आणि चला सरळ.”

मध्येच मी म्हणालो, “पण आज हे असे हळूहळू का चालायचे?”

“माहितीये, मला माहितीये,” तो म्हणाला. “मी तुम्हाला दोष देत नाही, पण या ठिकाणी सगळा पसाराच पडलेला आहे.”

“मला एक मोठा खांब माझ्या रस्त्यात आलेला दिसतोय.” मी म्हणालो.

“खोदकाम केलेला का?” तो मध्येच म्हणाला. “पुन्हा तेच प्रेमी लोक, तीच दोन बोटे, मी बघितलंय त्यांना. ती तिचे ओठ पुढे करत्येय आणि तो तिचे चुंबन घेण्याचा प्रयत्न करतोय. त्याचे हात तिच्या मांडीवर आहेत. किती घाणेरडे दृश्य.

त्यामुळेच मी हे असे खोदकाम बघण्याचेच सोडून दिले आहे.''

मी हसण्याचा प्रयत्न केला आणि सोडून दिले. मी त्याला पुन्हा विचारले, ''बाथरूम.''

''बाथरूमऽऽ बाथरूम, तीच तर अडचण आहे...'' तो थोडा वेळ थांबला आणि म्हणाला, ''तिथे आग लागली आहे.''

''म्हणजे कुठे आहे आग? काय म्हणायचंय तुला?''

''मला माहीत आहे. मी पाहतो आहे ना. मी एकदा सैतान होतो. मी रंगमंचावर आलो तेव्हा माझ्या दोन्ही नाकपुड्यांतून आगीचे लोळ बाहेर पडत होते. लहान मुले जोरजोरात रडत होती आणि बायका तर घाबरूनच गेल्या होत्या. सैतानाचा श्वास सगळीकडे पसरला आहे. चला, आपण जाऊ.'' त्याने माझा हात धरला आणि घाईघाईने कुठेतरी घेऊन जाऊ लागला.

बाहेर व्हरांड्यात आल्याबरोबर मला एकदम रात्रीची थंड हवा जाणवली. माझ्या चेहऱ्यावर तिचे सपकारे बसले. मी विचारले, ''आपण बाहेर जात आहोत का?''

त्याने मला माझे वाक्यही पूर्ण करू दिले नाही. ''ही जागा आपल्यासाठी नाही. चला, लवकर चला. माझ्यावर सगळी जबाबदारी आहे. मी तुम्हाला इथे आगीत मरू देणार नाही.''

माझ्या खोलीतून बाहेर येण्याची माझी ही पहिलीच वेळ होती. मला खूपच भीती वाटू लागली आणि मी जोरात ओरडलो, ''मला एखाद्या दरीमध्ये किंवा गुहेमध्ये असल्यासारखे वाटते आहे. मी आता नाही चालू शकत.''

तो म्हणाला, ''हळूहळू शांत व्हा. असे ओरडू नका. मी बघतोय. मला त्या गुहेतली एक वाघाची शेपूट दिसते आहे.''

''तू गंमत करतो आहेस का?''

त्याने मला उत्तर दिले नाही, पण माझ्या खांद्याला घट्ट धरले आणि मला तिथेच बसवले. मला काहीच कळत नव्हते की आम्ही कुठे जात आहोत. आम्ही पायऱ्यांजवळ आलो आणि त्याने मला आज्ञा दिली.

''थांबा, आता आपल्याला खाली उतरायचे आहे. आता तुमचा उजवा पाय खाली टाका. तिथे हं, तिथेच. बरोबर. आता डावा पाय टाका. फक्त वीस पायऱ्या उतरायच्या आहेत. हंऽऽ चलाऽ''

मी न अडखळता व्यवस्थित खाली उतरलो, तेव्हा माझ्या हुशारीबद्दल त्याने माझे कौतुक केले. पुन्हा माझ्या तोंडावर थंड हवेचा झोत आला आणि मी शहारलो.

मी विचारले, ''आपण मध्ये आहोत की बाहेर?''

मला झाडांची सळसळ ऐकू येत होती. माझ्या उघड्या पायांखाली मला खडबडीत जमीन लागत होती. त्याने माझ्या प्रश्नाचे उत्तर दिलेच नाही. तो मला

एका बागेच्या नागमोडी वळणामधून नेत होता. मधेच पायऱ्या लागत होत्या. मी एकदम भांबावून गेलो. मला काहीच सुचत नव्हते. मी माझ्या जागेवरच एकदम थांबलो आणि विचारले, ''तू मला कुठे घेऊन जात आहेस?''

तो पुन्हा काहीच बोलला नाही.

मी म्हणालो, ''आपण माझ्या पलंगावर वापस गेलो तर बरे होईल.''

तो थोडा वेळ शांत राहिला आणि माझ्या बोलण्यावर विचार करू लागला. शेवटी त्याने कबूल केले, ''ही कल्पना चांगली आहे, पण धोका आहे. त्यांनी सगळीकडे सुरुंग लावून ठेवले आहेत. तुम्ही काही बघितले तरी कशाला हात लावू नका. इथेच थांबा. हलू नका, मी आत्ता आलोच.''

तो तिथून निघून गेला. माझी घाबरगुंडी उडाली होती. मी तिथेच खिळून उभा राहिलो होतो. त्याचा आवाज आता हळूहळू दूर जात होता. तो गाणे म्हणत होता.

''ही इज अ जॉली गुड फेलोऽऽ, ही इज अ जॉली गुड फेलोऽऽ'' आणि त्याच्या पुढे ''हॅज शी गॉट लव्हली चिक्स? येस... शी हॅज लव्हली चिक्स,'' त्यामुळे तो इथेच जवळपास कुठेतरी आहे याची मला खात्री वाटत होती.

मी हाक मारली, ''सॅम.''

दुरूनच त्याने उत्तर दिले, ''आलोच. पण आत्ताच कुठे जाऊ नका.''

''सॅमऽ सॅमऽऽ'' मी विनवण्या करत होतो. ''मला पटकन माझ्या खोलीत पलंगावर घेऊन चल. तिथे खरंच आग लागली आहे का?''

तो म्हणाला, ''ओह! नाही. काहीच नाही. हे असे काही खुळचट विचार कोण भरवून देते तुमच्या डोक्यात? मी तुम्हाला परत तुमच्या खोलीत पलंगावर घेऊन जातो; पण मला फक्त वापस जाण्याचा रस्ता शोधू द्या. ते नाटक एवढे घाण, एवढे किळसवाणे होते ना! त्यामुळेच आमची पीछेहाट होऊ लागली. आम्हाला मागे फिरावे लागले. पण थांबा, कृपा करून तिथेच थांबा. तुम्हाला कुणीच दोष देणार नाही.'' त्याचा आवाज अजूनही आजूबाजूला असल्यासारखा वाटत होता.

आता मात्र मी घाबरून ओरडू लागलो, ''ये लवकर येऽऽ''

आपण कुठेतरी अधांतरी लटकत असल्यासारखे मला वाटू लागले. मला त्याच्या पावलांचा आवाज जवळ आल्यासारखा वाटला.

''सरऽऽऽसर, काय आज्ञा आहे, बोला.''

''तू मला इथे का आणले आहेस?'' मी विचारले.

तो कुजबुजला. ''मेरी, तिने मला वचन दिले होते की ती इथे येणार म्हणून. ती आता केव्हाही इथे येईल.''

आणि तो एकदम जोरात ओरडला, ''मेरीऽऽऽ मेरी तू कुठे आहेस?'' आणि पुन्हा पुटपुटला, ''काल रात्री ती तुमच्या खोलीत आली होती आणि परवा पण.

जवळ जवळ रोजच रात्री येते ती. तिने तुम्हाला काही त्रास तर दिला नाही ना? नाही. ती तशी नाही म्हणा. तुम्हाला तिच्याबद्दल काहीच माहीत नाही. मी लाईट बंद केला की ती आतमध्ये येते आणि सूर्य उगवला की जाते. तुम्ही खूप चांगले आहात. तुम्हाला पाहिजे असेल तर तिला घेऊन टाका.''

मला काहीच बोलता येईना. तरी पण त्याने सांगितलेले आठवले म्हणून मी म्हणालो, ''तुझ्या बायकोने तिला हाकलून दिले होते ना?''

तो पटकन म्हणाला, ''बायकोला काय करायचंय? ते तिचे काम नाही आणि तिची हिंमत कशी झाली माझ्या गोष्टींमध्ये लक्ष घालायची? तिने जर तसा प्रयत्न केला ना तर...''

त्याचे वाक्य काही त्याला पूर्ण करता आले नाही. बायकोचा नुसता विचार मनात आला तरी त्याला राग आला होता. तो म्हणाला, ''ती बाई चांगली नाही. तिच्यामुळेच तर मला सारखा त्रास होतो.''

मी पुन्हा त्याला विनंती केली, ''सॅम, चल. मला माझ्या खोलीत पलंगावर नेऊन बसव.''

''हो सरऽऽ'' तो म्हणाला. ''माझ्या हाताला धरा.'' थोडे पुढे गेलो की तो म्हणाला, ''हं, हा काय, इथेच तर तुमचा पलंग आहे.'' आणि त्याने मला ढकलून दिले. मी खाली पडलो. माझ्या गुडघ्यांना खालचा जमिनीचा खडबडीतपणा लागला आणि मी एकदम खालीच बसलो. खालचे दगड मला टोचू लागले. पण उघड्या पायांवर ताटकळत उभे राहिल्यापेक्षा मला बसलेले बरे वाटले. तो म्हणाला, ''हेऽऽ तुमचे पांघरूण इथेच आहे, तुमच्या पायांजवळ. काम पडले तर मला बोलवा.''

''सॅमऽऽ''

''मी इथेच आहे आणि जागाच आहे. गुड नाईट! गुड नाईट. मी देवाची प्रार्थना करतो आणि नंतरच झोपतो. नाही, नाही. मी झोपतच नाही, जागाच असतो.''

''सॅम, एक काम कर. सॅम, एक काम कर. काम कर.''

तो घोरत होता ते मला ऐकू येत होते. त्या प्रचंड पोकळीमध्ये तिथेच कुठेतरी तो गाढ झोपला होता. मी माझा सगळा हवाला माझ्या दैवावर ठेवला. मी थोडा हात सरकवला आणि मला जाणवले की मी एका झुडपाजवळ होतो. मी फक्त देवाला एवढीच प्रार्थना केली की एखादा विषारी जिवाणू मला दंश करू नये. सगळ्या भीतीच्या, घाबरण्याच्या पलीकडे मी गेलो होतो. मी भीतीने गोठूनच गेलो होतो.

अशा प्रकारे रात्र संपली. सकाळी सकाळी मला थोडी डुलकी लागली होती. पण आजूबाजूला ओरडणाऱ्या पक्ष्यांच्या आवाजाने मला जाग आली. एका बाईने माझ्या हाताला धरले आणि विचारले, ''तुम्ही इथे कसे काय आलात?''

''मेरी?'' मी विचारले.

"नाही. मी रोज सकाळी तुमची खोली झाडून पुसून घेते. दुसरे कुणी लोक यायच्या आधी.''

मी एवढेच म्हणालो, "मला माझ्या पलंगावर घेऊन चल.''

तिने बिलकूल वेळ घालवला नाही किंवा काही प्रश्न पण विचारले नाहीत.

शेवटी आम्ही तिथे गेल्यावर ती म्हणाली, "इथे तुमचा पलंग आहे, आता त्याच्यावर पडा.''

या गोष्टीचा मला खूप त्रास झाला. मला मधेच अडथळा आला होता आणि त्रास होत होता. त्यामुळे माझ्या डोळ्यांवरच्या पट्ट्या काढणे लांबले. डॉक्टरांनी खूप प्रयत्न केले आणि वेगवेगळ्या प्रकारे मदत करून मला माझ्या आजारातून बरे केले. मला बाहेरची हवा लागली होती आणि धक्काही बसला होता. पंधरा दिवसांनंतर माझ्या डोळ्यांवरच्या पट्ट्या काढल्या गेल्या. पण मी सॅमला काही पुन्हा पाहिले नाही. फक्त हॉस्पिटलच्या पत्त्यावर पाठवलेले एक पत्र खूप दिवसांनी मला मिळाले.

"तुम्ही लवकर बरे व्हाल अशी मी आशा करतो. त्या रात्री काय झाले मला काहीच माहीत नाही. कुठेतरी, काहीतरी भयानक प्रकार घडला होता. त्या नालायक दुकानदाराने, ज्याच्याकडून मी कोकाकोला आणला होता, त्याने बहुतेक कोकाकोलामध्ये दारू मिसळली असावी. मी बघतो त्याचे काय करायचे ते. मी अशी प्रार्थना करतो की तुम्हाला लवकर बरे वाटावे. तुम्ही घरी गेल्यानंतर कृपा करून मला अठ्ठेचाळीस रुपयांची मनीऑर्डर करा. मी तुमच्याकडून फक्त सहाच दिवसांचे पैसे घेतो. शेवटच्या दिवसाचे घेत नाही. मला तुम्हाला भेटायची खूप इच्छा आहे, पण कर्नलने मला ताबडतोब मद्रासला बोलावले आहे. तिथे एकाच्या अवयवाचे छेदन करायचे आहे, त्यासाठी हजर राहायला सांगितले आहे... सॅम.''

◆

अण्णामलाई

डाकमधून मला एक पत्र आले. तमीळमध्ये बारीक अक्षरात, गिचमिड करून भरगच्च मजकूर लिहिलेला होता. मला थोडा वेळ त्याबद्दल उत्सुकता वाटली. ते हस्ताक्षर, ती लिहिण्याची पद्धत, ती काळी शाई आणि एकंदरीतच त्या पत्रातून व्यक्त झालेली औपचारिकपणाची भाषा, हे सगळे मला ओळखीचे वाटले. स्पष्ट नसले तरी ते अक्षर समजून घेऊन वाचण्यात मला यश मिळत होते. असे एक तरी पत्र महिन्याला अण्णामलाईला येत असे. साडेदहा वर्षांपूर्वी न्यू एक्स्टेन्शनमध्ये जेव्हा तो माझा माळी होता, पहारेकरी होता, माझ्या मालमत्तेचा मुनीम होता, तेव्हा असे पत्र मी त्याला वाचून दाखवीत असे. आत्ता आलेले ते पत्र असे होते –

''आदरणीय मालक, मी थोडेसे कां कू करीतच हा मजकूर लिहून तुम्हाला काही मागू शकतो का? हे मागणे दिव्य आत्मा असलेल्या कमलचरणापाशी आहे, ज्याने मला माझ्या उपजीविकेसाठी अन्न, निवारा आणि पैसे दिले. त्याच्या भल्यासाठी मी आकाशातल्या देवाजवळ दर तासातासाला प्रार्थना करत असतो. माझी तब्येत एकदम छान आणि प्रसन्न आहे. माझे नातेवाईक, विशेषतः माझा लहान भाऊ अमावसाई आणि माझी मुलगी, माझा जावई, दोन नातू आणि माझी बहीण जी माझ्या घरापासून चार पावलांवरच राहते आणि माझे मामा, त्यांची मुले, ज्यांना नारळाच्या बागेची खूप आवड आहे, ते सगळे छान आहेत.

या वर्षी देवाची कृपा झाली आणि पाऊस पडला त्यामुळे आमच्या जमिनी, फळाफुलांच्या बागा समृद्ध झाल्या. आमच्या तलावांना भरपूर पाणी आले. आम्ही खूप कष्ट केले.''

खरे पाहता अशी समृद्धीची आणि आनंदाची बातमी वाचून मला आनंदच झाला. मला जसे आठवते तसा तो माणूस सतत अडचणींमध्येच असायचा. पण माझा हा आनंद फार वेळ टिकला नाही. दहा ओळी वाचून होईपर्यंतच हे गुलाबी चित्र माझ्या डोळ्यांसमोर तरळले. त्यानंतर एकदम चित्रच बदलून गेले. माझ्या लक्षात आले की वर हे जे काही हुशारीने लिहिले होते, तो केवळ एक औपचारिकपणा होता. सभ्यपणाची भाषा वापरून असा मजकूर लिहिला होता. मुळात ते पत्र अगदी विरुद्ध अर्थाने लिहिले गेले होते.

''आज हे पत्र तुमच्या पायांपाशी लिहिण्याचा माझा उद्देश एवढाच आहे की, सध्या मी भयंकर अडचणीत आहे आणि मला पैशांची खूप गरज आहे. या वर्षी धान्य पिकले नाही. आमच्याजवळ धान्यही नाही आणि पैसाही नाही. माझी तब्येत चांगली नाही. मी खूप अशक्त झालो असून अगदी वाईट अवस्थेत अंथरुणावर पडून आहे. खाण्यासाठी आणि औषधासाठीही मला पैशांची आवश्यकता आहे. माझे नातेवाईक कुणीच मला विचारीत नाहीत. माझा अमावसाई चांगला आहे, पण तो गरीब आहे. त्याच्यावर त्याची नऊ मुले आणि दोन बायका एवढ्या लोकांचा भार आहे. म्हणून मी तुम्हाला विनंती करतो, भीक मागतो की हे पत्र म्हणजे तार समजा आणि मला पैसे पाठवा.''

त्याने पैसे किती पाहिजेत त्याबद्दल काहीच लिहिले नाही. ते माझ्यावर सोडून दिले. म्हणजे जेवढे पाठवले तेवढे त्याला पाहिजेच होते. पत्राच्या खाली त्याचे नाव होते; पण मला माहीत होते की त्याला सही करता येत नव्हती. माझ्याकडे असताना जेव्हा केव्हा काही कागदपत्रांवर सही करायचे काम पडे, तेव्हा तो त्याचा अंगठा छापायचा. खरे तर दर महिन्याला त्याला पैसे पाठवायला मला आनंदच झाला असता; कारण एवढी वर्षे त्याने इमानेइतबारे माझी सेवा केली होती. पण हे पत्र त्यानेच लिहिले याची काय खात्री देता येणार होती? मला माहीत होते की त्याला लिहिता-वाचता येत नव्हते, आणि हे पत्र लिहिणारा त्याचा भाऊ अमावसाई नसेल कशावरून? तोच तो, नऊ मुलांचा बाप आणि दोन बायकांचा नवरा. त्याच्या डोक्यात आपल्या मेलेल्या भावाच्या नावाने पेन्शन घ्यायची ही भन्नाट कल्पना कशावरून आली नसेल? अण्णामलाई अजूनही जिवंत आहे याची मला काय खात्री देता येत होती? तो इथून जाताना त्याने त्याच्या मरणाबद्दल जे शेवटचे शब्द उच्चारले होते, ते अंगावर काटा आणणारे होते.

मी त्या पोस्टकार्डावरचा शिक्का बघितला. निदान ते पत्र त्याच गावावरून आले

होते याची तरी खात्री करून घ्यायची होती. पण तो पोस्टाचा शिक्का म्हणजे नुसता एक काळा डागच होता, नेहमीप्रमाणेच. ठीक आहे, शिक्का जरी स्पष्ट दिसत नसला तरी नुसते त्याच्या गावाचे नाव जरी दिसले असते तरी काही हरकत नव्हती. या साडेदहा वर्षांत मी अण्णामलाईसाठी त्याच्या गावाकडे पुष्कळदा पत्र लिहून दिले होते तरी मला कधीच त्याच्या गावाचे नाव नक्की सांगता येत नव्हते. तो माझ्या खुर्चीच्या मागे उभा राही आणि पोस्टकार्ड माझ्या टेबलावर समोर ठेवी. प्रत्येक वेळी मी त्याला म्हणत असे, ''हं. आता मला एकदा चांगला पूर्ण पत्ता सांग.''

''हो साहेब.'' तो म्हणायचा.

पेनचे टोक पोस्टकार्डावर ठेवून मी वाट बघत राही.

''माझ्या भावाचे नाव अमावसाई आहे आणि हे पत्र त्याच्याच हातात द्यायचे.''

''ते मला माहीत आहे. आता मला त्याचा पत्ता बरोबर सांग.'' मी म्हणायचो. कारण आत्तापर्यंत एकदाही मला तो बरोबर समजला नव्हता. मग तो काहीतरी म्हणायचा, ''मारा कोनम.'' त्यामुळे मी नेहमी गोंधळून जायचो. तमीळमध्ये त्याचा अर्थ 'लाकडी कोना' किंवा 'वाकडा कोना' असा होतो. तेसुद्धा तुम्ही त्याच्या पहिल्या किंवा दुसऱ्या शब्दावर किती आणि कसा जोर देऊन उच्चारता त्यावर अवलंबून आहे. पेन तसंच हातात ठेवून जर मी म्हणालो, ''पुन्हा सांग,'' की मग तो हळूहळू एक एक शब्द उच्चारायचा; पण या वेळी तो नवीनच तिसरेच काहीतरी सांगायचा.

''पेरामान्नालूर.''

''काय आहे ते? कुठे आहे?'' मी कंटाळून विचारीत असे.

''माझं गाव साहेब.'' तो अगदी अभिमानाने म्हणायचा आणि पुन्हा एकदा तो शब्द, त्याचा अर्थ सगळे माझ्यावर सोडून द्यायचा. या शब्दाचा उच्चार तुम्ही 'पेरुमई नल्लूर' असाही करू शकता. म्हणजे 'अभिमान आणि चांगुलपणाचे शहर' किंवा मग त्याच्या उच्चारण्यात काही बदल केला तर त्याचा अर्थ असाही होतो की, 'लठ्ठपणाचे आणि चांगुलपणाचे शहर.' या सगळ्या शब्दजंजाळातून बाहेर पडण्याचा प्रयत्न करत असताना जर मी त्याला म्हणालो, ''पुन्हा एकदा सांग,'' तर मग तर तो आणखीच काहीतरी वेगळाच नवीन आवाज काढायचा. घरची आठवण येऊन त्याचा आवाज गहिवरून येत असे आणि आपण सांगतो ते यांना समजत कसे नाही, असा अर्थ त्या आवाजातून निघायचा.

''नाहीतर फक्त असे लिहा, नुमथोड पोस्ट.''

म्हणजे पुन्हा मला त्या शब्दांशी कुस्ती खेळायला सोडून त्याचा अर्थ शोधून काढायला लावायचा. त्याच्या या शाब्दिक चकमकीला काही अर्थ नसे. त्याचा काही उपयोग नसे. तुम्ही त्याला कितीही वेगवेगळ्या प्रकाराने उच्चार करून, शब्दांवर कितीही जोर देऊन, त्याचा वेगवेगळ्या प्रकारे अर्थ काढून त्याचे भाषांतर करा

नाहीतर अंदाज बांधा. हे सगळे तुम्ही तमीळ, तेलुगू, कन्नड किंवा भारतीय संविधानात असलेल्या कोणत्याही चौदा भाषांमध्ये करा; ते जमले नसते, त्याचा काही उपयोग नव्हता. आणि जेव्हा मी या शब्दांच्या जंगलात कुस्ती खेळून त्याचा अर्थ काढण्यात मग्न असे, तेव्हा अण्णामलाई माझ्याजवळ शांतपणे हवा खात बसलेला असे आणि वर मला सुचवत असे, ''इंग्रजीमध्ये लिहा.''

''का? इंग्लिशमध्ये का?''

''तो जर तमीळमध्ये लिहायचा असता, तर जो मुलगा मला पत्र लिहून देणार आहे, त्यालाच मी पत्ता लिहायला सांगितले नसते का? पण पत्ता इंग्रजीमध्येच लिहिलेला असला पाहिजे, म्हणून मी तुम्हाला त्रास देत आहे.'' त्याने त्याचे सगळे तर्क, अनुमान मला तपशीलवार सांगितले.

मी पुन्हा म्हणालो, ''पण तमीळमध्ये का नको?''

''तमीळमध्ये पत्ता लिहिला, तर पत्र पोहोचत नाही. आमच्या शाळेतले मास्तर आम्हाला नेहमी सांगायचे. माझे काका जेव्हा वारले तेव्हा त्यांनी काकाच्या मुलाला तमीळमध्ये पत्ता असलेले पत्र पाठवले होते. त्या वेळी तो कांजीवरमला होता. पण तो मुलगा अंत्यसंस्काराच्या वेळी आलाच नाही. आम्ही मग दोन दिवस वाट बघून सगळ्यांनी मिळून त्यांचा दफनविधी केला. त्यानंतर एक वर्षाने तो मुलगा गावाकडे आला आणि विचारू लागला, ''माझे वडील कुठे आहेत? मला थोडे पैसे पाहिजे आहेत.''

आणि मग या गोष्टीची आठवण आल्यामुळे तो जोरात हसला. शेवटी मी विचार केला की जास्त चौकशी करण्यात काही अर्थ नाही. माझी मीच मग थोडी हुशारी केली आणि त्याने जे सांगितले त्यावरून माझ्या माहितीप्रमाणे पत्ता लिहिला. तरी पण पुन्हा एकदा पत्र हातात घेताना त्याने विचारलेच, ''तुम्ही व्हाया काटपाडी लिहिले आहे ना?''

या सगळ्या कामामध्ये बराच वेळ जायचा. पत्ता लिहिण्याच्या जागेतली सगळी जागा गच्च भरून जायची. मग मी चिडून, तिथेच त्या तशाच गर्दीमध्ये माझ्या पेनच्या टोकाने बारीक अक्षरात लिहून ते काम जमवून घेत असे. असे प्रत्येक वेळी होई आणि प्रत्येक वेळी जवळ जवळ तास ते दीड तास या गोष्टीसाठी खर्च होई. पण अण्णामलाई महिन्याला फक्त एकदाच गावाकडे पत्र पाठवीत असे. तो नेहमी म्हणायचा, ''गावाकडच्या लोकांना कुणाचे पत्र आले की आनंद होतो यात शंका नाही, पण मी जर असे प्रत्येकाला सारखे त्यांना वाटेल तेव्हा पत्र लिहित गेलो, तर माझे दिवाळेच निघायचे. आणि मग माझे असे दिवाळे निघाले तर माझ्या नात्यातील एक तरी माणूस पुढे येऊन मला मूठभर तांदूळ तरी देईल का? मी भुकेने मेलो तरी त्याची कुणाला पर्वा असणार आहे?'' त्यामुळे त्याचा जो पत्रव्यवहार होता तो त्याने

मर्यादेतच ठेवला होता. पण ते लोक मात्र सारखे पत्र पाठवून त्याला गावाकडच्या अगदी ताज्या बातम्या पुरवीत असत.

"तुझ्या गावाकडे कसे जायचे?" मी एकदा त्याला विचारले.

"रेल्वेने जायचे. कसे ते मी सांगतो."

आपल्या घराबद्दल, आपल्या गावाबद्दल बोलायचे म्हणून त्याला खूप आनंद झाला होता.

"जर तुम्ही पॅसेंजर गाडीने दोन रुपये आणि दहा आण्याचे तिकीट काढून रात्री निघालात तर तुम्ही सकाळी त्रिचीला पोहोचता. त्रिचीहून अकरा वाजता गाडी आहे आणि त्याचे तिकीट सात रुपये चार आणे आहे. त्याने सकाळी पाच पंचेचाळीसच्या आधीच तुम्ही विल्लीपुरमला पोहोचता. हो, पण त्यासाठी तुम्हाला रात्रभर जागे राहावे लागते, नाहीतर मग ती गाडी पुढेच निघून जाते. एकदा मला झोप लागली आणि मी तसाच पुढे गेलो तर मला त्यांनी दोन रुपये जास्त मागितले. मी खूप विनंत्या केल्या, भीक मागितली तेव्हा कुठे त्यांनी मला जाऊ दिले. पण मग दुसरे दिवशी सकाळी तिथून काटपाडीला येताना मला पुन्हा दुसरे तिकीट काढावे लागले. दुपारपर्यंत तिथे स्टेशनवर तुम्ही झोपू शकता; कारण तिथून दुपारीच एक बस आहे. बारा आण्यात ती बस तुम्हाला पुढे घेऊन जाते. आणि मग बसमधून उतरल्यावर एखादी बैलगाडी नाहीतर छकडा करावा लागतो. त्याला सहा रुपये लागतात. आणि मग तिथून पुढे पायी जावे लागते. अंधार पडायच्या आत घरी गेले तर बरे, नाहीतर मग रस्त्यात चोर-दरोडेखोर धरून मारतात. जास्त चालावे लागत नाही. दुपारी जरी तुम्ही निघालात तरी सूर्य मावळायच्या आत तुम्ही माराकोनमला पोहोचता. पण एक पोस्टकार्ड मात्र तिथे नऊ पैशात जाते. आश्चर्यच आहे, नाही का?"

एवढे तो बोलला.

एकदा पत्ता लिहिताना मी त्याला विचारले, "पत्र लिहिण्याच्या आधीच तू पत्ता का लिहून घेतोस?"

"हो, कारण मी ज्या मुलाकडून पत्र लिहून घेतो त्याने त्याच्या एखाद्या नातेवाइकाला माझ्या कार्डावरून पत्र लिहू नये म्हणून. नाहीतर त्याने काय लिहिले ते मला कसे कळेल?"

आपल्या कार्डाचा कुणी दुरुपयोग करू नये म्हणून हा एक चांगला मार्ग होता. शिवाय ज्या मुलाकडून तो पत्र लिहून घ्यायचा त्याच्याबद्दल तो नेहमी बोलायचा. पण एखादे वेळी कुणाशी संबंध ठेवायचे असले तरी काही गोष्टी हातच्या राखूनच ठेवाव्या लागतात. या गोष्टीतली त्याची हुशारी इथे दिसून येत होती. त्याच्या त्या मित्राबद्दल, त्या मुलाबद्दलही मी नेहमी त्याला काहीबाही प्रश्न विचारीत असे.

"त्याचे आणि माझे नाव एकच आहे." तो म्हणाला.

"काय नाव आहे?" मी विचारले.

त्याने खाली मान घातली आणि पुटपुटला, "माझे, माझे स्वतःचे जे नाव आहे तेच."

एखाद्याचे स्वतःचे नाव म्हणजे नाजूक गोष्ट आहे, असे उगीचच कुणासमोर ते घ्यायचे नाही, हा त्याचा दृष्टिकोन मला एकदा एका प्रसंगामुळे समजला होता. माझ्या गेटच्या बाहेर माझ्या नावाची पाटी लावलेली त्याला आवडली नाही. पण तो तसे का म्हणत होता ते मला समजले नाही. एकदा मी सहजच खाली बागेत गेलो.

तो मला म्हणाला, "मी तुम्हाला काय सांगितले होते ते विसरलात का? ती तुमच्या नावाची पाटी काढून टाका."

"का?"

"का म्हणजे? सगळे लोक इथून रस्त्याने जाताना तुमच्या पाटीवरचे नाव जोरात वाचतील. ते चांगले नाही. काही उनाड आणि काही अगदी लहान मुले नेहमी उगाच तुमचे नाव घेऊन ओरडतात आणि मी त्यांना धरायला गेलो की पळून जातात. एके दिवशी काही बायका जाऊ लागल्या, त्यांनीही तुमचे नाव वाचले आणि उगीचच हसू लागल्या. का हसावे त्यांनी? मला हे सगळे आवडले नाही."

किती विचित्र आणि वेगळे जग होते त्याचे! स्वतःचे नाव पण लपवून ठेवायचे? खरे तर ते लिहिताना ढालीप्रमाणे आधी लिहायचे असते, वाऱ्याप्रमाणे ते सगळीकडे पसरते आणि नावातच तर सगळे काही असते.

"आता माझ्याकडे तर नावाची पाटी आहे. ती मी कुठे लावू?"

तो पटकन म्हणाला, "घरात लावली तर चालणार नाही का? तिथे भिंतीवर फोटो लावले आहेत तिथे – हॉलमध्ये."

"पण ज्या लोकांना मी कुठे राहतो आहे हे शोधायचे आहे, ते मला कसे शोधणार?"

"सगळ्यांना माहीत असते. नाहीतर मग एवढ्या लांब कशाला येतील?"

बागेत काम करणे हे तर त्याचे खास वैशिष्ट्य होते. जेव्हा तो हातात कुदळ किंवा फावडे घेऊन काम करत असायचा, तेव्हा आमचे बोलणे फार आवडीचे होत असे. दिवसभर तो त्याच्या मनाप्रमाणे सतत काहीतरी माती उकरत बसायचा. काम करत असताना एक लाल रंगाचे मुंडासे डोक्यावर बांधून कानापाशी एखाद्या लुटारूप्रमाणे तो त्याची गाठ मारायचा. खाकी रंगाची हाफ पॅन्ट घालून, खाली वाकून तो काम करू लागला की त्याची काळीभोर उघडी पाठ उन्हामुळे भाजून निघायची. मोठे कष्ट घेऊन, परिश्रमांनी तो काम करत असे. जेव्हा एखाद्या केळीच्या झाडाखाली, चिखलामध्ये तो बियाणांचे काम करीत असे, तेव्हा तो त्या आजूबाजूच्या वातावरणाशी, तिथल्या मातीशी, तिथल्या हिरवळीशी एवढा एकरूप झालेला असे

की ओळखूच येत नसे. दगडांवर, तिथल्या चढ-उतारांवर, खड्ड्यांमध्ये तो अगदी सहजतेने वावरे. पण त्याच्या उलट घरात होत असे. फरशीवर चालताना फरफर आवाज करीत तो चालत असे आणि जेव्हा तो जिना चढत असे, तेव्हा तर त्याचे सांधे करकर वाजत असत आणि ओढत वर नेल्यासारखा खरखर आवाज होई. घरातल्या भिंतींमध्ये, पुस्तकांमध्ये, कागदपत्रांमध्ये त्याला अवघडल्यासारखे होई. जेव्हा माझ्या अभ्यासाच्या खोलीत तो वर येई, तेव्हा तो घाबरल्यासारखा दिसत असे. अगदी हळुवारपणे पावले टाकीत, बिलकूल आवाज न करता तो आत येई. जेव्हा त्याला कुणाला पत्र टाकायचे असे तेव्हाच तो आत येई. मी टेबलावर बसलेला असलो की माझ्या खुर्चीच्या मागे येऊन उभा राही. श्वाससुद्धा तो असा दबकून टाकत असे, की माझ्या कामात मला अडथळा होऊ नये. पण जेव्हा केव्हा तो असे शांत राहण्याचा प्रयत्न करी, तेव्हा त्याच्या श्वासाचा आवाज येई आणि घशात काहीतरी गुरगुर वाजे, ते मात्र त्याला थांबवता येत नसे. थोडा वेळ जर माझे लक्ष त्याच्याकडे गेले नाही, तर तो एकसारखा बाहेरच्या फाटकाकडे बघे आणि काहीतरी हाकलल्यासारखे 'यो, है, है' असे आवाज काढी. दगड फोडत असल्यासारखा तो आवाज वाढतच जाई. त्याचे तो पुन्हा मला स्पष्टीकरण देई, ''त्या गाई बघा, पुन्हा पुन्हा आत येत राहतात. एखादे दिवशी त्या आत येऊन सगळे गवत आणि फुलांची झाडे खाऊन टाकतील. आपल्या दारावरून जाणारे सगळे म्हणत असतात, या बिचाऱ्या म्हाताऱ्याने मोठ्या कष्टांनी ते सगळं वाढवलंय. पाहा, तो लाल गुलाब किती छान आलाय! या वयात हा म्हातारा एवढे सगळे काम करतो.''

अण्णामलाईच्या मनात इतर कशाबद्दलही काहीही शंकाकुशंका असतील, पण एक माळी म्हणून तो अतिशय उत्कृष्ट होता, यात शंकाच नाही. परिस्थितीने त्याला तसे पोषक वातावरणही मिळाले होते. मला त्याच्याकडे काही बघावेच लागत नसे. माझ्या परिसरात जवळ जवळ एक एकर जागा रिकामी होती आणि त्याचे वेगवेगळे प्रयोग करायला तिथे खूप वाव होता. आधी मी विनायक स्ट्रीटवर राहत होतो, पण तिथे बाजूला एक गॅरेज मेकॅनिकवाला आला. तो म्युनिसिपालिटीच्या चेअरमनचा नातेवाईक होता, त्यामुळे त्याला मनाला वाटेल तसे करण्याची मुभा होती. दिवसभर त्याच्या गाड्या खडखड आवाज करीत असत आणि रात्री त्या सगळ्या गाड्या रस्त्याच्या कडेला उभ्या केल्या जात. रात्री मग त्या गाड्यांचे ठाकठोकीचे दुरुस्तीचे काम चालायचे. म्हणजे दुसरे दिवशी सकाळी पुन्हा त्यांच्यात सामान भरता येई. आमच्या त्या विनायक स्ट्रीटवर याची कुणीच दखल घेत नसे. तो म्युनिसिपल चेअरमनचा नातेवाईक असल्यामुळे कुणी त्याला विरोध करत नव्हते किंवा त्याच्याविरुद्ध तक्रारही करत नव्हते. त्यामुळे आपणच तिथून पळ काढावा असे मी ठरवले, कारण

मला तिथे माझे लिखाण आणि वाचन करणे अशक्य होते. ही जागा आपल्यासारख्याला योग्य नाही हे माझ्या लक्षात आले. मी दुसरीकडे जागा बघायला सुरुवात केली. एका दलालाने मला न्यू एक्स्टेन्शनच्या परिसरात जागा बघून दिली आणि त्यानेच माझे विनायक स्ट्रीटवरील जुने घर त्याच गॅरेजमालकाला विकून दिले. सहा महिन्यांच्या आत मी माझ्या मनाची तयारी केली आणि माझी पुस्तके आणि लिहिण्याचे सामान घेऊन नवीन जागेत गेलो. त्या नवीन जागेच्या ठिकाणी थोडा चढ होता. डाव्या बाजूला एक टेकडी होती आणि जवळच रेल्वे गेटच्या मधून जाण्यासाठी रस्ता होता. तिथे एक लाल रंगाचे फाटक होते, जे नियमितपणे चालू-बंद होत असे. असा एकूण माझ्या नवीन घराचा परिसर होता. कुणीतरी हे एक छोटेसे घर बांधले होते. वर एक खोली होती आणि खाली दोन खोल्या होत्या. माझा शांतपणे लिखाण, वाचन करण्याचा हेतू त्यामुळे साध्य होत होता.

ज्या दिवशी मला नवीन घरात राहायला जायचे होते, त्या दिवशी मी त्या माझ्या शेजारच्या गॅरेजवाल्याला माझे सामान नवीन घरात नेऊन टाकण्यासाठी त्याच्याकडचा ट्रक देण्याची विनंती केली. त्यानेही ती विनंती आनंदाने मान्य केली. त्याला आनंद होणे साहजिकच होते; कारण इथून पुढे रात्रभर त्याची ट्रकदुरुस्तीची ठकठक चालू राहिली तरी त्याला विरोध करणारे कुणी राहणार नव्हते. आणि मलाही माझ्या नवीन घरात फक्त पक्ष्यांचा किलबिलाटच ऐकू येणार होता. मी माझी सगळी पुस्तके आणि पेट्या वगैरे इतर सामान एका उघड्या ट्रकमध्ये भरले. त्यावर चार मजूर बसले. मी पण समोर ट्रकड्रायव्हरच्या जवळ असलेल्या जागेवर बसलो आणि विनायक स्ट्रीटचा निरोप घेतला. माझ्या जाण्यामुळे तिथे कुणाला दुःख होणार नव्हते किंवा कुणी त्याची विशेष दखलही घेतली नाही; कारण आमच्या घराण्यातला, आमच्या काकांच्या मृत्यूनंतरचा, मी तिथला एकुलता एक वारस होतो.

आम्ही जेव्हा न्यू एक्स्टेन्शनमधल्या माझ्या नवीन घरात आलो, तेव्हा मजुरांनी चपळाईने ट्रकमधले सगळे सामान हॉलमध्ये आणून टाकले. ते सगळे पुन्हा जेव्हा ट्रकमध्ये जाऊन बसले तेव्हा त्यातला एक जण मागेच रेंगाळत होता. बाहेरून कुणीतरी ओरडले, "हे, अण्णामलाई , तू येणार आहेस का नाही?'' त्या माणसाने त्यांच्या बोलावण्याकडे दुर्लक्ष केले आणि त्या लोकांनी ड्रायव्हरला हॉर्न वाजवायला सांगितले.

मी त्या माणसाला म्हणालो, "ते तुला बोलावत आहेत.''

तो फक्त एवढेच म्हणाला, "जाऊ द्या, बोलावू द्या.''

तो मला माझ्या वस्तू जागेवर ठेवण्यासाठी मदत करू लागला. माझ्या टेबलाकडे बोट दाखवून तो म्हणाला, "हे सगळे वरच्या खोलीत नेऊन ठेवायचे आहे का?''

बाहेर ड्रायव्हर सारखा गाडीचा हॉर्न वाजवतच होता. त्याला त्यांच्या या अशा वागण्याचा राग आला. तो बाहेर दारात गेला आणि हातवारे करून म्हणाला, "तुम्हाला जायचे असेल तर जा, इथे असे फालतू आवाज काढत बसू नका."

"तू कसा परत येणार?" कुणीतरी विचारले.

"त्याच्याशी तुला काय करायचंय? तुम्हाला जायचे असेल तर जा. इथे असे आवाज काढून या चांगल्या माणसाला उगीचच्या उगीच त्रास देऊ नका."

त्याच्या या बोलण्याने माझ्या काळजाला हात घातला आणि मी पुस्तकांच्या पसाऱ्यात घातलेली मान वर करून बघितले. मी माझी पुस्तके ठाकठीक करत होतो आणि आता पहिल्यांदाच त्या माणसाकडे एवढे लक्ष देऊन बघितले. तो सडपातळ होता, त्याचा चेहरा गंभीर होता, डोके पूर्ण साफ केलेले होते आणि त्यावर लाल रंगाचे मुंडासे बांधलेले होते. त्याने त्याच्या बाक असलेल्या दणकट पायांवर खाकी रंगाची हाफ पॅन्ट घातली होती आणि त्याचे हात लांब होते ते गुडघ्यापर्यंत पोहोचत होते. त्याच्या हाताची बोटे जाड होती, नाक रुंद होते आणि दात मोठे होते. त्याच्या दातांवर लाल रंगाचे डाग होते. पान आणि तंबाखूची चंची त्याच्या कमरेला खोचलेली होती आणि गालात सतत पानाचा तोबरा भरलेला असे. आणि त्याच वेळी त्याच्या या उग्र वाटणाऱ्या चेहऱ्यामागे असलेला मऊपणाही मला कुठेतरी जाणवला.

ट्रकच्या जाण्याचा आवाज आला तसा मी त्याला म्हणालो, "ते लोक गेले वाटतं."

"जाऊ द्या. मला त्याचे काही नाही." तो म्हणाला.

"तू वापस कसा जाणार?" मी त्याला विचारले.

"मी का जाऊ?" त्यानेच मला उलट प्रश्न केला. "तुमचे सगळे सामान इकडे तिकडे अस्ताव्यस्त पडले आहे आणि आपण थांबून काही मदत करावी एवढेही त्या लोकांना कळत नाही. तुम्हाला माहीत नाही साहेब, आजकाल हे लोक फार झालेत."

अशा प्रकारे त्याचा माझ्या घरात प्रवेश झाला आणि तो इथेच राहिला. माझे सगळे सामान आणि पुस्तके आवरायला त्याने मला मदत केली. त्यानंतर मी जेव्हा बाहेरच्या बागेची पाहणी करू लागलो, तेव्हाही तो माझ्यासोबत होता. यापूर्वी त्या घरात जे कुणी राहत होते, त्यांनी बागेची काळजी घेतलेली दिसत नव्हती. मागच्या बाजूला फक्त घराची सीमारेषा कळावी म्हणून एक भिंत घातलेली होती आणि आजूबाजूला मात्र वेगवेगळ्या प्रकारचे कुंपण घातले होते. मी जेव्हा एखाद्या झाडाजवळ उभा राहून, जवळून बघत असे, तेव्हा अण्णामलाई पण माझ्या बाजूला उभा राहून उत्सुकतेने बघत असे.

मी त्याला विचारी, "हे काय आहे?"

"हे?" झाडाच्या जवळ जाऊन तो म्हणे, "हे पुनचेदी (फुलांचे झाड) आहे."

आणि पुन्हा दुसऱ्यांदा त्या झाडाकडे बघून, जरी ते मला दिसत असले तरी मला सांगे, "याला पिवळ्या रंगाची फुले येतात."

थोड्याच वेळात मला समजून चुकले की हे असे काही सांगायची त्याची पद्धत अगदी साधी होती. त्याला एखादे फुलाचे झाड आवडले की तो त्याला पुनचेदी म्हणत असे आणि मग त्या झाडाची तो निगा घेई. आणि जर एखाद्या झाडाबद्दल शंका असली, ते काटेरी असले किंवा वाकडेतिकडे असले की तो म्हणे, "हे 'पोंदू' (निरुपयोगी गवत) आहे." आणि मी त्याच्याकडे बघायच्या आधीच तो त्या झाडाला शिव्या घालून, उपटून भिंतीच्या बाहेर फेकून देई.

"तू त्याला बिचाऱ्याला शिव्या का घालतोस?"

"ते झाड विषारी आहे, साहेब."

"कशाप्रकारचा विषारीपणा?"

"वेगवेगळ्या प्रकारचा. लहान मुले त्याच्याजवळ गेली तर त्यांचे पोट दुखते."

"पण इथे तर कुणीच लहान मुले नाहीत."

"नसली तर काय झाले? पण हे तर विषारी आहे ना, म्हणूनच मी त्याला बाहेर फेकून दिले."

खालच्या बाजूला तळघरात एक छोटीशी खोली होती. मी अण्णामलाईला विचारले, "तू इथे राहशील का?"

"ही नसली तरी मी कुठेही राहीन." तो म्हणाला आणि पुढे सांगू लागला, "मला भुताखेताची कशाची भीती वाटत नाही. मी कुठेही राहू शकतो. मी जंगलात राहत होतो, तेव्हा मला कुठे खोली होती?"

तो हवेत हातवारे करून सांगू लागला, "तो गॅरेजचा मालक आहे ना, तो एक गुंड आहे. तुमच्यासारख्या सभ्य माणसासमोर मी हे असे बोलतोय हे विसरून जा, पण मी तुम्हाला सांगतो की तो बदमाश आहे. त्याने मला एकदा त्याच्या ट्रकमध्ये घालून जंगलात नेले आणि तिथून मला कुठे हलू द्यायला तो तयारच नव्हता. त्याने एक काहीतरी करार केला होता म्हणे, त्याला त्या जंगलातले खत गोळा करायचे होते. त्यासाठी त्याला एक माणूस तिथेच थांबायला पाहिजे होता. तिथे खोदायचे आणि ते खत गोळा करून त्याचे ढीग ट्रकमध्ये भरायचे."

"कशाप्रकारचे खत?"

"मरून पडलेले पक्षी, वाघ आणि इतर प्राण्यांनी केलेली घाण, वाळलेली झाडांची पाने हे सगळे तिथे कुठेतरी कुजत पडलेले असते. आणि तो मला तिथे थांबण्यासाठी फक्त दीड रुपया देत असे. तिथे थांबून तो जेव्हा येईल तेव्हा ते खणायचे अन् ट्रकमध्ये भरायचे. मी असेच काहीतरी जाळून त्याच्यावर भात शिजवून खात होतो. झाडाखालीच राहत होतो आणि रात्रीच्या वेळेला आजूबाजूचा

कचरा जाळून जाळ करीत होतो, म्हणजे वाघांना आणि इतर जनावरांना भीती वाटून ते तिथून पळून जात.''

''फक्त दीड रुपयामध्ये तू हे असे काम का करत होतास?''

तो थोडा वेळ थांबला आणि मग म्हणाला, ''ते मलाही माहीत नाही. मी एकदा असाच रेल्वेगाडीमध्ये बसून कुठेतरी काम शोधण्यासाठी जात होतो. माझ्याजवळ तिकीट नव्हते. एक माणूस आला आणि मला विचारू लागला, ''तुझे तिकीट कुठे आहे?'' मी उगीच इकडेतिकडे पाहिल्यासारखे केले आणि म्हणालो, ''कुणातरी कुत्र्याने माझे तिकीट चोरले.'' पण त्या माणसाला काय ते समजले आणि तो म्हणाला, ''तो कोण कुत्रा आहे ते आम्ही पाहून घेऊ. तू आधी खाली उतर.'' आणि माझे कपड्यांचे गाठोडे त्यांनी बाहेर फेकून दिले आणि मला हाकलून दिले. गाडी निघून गेल्यावर तिथे फक्त आम्ही दोघेच राहिलो. त्याने मला विचारले, 'तुझ्याजवळ किती पैसे आहेत?' माझ्याजवळ काहीच नव्हते. मला काहीतरी काम दे म्हणून मी त्याच्याकडे भीक मागितली. तो मला म्हणाला, ''तुला दीड रुपया रोज पाहिजे का?'' रेल्वे स्टेशनच्या बाहेर एक ट्रक उभा होता. त्याने मला त्या ट्रकमध्ये घातले आणि म्हणाला, ''या ट्रकमध्ये बसून जा. ड्रायव्हर तुला सांगेल काय करायचे ते.'' दुसऱ्या दिवशी तो ट्रक मला एका जंगलात पर्वतावर घेऊन गेला. सगळ्या रात्रभर मी तिथे जाळ करीत जागा राहिलो. नाहीतर तिथे कधी कधी हत्ती पण येतात.''

''तुला भीती नाही वाटली?''

''जाळ बघितला की ते पळून जातात. आणि कधी कधी मी जोरजोरात काहीतरी बडबड करीत असे. ते निघून जात आणि जाताना एवढी मोठी घाण मागे ठेवून जात. त्या माणसाला तेच तर पाहिजे होते. ते खत तो एका कॉफीच्या मळ्याच्या मालकाला विकून पैसे जमवत होता. मी घरी जातो म्हणालो, तर त्यांनी मला जाऊ दिले नाही आणि मी तिथेच राहिलो. मागच्या वेळी जेव्हा ते लोक तिथे आले होते, तेव्हा मला थंडी वाजून ताप आला होता. त्या ट्रकचा ड्रायव्हर चांगला माणूस होता. त्याने मला ट्रकमध्ये बसून येऊ दिले आणि त्या जंगलातून माझी सुटका झाली. मी आता पुन्हा तिथे कधीच जाणार नाही साहेब. त्या ट्रकमालकाने माझा पगारही दिला नाही आणि म्हणाला, ''एवढे दिवस तुला बटाटे आणि तांदूळ खायला दिले त्याच्यातच तुझा पगार संपून गेला...'' मला माहीत नाही साहेब, पण मला वाटते की या सगळ्या गोष्टींचा तुम्हाला अंदाज आला असेल आणि तुम्ही मला मदत कराल.''

दुसऱ्या दिवशी सकाळीच तो त्याच्यासाठी काही सामान आणायला गेला. जाताना त्याने मला पाच रुपये मागितले. पण मी थोडा विचार करू लागलो. मला त्याला बघून पुरते चोवीस तासही झाले नव्हते. मी म्हणालो, ''माझ्याजवळ आता सुटे पैसे नाहीत.''

त्याचे दात दाखवीत तो हसला आणि म्हणाला, ''मला माहीत आहे, तुमचा माझ्यावर विश्वास नाही. आणि तो कसा असणार? कारण हे जगच सगळे असे चोर लुटारूंनी भरलेले आहे. कोण कसे असेल याची तुम्हाला भीती वाटते. तुम्ही तुमच्या पैशांची काळजी घ्यायलाच पाहिजे साहेब. जर तुम्ही तुमच्या पैशांचे आणि तुमच्या बायकोचे संरक्षण नाही करू शकलात तर...''

पुढे तो काय बोलला ते मला ऐकू आले नाही. काहीतरी बडबड करतच तो जिन्यावरून खाली उतरला. मी माझे टेबल नीट लावत होतो, कारण माझे काम सुरू करायला उशीर करून मला चालणार नव्हते. बाहेरचे फाटक उघडल्याचा मला आवाज आला. त्याच्या बिजागरीचा थोडासा करकर असा आवाज येत होता. (पुढे मी मुद्दामच त्याला तेल वगैरे लावून काही दुरुस्त केले नाही. कारण असे कुरकुर वाजले की ते दारावरची बेल वाजल्याचे काम केल्यासारखे वाटत होते आणि कुणीतरी आले आहे, हे मला कळत होते.) मी माझ्या खिडकीतून बघितले. तो खाली जाऊन बाहेर रस्त्यावर गेलेला मी बघितला. तो गेला ते मला बरेच वाटले. नाहीतरी जो माणूस पाच रुपयांसाठी त्याच्यावर विश्वास ठेवत नाही, त्याच्यासाठी तो परत कशाला येईल? त्याला पैसे दिले नाही म्हणून मलाच वाईट वाटले. कमीत कमी एखादा रुपया तरी द्यायला पाहिजे होता. मी बघितले. तो त्या चढावर चढला आणि मग खाली उतरून दिसेनासा झाला. गावात जाण्यासाठी रेल्वेचे गेट क्रॉस करण्याचा तो जवळचा रस्ता होता. त्या रस्त्याने तो गावात गेला होता.

मी माझ्या टेबलाकडे वापस गेलो. माझ्या शंका घेण्याच्या स्वभावाला मी दोष देत राहिलो. इथे एक जण आपणहोऊन तत्परतेने मला मदत करत होता आणि मी मात्र त्याला थोडीसुद्धा दया दाखवली नाही. त्या दिवशी दिवसभर तो आलाच नाही. दुसऱ्या दिवशी दुपारी फाटक वाजल्याचा आवाज आला- ते उघडल्यानंतर येणारा त्याचा तो नेहमीचा बिजागरीचा करकर असा आवाज आला- आणि फाटकात तो होता. त्याच्या डोक्यावर एक मोठी पत्र्याची लोखंडी पेटी होती आणि त्यावर आणखी एक पोते ठेवलेले होते. त्याला सामोरे जाण्यासाठी मी खाली गेलो, तोपर्यंत सगळ्या घराभोवती फेरी मारून तो खाली त्या तळघरातल्या खोलीजवळ गेला होता आणि डोक्यावरचे सामान उतरवत होता.

तो माझ्या खिडकीच्या खाली उभा राहिला आणि हवेमध्येच जोरात ओरडला, ''साहेब, मी थोड्या वेळासाठी बाहेर चाललो. त्या शेजारच्या घरातल्या माळ्याला बोलावून येतो.''

आणि मी काही बोलायच्या आतच तो निघूनही गेला. तो असे म्हणाला म्हणून मी सहजच म्हणालो, ''कशाला तू उगाचच त्याच्याकडे जातोस आणि आपल्या कटकटींबद्दल त्याला कशाला काही सांगतोस?''

मी असे म्हणालो म्हणून तो नाराज झाला आणि म्हणाला, ''जायचे नसेल तर नाही जात. तुम्ही जसे म्हणाल तसे.''

मी किंवा इतर कुणी अण्णामलाईला कशी काय आज्ञा देऊ शकलो असतो? तसा विचारही मनात येणे शक्य नव्हते म्हणून मग काहीतरी बोलायचे म्हणून मी म्हणालो, ''अरे, तुला तर सगळ्याच गोष्टी माहीत असतात. त्याला काय तुझ्यापेक्षा जास्त माहिती आहे का?''

माझ्या या अशा पाखंडी बोलण्यावर त्याने नुसती मान हलवली.

''असे काही बोलू नका साहेब. जर मी जाऊ नये असे तुम्हाला वाटत असेल तर मी जात नाही, बस. तुम्हाला काय वाटते, मी उगीचच तिथे जाऊन गप्पा मारत बसतो आणि फालतू वेळ घालवतो?''

तो असे काही म्हणाला की मला उत्तर द्यायला अवघड जाई. मग मी म्हणालो, ''नाही, नाही तसे काही नाही. तुला जर ते महत्त्वाचे वाटत असेल तर तू नक्की जा.''

आणि मग काहीतरी पुटपुटत तो तिथून निघून गेला.

''ते लोक त्याला काही न करता महिन्याला शंभर रुपये देतात. आणि मी इथे ही बाग चांगली करायला बघतोय. जेव्हा केव्हा रस्त्यावरचे लोक इथून जाताना फाटकातून डोकावून बघतील आणि म्हणतील, 'व्वा! काय छान बाग आहे!' जाऊ द्या झालं. मी काय त्या माळ्यासारखे तुम्हाला शंभर रुपये मागतोय का?''

मग तो तिथून निघून गेला तरी सारखी बडबड करीत असे. काम करतानाही तो अशीच काहीबाही बडबड करत राही आणि ते कुणी ऐकावे याची पण त्याला काही गरज वाटत नव्हती. एखाद्या तासाने हातात काहीतरी एक घट्ट पकडून (ते एखादे मेलेल्या पक्ष्यासारखे दिसे) आणि खाली मान घालून तो परत आला. ते त्याने माझ्या खिडकीत ठेवले आणि मला म्हणाला, ''आपण जर गेलो आणि लोकांना बोललो, विचारले तरच ते आपल्याला रोपटे देतील. नाहीतर ते आपणहून कशाला देतील? त्यांना काय करायचंय?''

''ते काय आहे?'' मी माझे कर्तव्य म्हणून तत्परतेने विचारले.

''फुलझाडांचे रोपटे.''

कधीकधी तो त्याच्या धोतराच्या सोग्यात बांधून एक मूठभर बी घेऊन यायचा. मी विचारायचो, ''हे काय आहे?''

''या खूप दुर्मिळ बिया आहेत. या एक्स्टेन्शनमध्येसुद्धा कुणी तशा बघितल्या नसतील. तुम्हाला काय वाटते मी खोटे बोलतोय?'' मग पुन्हा तो विचारायचा, ''या कुठे लावायच्या?''

मी कंपाउंडच्या एखाद्या कोपऱ्याकडे बोट दाखवून म्हणे, ''त्या कोपऱ्यात ते चांगले दिसेल असे नाही वाटत का तुला? तो सगळा भाग कसा उजाड वाटतो.''

मी जरी असे बोललो तरी माझी ही सूचना काही उपयोगाची नाही, हे मला कळत होते. ती फक्त एक पद्धत होता, बस! तो कदाचित माझी सूचना मान्य करील, नाहीतर त्याला जसे वाटेल तसे करील; तो काय करील हे सांगता येत नव्हते. तो एखाद्या कुठल्यातरी कोपऱ्यात जाऊन अगदी निश्चयपूर्वक, प्रामाणिकपणे जमीन उकरे, त्याला जसा पाहिजे तसा खड्डा करी आणि त्याची बोटे त्या खड्ड्यात घालून त्यातील मऊमऊ मातीत ते बी ढकलून देई. नंतर रोज सकाळी तिथे उभा राहून त्या जागेचे निरीक्षण करी. ते बी कुठपर्यंत आलेय, त्याची काय प्रगती आहे, ते पाही. त्याचा कोंब आलेला दिसला, ते जिवंत असले तर दिवसातून दोनदा त्याला पाणी घाली; पण ते जर उमलले नाही तर त्याला राग येई. "खरे तर हे चांगले आले असते, पण कुणाची तरी दुष्टाची नजर लागली. त्यामुळेच आमचं हे रोपटं खराब झालंय. आता काय करायचे ते मला माहीत आहे.'' असे म्हणून तो एका काहीतरी पांढऱ्या रंगाच्या द्रव्यात हात घालून मातीच्या मडक्यावर काहीतरी विचित्र असंबद्ध अशी आकृती काढीत असे आणि एका काठीला ते मडके बांधून फाटकात लावून ठेवी. म्हणजे कुणीही फाटकातून आत आले की आधी त्याचे लक्ष बागेतल्या फुलझाडांकडे जाण्यापेक्षा त्या मडक्याकडे जाई. तो म्हणायचा, "जेव्हा लोक म्हणतात ना, व्वा! काय छान बाग आहे, तेव्हा त्यांच्या मनात दुष्टपणा असतो आणि त्यामुळे ही झाडे जळून जातात. पण जेव्हा ते हे चित्र पाहतील, तेव्हा त्यांच्या मनात ही विचित्र गोष्ट पाहून त्याच्याबद्दल तिरस्कार निर्माण होईल आणि मग आपल्या झाडांची चांगली वाढ होईल. बस.''

तो त्याच्या मनाप्रमाणे बागेत काय काय करत असे. त्याला जिथे वाटेल तिथे झाडे लावत असे. लवकरच माझ्या लक्षात आले की माझ्या बोलण्याचा काही उपयोगही नव्हता. एक गोष्ट माझ्या लक्षात आली होती की त्याला माझ्याबद्दल विश्वास वाटण्यापेक्षा आदर जास्त वाटत होता. म्हणून मग मी पण त्याला जे करायचे ते करू देत होतो. काहीही असले तरी आमची बाग एकदम छान वाढली होती आणि त्याचे कारण म्हणजे फक्त अण्णामलाई त्याकडे देत असलेले लक्ष. शंभर फूट लांबीच्या एका पाइपने तो सगळ्या झाडांवर, पानांवर सढळ हाताने पाणी घाली, एवढे की ती झाडे त्यात भिजून चिंब होत. त्या झाडांच्या मुळाशी वेळोवेळी तो काहीतरी कचरा फेकत असे. असेच काहीतरी औषध वरचेवर घाली आणि त्याला खत घातले असे म्हणत असे. या अशा त्याच्या उद्योगीपणामुळे आणि दक्षतेमुळे बाग चांगलीच बहरली. भरपूर झाडे आणि हिरवेपणा असल्यामुळे घराचा समोरचा नक्षाच एकदम बदलून गेला. आमच्याकडे वेगवेगळ्या प्रकारची गुलाबाची आणि इतर खूप सारी झाडे होती, त्यातील बऱ्याच झाडांची नावेही आम्हाला माहीत नव्हती. काही झाडे पानांच्या गर्दीत, लोकांच्या जाण्यायेण्याच्या रस्त्यात असल्यामुळे

त्यांची वाढ नीट होत नव्हती, उंचीही वाढत नव्हती. जाईचा वेल खाली कुठेतरी हाताला न लागण्यासारखा पसरला होता; पण तरीही या झाडांचा सुगंध मात्र रात्रीच्या वेळी हवेत दरवळत असे. काही झाडे तर पावसामुळे आपोआप जमिनीतून वर येत, त्यांना बहर येई आणि नंतर मग पाण्याअभावी ती सुकून जात आणि नाहीशी होत. पण पुन्हा पुढचा पावसाळा आला की आपोआप वर येत. मुळात ही सगळी झाडे कुणी लावली त्याचा अंदाज कुणालाच करता येणार नाही; पण निसर्ग मात्र बदलत्या काळाप्रमाणे आपली जबाबदारी पार पाडतो. तरीपण अण्णामलाईकडे या गोष्टीचे सगळे श्रेय खात्रीने जाते. सुरुवातीला कंपाउंडच्या भोवती लावलेले कुंपण खूप वाढले आणि हिरवेगार झाले, पण त्यामुळे बाहेरचे काहीच दिसत नव्हते म्हणून मी विरोध केला होता. अण्णामलाई, सभ्यतेचा पुतळाच जणू! त्या वेळी, ताबडतोब तिथे काहीच बोलला नाही; पण कुठेतरी लांब नजर लावून मी ज्या गोष्टीला विरोध केला, त्याबद्दल आपला विरोध दर्शवत असे.

"त्याचा तुम्ही आत्ताच काही विचार करू नका. ते मी बघून घेईन."

"केव्हा?"

"पाऊस पडला की लगेच." तो म्हणाला.

"एवढा उशीर कशासाठी?"

"कारण उन्हाळ्यात झाडे कापली की ती मुळापासून मरून जातात."

"तुला माहीत नाही का, सध्या पावसाचे कसे चालले आहे ते? आपल्याला जेव्हा पाहिजे तेव्हा तो पडत नाही."

मी असे म्हणालो की तो आकाशाकडे पाहून म्हणे, "पावसाला कशाला दोष द्यायचा? लोकांची प्रवृत्तीच एवढी दुष्ट झाली आहे की..."

"काय दुष्टपणा?"

"ते लोक एक रुपया पायलीप्रमाणे तांदूळ विकतील का? खरंच विकतील का? गरीब लोकांनी कसे राहायचे?"

पाऊसच जर वेळेवर पडला नाही तर मग ते कुंपण नीटनेटके करायची त्याला आठवण देऊन काही उपयोग नव्हता. तो नक्कीच म्हणाला असता, "जे झाड पाऊस पडल्यानंतरच चांगले वाढते, ते पाऊस थांबला की मरून जाते. काहीच कामाचे राहत नाही. हं, जर आता हे कुंपणच तुम्हाला काढून टाकायचे असेल तर तसे सांगा, मी आत्ता पाच मिनिटांत ते काम करतो. पण मग रस्त्यावरून जाणारा येणारा प्रत्येक माणूस जर सारखा घरात डोकावून बघू लागला तर मला काही म्हणू नका."

पण पुन्हा लगेच आपली सगळी तत्त्वे धाब्यावर बसवून, हातात विळा, कोयता घेऊन, जे दिसेल ते सगळे गवत तो कापून काढत असे. फक्त कुंपणच नाही तर जी झाडे मला आवडत, ठेवावीशी वाटत, तीही तो काढून टाकी. पुन्हा यावर मी

काही म्हणालो की त्याचे उत्तर तयार असे – ''जेवढे आपण कापले तेवढे ते जास्त वाढते साहेब.''

आणि मग त्याचे हे काम झाले की सगळी झाडे, जोराचा मार बसून झोडपल्यासारखी, भुतासारखी सरळ उभी राहिलेली दिसत. जमिनीवर सगळीकडे झाडाचा हिरवा हिरवा कचरा पडलेला असे. त्यानंतर मग तो सगळा कचरा झाडून घेई. तो एका ठिकाणी करून त्याचा गठ्ठा बांधी आणि ते सगळे त्याच्यासारखेच नाव असलेल्या त्याच्या मित्राकडे घेऊन जाई. त्याचा तो मित्र बांबू बाजारात राहत होता, जो त्याला पत्र लिहून देत असे. त्याच्या स्वतःच्या गाई होत्या, त्यांना खायला चारा लागत असे. आणि अण्णामलाईच्या या अशा उदारतेमुळेच त्याच्या त्या पेन सोबत्याने त्याच्याशी चांगले संबंध टिकवून ठेवले होते.

रात्री बऱ्याच उशिरापर्यंत तो बागेमध्ये काम करीत असे. बागेत काम करण्याची त्याची सगळी हत्यारे त्याच्या तळघरातल्या त्या खोलीत ठेवलेली असत. पाणी घालण्याच्या पाइपची नीट गुंडाळी करून ठेवताना एकीकडे तोंडाने त्याची बडबड चालू असे. ''हे माझं असं आत्ताचं जिणं आहे. नाहीतर कशाला हा म्हातारा त्या झाडांना पाणी घालायला जाईल आणि कोण त्याला चांगलं म्हणणार आहे? हा पाइप जर कुणी दुष्टाने चोरला तर मी कुठेही जाईन, मरून जाईन मग कुणाच्याच दृष्टीला पुन्हा पडणार नाही.'' त्या पाइपच्या गुंडाळी करायच्या त्याच्या त्या कृतीमध्ये त्याच्या मनात खूप काहीतरी चालले आहे, ते कळे. मला आणखी एका गोष्टीचे आश्चर्य वाटत होते की रात्री झोपतानासुद्धा, कुणी चोरून नेऊ नये म्हणून तो पाइप तो उशाला घेऊन झोपे. तो उचलून ठेवल्यावर मग तो त्याच्या डोक्याचा लाल पंचाही काढून ठेवी. त्यानंतर नळावर जाई आणि भरपूर पाणी अंगावर घेई. नाकातून जोरजोरात आवाज काढी, घसा स्वच्छ करी. खरारा केल्यासारखे खरखर आवाज करून सगळे अंग घासून काढी, पाय धूत असे, टाचा तर दगडाने एवढ्या जोरजोरात घासून काढी की त्या लाल लाल होत. अंघोळ झाल्यावर त्याच पंचाचा तो टॉवेलसारखा उपयोग करी. अंग कोरडे केल्यानंतर तो तळघरातल्या त्याच्या खोलीत जाई आणि धोतर आणि शर्ट घालून बाहेर येई. आता हा वेळ त्याला थोडा रिकामा असे. तो रेल्वेचे गेट ओलांडून त्या दुकानात जाई. त्याचा तंबाखूचा साठा संपलेला असे तो भरून काढी आणि तिथेच एका लाकडाच्या ओंडक्यावर बसून मित्रांशी गप्पा मारी. रेल्वेच्या गेटचा जो रक्षक होता त्याचेच दुकान होते. (पण काही नियमांमुळे त्याला ते दुकान मेहुण्याच्या नावावर करावे लागले होते.) त्याच्याजवळ खूप काय काय माहिती असायची. दिवसभर काय काय झाले त्याच्या सगळ्या सविस्तर बातम्या तिथल्याच एका स्थानिक दैनिकात आलेल्या असत. तो या सगळ्यांना त्या बातम्या पुरवीत असे. तो स्थानिक दैनिकात बातम्या देणारासुद्धा

सगळ्या वर्तमानपत्रातल्या ताज्या बातम्या गोळा करी आणि त्याने स्वतःचीच एक प्रेस, 'ट्रूथ प्रिंटिंग प्रेस' काढली होती. तो एका छोट्या पेपरमध्ये रेडिओवरच्या आणि या सगळ्या इतर बातम्या छोट्या छोट्या परिच्छेदांमध्ये छापत असे. लिखाणाचे सगळे नियम त्याने धाब्यावर बसवले होते. त्याचा हा छोटा पेपर तो संध्याकाळी छापे आणि दोन पैशाला एक असा विके. कदाचित जगातला सगळ्यात स्वस्त पेपर तोच असेल. या पेपरवाचनाकडे अण्णामलाईचे अगदी बारीक लक्ष असे आणि चालू घडामोडींमध्ये तो सहभागी होत असे. जेव्हा तो घरी येई तेव्हा तो अर्ध्या मैलावर असताना, त्या चढावरून चढून येत असतानाच त्याचा तो लाल पंचा मला माझ्या खिडकीतून दिसे. मी जर तिथेच जवळपास असलो तर मलाही तो त्या दिवसभरातल्या काही बातम्या सांगत असे. जॉन केनेडीच्या खुनाबद्दल त्या दिवशी पहिल्यांदा मी त्याच्याकडूनच ऐकले.

त्या दिवशी मी दिवसभर रेडिओच लावला नव्हता. मी दुसऱ्याच कशाच्या तरी अभ्यासात गुंतलो होतो. तो वापस आला तेव्हा मी फाटकातच उभा होतो आणि सहजच त्याला विचारले, "काय, आज काय बातमी आहे?"

आणि न थांबता त्याने उत्तर दिले, "बातमी? मी काही बातम्या गोळा करीत हिंडत नाही. हो, पण मी ऐकलंय की अमेरिकेच्या मुख्य राज्य करणाऱ्या त्या माणसाला आज कुणीतरी मारले आहे. ते लोक काहीतरी सांगत होते. कन्नाडी. (म्हणजे तमीळमध्ये ग्लास) असे कुठे एखाद्या माणसाचे नाव असते का?"

त्याने सहजच सांगितलेल्या या बातमीचे गांभीर्य माझ्या लक्षात आले. मी त्याला म्हणालो, "हे बघ, केनेडी असे होते का?"

"नाही. ते कन्नाडीच म्हणाले आणि कुणीतरी त्यांना गोळी घालून ठार मारले. बहुतेक त्यांच्या प्रेताची विल्हेवाटही त्यांनी लावली असणार."

जेव्हा मी त्याला या बातमीबद्दल अधिक माहिती विचारू लागलो, तेव्हा तो म्हणाला, "मी काही कुठे गप्पा मारायला जातो असे समजू नका. फक्त माझ्या कानावर काय आले ते मी तुम्हाला सांगितले. आणि ते सगळेच लोक हेच बोलत होते."

"कोण?"

"मला काय माहीत ते कोण होते ते? मी कशाला त्यांचे नाव विचारू? ते सगळे तिथे बसतात आणि काही काम नसल्यासारखे गप्पा मारतात."

एखादे दिवशी तो पोस्टकार्ड हातात घेऊन माझ्या खोलीत येई आणि म्हणे, "तुमच्यासाठी पत्र आले आहे. आत्ताच पोस्टमन येऊन गेला."

वास्तविक पाहता ते पत्र त्याच्यासाठीच आलेले असे, पण ते त्याला सांगितल्याशिवाय कळत नसे. सांगितले की एकदम त्याच्या मनावर ताण येई आणि

मग तो आणखी थोडा जवळ येऊन त्यात काय लिहिले आहे ते विचारी.

"काय लिहिलंय त्याच्यात?" थोडं चिडूनच तो विचारी. त्याला पत्र पाठविणारा म्हणजे फक्त त्याचा भाऊ, अमावसाई. आणि त्याचे पत्र आले की याला राग येई. उत्सुकता आणि तिरस्कार हे दोन्ही मनात ठेवून आधी तो मी पत्र वाचून पूर्ण करेपर्यंत वाट बघत बसे.

"काय म्हणतोय तो मूर्ख?" त्याचा सूर नापसंतीचा असे. पुढे तोच म्हणे, "मी काही अशा भावाशिवाय जिवंत राहिलो नसतो का?"

मी मोठ्याने पत्र वाची. सुरुवातीला सगळे अगदी व्यवस्थित आदराने लिहिलेले असे.

"देवासमान असलेला माझा भाऊ आणि माझा रक्षणकर्ता, नगण्य अशा तुझ्या भावाला, अमावसाईला, तुला काही सांगायचे आहे. आम्ही सगळे छान आहोत आणि आमच्या मोठ्या भावाच्या भल्यासाठी पण आम्ही देवाजवळ प्रार्थना करतो."

ही एवढी प्रस्तावनाच कार्डावरची अर्धी जागा व्यापून टाकी. आणि मग खाली एकदम काही घरगुती गोष्टी लिहिलेल्या असत.

'आपल्या जमिनीच्या उत्तरेकडच्या हद्दीचा दगड कुणीतरी हलवला आहे. हे कोणाचे काम आहे ते आम्हाला माहीत आहे.'

तोंडामध्ये गालाच्या खाली तंबाखूचा तोबरा भरून न अडखळता तो म्हणे, "तुम्हाला जर माहीत आहे, तर तेव्हाच त्याचं डोकं का नाही फोडलं? तुम्हाला काही अक्कल आहे की नाही ते आधी सांगा मला." आणि माझ्या हातातल्या पोस्टकार्डकडे रागाने पाही.

मी पत्रातले पुढचे वाक्य वाची. "पण त्यांना त्याचे काहीच वाटत नाही."

"त्यांना काहीच वाटत नाही? का वाटत नाही?" पुढच्या सगळ्या गोष्टी वाचताना त्याचे पित्त खवळत असे. पण मी माझे पत्र वाचन चालूच ठेवी.

"पण तू इथे येऊन स्वतः त्यांना काही म्हणाल्याशिवाय त्यांना भीती वाटणार नाही. तू जर असाच दूर राहिलास तर काहीच होणार नाही. तू लांब आहेस आणि तुला तुझ्या नातेवाइकांची काहीच काळजी वाटत नाही. आम्हाला किती त्रास होतो. आमचे चांगले व्हावे याबद्दल तुला काहीच वाटत नाही. तू माझ्या मुलीच्या बारशालाही आला नाहीस. घरातल्या मोठ्या माणसाचे हे असे वागणे चांगले नाही."

पुढेही पत्रात असेच काहीतरी आरोप केलेले असत, पण अगदी शिष्टाचारपूर्वक, आदरणीय, कमलचरण असा उल्लेख करून. त्याचे मन दुसरीकडे वळवावे म्हणून मी म्हणत असे, "तुझा भाऊ छान लिहितो."

तो एकदम दात विचकून हसत हसत माझ्या या शेरेबाजीवर उत्तर देई, "तो लिहितो? तो तर नुसता धटिंगण आहे. हे पत्र आमच्या शाळेतल्या मास्तरकडून

लिहून घेतलंय. आम्हाला काय म्हणायचे ते आम्ही सांगतो आणि ते लिहितात. हुशार माणूस आहे.'' मग जिन्यावरून खाली उतरताना तो म्हणे, ''आमच्या गावातले सगळे लोक नुसते अडाणी आहेत. माझ्या भावाला फोनवर तरी बोलता येत असेल, असे वाटते का तुम्हाला?''

त्याचा आणखी एक शहरीपणा म्हणजे त्याला टेलिफोन हाताळता येत होता. त्याला तोंडाकडचा भाग आणि कानाकडचा भाग ओळखता येत होता आणि त्या यंत्राशी त्याची सलगी झाली होती. एखाद्या अंतराळवीराला आकाशाच्या पोकळीत सहज एखादी चक्कर मारून आल्यावर जसे वाटत असेल तसा अभिमान त्याला टेलिफोन हाताळताना वाटत असे. केव्हाही फोनची रिंग वाजली की तो पळत येई आणि म्हणे, ''टेलीपून, सामी.'' जरी मी त्या फोनच्या जवळ असलो, तरी तो सांगे. रात्री मी घरी आलो की फाटक उघडायला पळतच येई आणि फाटक उघडताना सांगे, ''टेलीपून आला होता. कोणीतरी विचारीत होतं तुम्ही आहात का म्हणून.''

''कोण होते?''

''कोण होते ते मला कसे कळणार? त्याचे तोंडच दाखवले नाही त्याने.''

''तू त्याचे नाव नाही विचारलेस का?''

''नाही. नाव विचारून मी काय करू?''

एक दिवस सकाळीच तो माझ्या खोलीच्या दारात माझी वाट बघत उभा राहिला होता. तो म्हणाला, ''सकाळी पाच वाजताच टेलीपून आला होता. तुम्ही झोपला होता म्हणून मी विचारलं, तुम्ही कोण आहात? तर तो म्हणाला, ट्रंक, ट्रंक. मग मी त्याला म्हणालो, जा तिकडे. आम्हाला त्रास देऊ नको. इथं काही ट्रंक नाही अन् ब्याग नाही. साहेब झोपलेत.''

आत्तापर्यंत मला तो ट्रंककॉल कुठून आला होता ते कळले नाही. मी त्याला ट्रंककॉल म्हणजे लांबून आलेला फोन असे समजावून सांगण्याचा प्रयत्न केला; पण तो सारखे तेच म्हणू लागला, ''तुम्ही झोपला होता आणि तो माणूस सारखा ट्रंक ट्रंक करीत होता. आपण कशाला लक्ष द्यायचं?'' शेवटी मी सोडून दिले.

अण्णामलाईबरोबर शांततेने राहायचे म्हणजे एकच उपाय होता आणि तो म्हणजे, तो जसा आहे तसा त्याला स्वीकारणे. त्याला सुधारणे किंवा उपदेश करणे म्हणजे सुधारणाऱ्यालाच दमविणारे होते आणि निसर्गाने निर्माण केलेल्या स्वभावात अडथळा केल्यासारखे होते. सुरुवातीला त्या तळघराच्या खोलीत तो जाळ करायचा. आणि त्याचे जळण म्हणजे काय तर झाडांची वाळलेली पाने आणि बागेतला झाडून काढलेला सगळा कचरा. त्यामुळे खूप धूर होत होता आणि भिंती पण काळ्या होत होत्या. शिवाय त्या खोलीला धुराडेपण नव्हते, त्यामुळे त्या लहानशा खोलीत जाळ करणे त्याच्यासाठी धोक्याचेच होते. मी त्याबद्दल एक दिवस त्याची कानउघाडणी

केली आणि त्याला कोळसा वापरायला सांगितले.

तो म्हणाला, "ते शक्यच नाही. कोळशावर शिजवलेले अन्न खाल्ले की माणसाचे आयुष्य कमी होते. आता यापुढे मी खोलीत कधीच स्वयंपाक करणार नाही. बस्स!"

दुसऱ्याच दिवशी त्याने डाळिंबाच्या झाडाखाली तीन विटा मांडून चूल केली. त्यावर एक मातीचे भांडे ठेवले आणि त्याच्या खाली मोठा धगधगता जाळ केला. त्याने पाणी उकळून त्यात तांदूळ शिजवले. कांदा, टमाटे घालून डाळ केली. बागेतून हिरवी हिरवी पाने तोडून आणली. ती त्या रश्श्यात टाकली. आणि असा रस्सा बनवला की त्याचा वास सगळीकडे आकाशापर्यंत दरवळला. व्हरांड्यात गेल्यावर मलासुद्धा तिकडे डोकावून पाहण्याचा आणि तो चाखून पाहण्याचा मोह झाला.

जेव्हा पावसाळा सुरू झाला तेव्हा आता तो कसे करणार याची मला उत्सुकता लागली होती, पण जेव्हा आभाळ झाकोळून येई आणि पाऊस पडायला सुरुवात होई त्या दोन्हीच्या मधला जो वेळ असायचा, तेवढ्या वेळात तो त्या डाळिंबाच्या झाडाखाली चूल पेटवायचा. जेव्हा संततधार चालू असायची तेव्हाही त्याने घड्या असलेल्या लोखंडी पत्राचा तुकडा त्या चुलीवर लावला आणि आपले काम केले. पण तेवढ्या पावसात स्वतःच्या डोक्यावर मात्र काहीतरी झाकण असावे, याकडे लक्ष दिले नाही. तो रात्री जेवायचा आणि उरलेले अन्न एका भांड्यात ठेवायचा. दुसरे दिवशी सकाळी येता जाता त्याच्यात हात घालून मधून मधून ते खायचा. तो खाताना भिंतीकडे तोंड करून खायचा आणि त्याची जर्मनची ताटली लपवून ठेवायचा. म्हणजे कुणी डोकावून बघितले, तर त्याची वाईट नजर त्याच्यावर पडू नये म्हणून.

आजूबाजूला कुणीच धडधाकट, बलवान असा माणूस नव्हता. जेव्हा दुपारच्या वेळी तो सगळीकडे लक्ष ठेवायचा, तेव्हा लपत छपत इकडे तिकडे बघायचा आणि हातातली लोखंडी काठी जमिनीवर आदळायचा. उगाचच कुणावर तरी ओरडायचा. एखाद्या दांडग्या धिप्पाड कुत्र्याप्रमाणे त्याने आजूबाजूच्या वातावरणात त्याचा दरारा निर्माण केला होता. पुढील काळात आम्हाला एखाद्या कुत्र्याची आवश्यकता भासेल किंवा नाही हे देवालाच ठाऊक, पण आता तरी तो नको होता. खरे तर एवढी कडक नजर ठेवायची गरज नव्हती हे अण्णामलाईच्या लक्षात आले नाही. आमच्या आजूबाजूच्या वातावरणात होणाऱ्या बदलाची त्याने कधी दखलच घेतली नाही. (पूर्वी मी बघितले होते की चोर एखादी पेटी चोरून आणायचे आणि अंधारात एकाकी वातावरणात ती फोडून त्यातली लूट टॉर्चच्या प्रकाशात बघायचे, अगदी माझ्या झोपण्याच्या खोलीच्या खिडकीपासून शंभर फुटांच्या अंतरावर.) आता त्याचे एखाद्या गजबजलेल्या भर वस्तीच्या कॉलनीत रूपांतर झाले होते. शिवाय माझ्या घराजवळ आता बरेच कारखाने होणार होते, हेही त्याला माहीत झाले नसावे. जर

माझ्या फाटकासमोर एखादा जरी माणूस थोडासाही रेंगाळताना दिसला, विशेषतः रात्रीच्या वेळी उजेड नसताना, जेवणेखाणे झाल्यानंतर, तर मग अण्णामलाई तर त्याला चांगलेच दटावीत असे. तो तिथे का आला होता, हे त्याला सांगावेच लागे. त्यामुळे रात्रीच्या वेळी माझ्या घरासमोरून जाणारी माणसे भराभर पावले टाकीत. कधी कुणी जर पूजेसाठी फुले मागितली, तर तो थोडा मऊपणा धारण करी. पण समजा याच वेळी जर मी बघत असलो, तर तो मोठ्याने ओरडून म्हणे, "जा, इथून निघून जा. तुम्हाला काय वाटते, तुम्ही कोण आहात? फुलं काय आपोआप येतात का झाडाला? इथं हा म्हातारा सगळं आयुष्यभर त्याच्यासाठी मरमर करतोय आणि तुम्हाला वाटते..." असे म्हणून उगाचच त्या पूजेसाठी फुले मागणाऱ्याला दमदाटी करीत असे. पण तेच जर मी घरात आत असलो तर मी खिडकीतून बघत असे. त्याच माणसाला ओंजळभर फुले देताना मी त्याला बघितले होते. अगदी हळू पावलांनी आणि आवाज न करता त्या माणसाच्या खांद्यावरून तो हळूच बघे आणि मी बघत तर नाही ना, याची खात्री करून घेई.

माझ्याशेजारी पलीकडच्या घरात राहणाऱ्या एका बाईच्या मते, अण्णामलाई माझ्या बागेतली फुले विकून पैसे मिळवीत होता. ते दोघे एकमेकांचे शत्रूच होते. अण्णामलाईच्या मते, एकदा मी कुठेतरी बाहेरगावी गेलो असताना तिने अण्णामलाईला आमच्या बागेतली केळीची पाने मागितली होती. तिच्याकडे कुणीतरी पाहुणे आले होते आणि जेवणासाठी तिला केळीची पाने पाहिजे होती. पण त्यासाठी त्याने ठाम नकार दिला, त्यामुळे तिला त्याचा राग आला आहे. जेव्हा केव्हा मी तिच्या दारावरून जाई तेव्हा मला बघून ती बडबड करी. ती मला म्हणे, "तुम्ही त्या माणसावर जास्तच विश्वास ठेवता. तो दारावरून येणाऱ्या जाणाऱ्या सगळ्या माणसांशी गप्पा मारतो आणि सतत त्यांचे काहीतरी देणे घेणे चालू असते."

जेव्हा ती असे म्हणाली की, तिच्या कोंबड्या अण्णामलाईने चोरल्या, तेव्हा या भांडणाला पहिल्यांदा सुरुवात झाली. तिच्याकडे कोंबड्याचे खुराडे होते. आमच्या दोघांच्या कंपाउंडवॉलच्या मध्ये जी थोडीशी जागा होती, त्यातून तिच्या कोंबड्या नेहमी आत घुसत. आणि रोज दुपारी अण्णामलाई त्यांचा पाठलाग करून, दगड मारून त्यांना हाकलून लावत असे. अशीच मग त्यांच्यातल्या युद्धाची सुरुवात झाली. जेव्हा मी एखाद्या आठवड्यासाठी बाहेरगावी जाई, तेव्हा रोज तिची एक कोंबडी गायब होते, असे तिचे म्हणणे होते. रात्री ती त्या सगळ्या कोंबड्या मोजून ठेवीत असे. अण्णामलाई त्यांना कसे पकडतो ते सगळे तिने स्पष्ट करून सांगितले. तो त्यांच्या अंगावर एक ओला टॉवेल टाकून त्यांना गोंधळवून टाकतो आणि मग पकडून त्या रेल्वे गेटच्या जवळच्या दुकानात नेतो. तिथे त्याचे सगळे मित्र बसलेले असतात. ते त्या कोंबडीला विकतात नाहीतर शिजवून खातात.

एकदा म्युनिसिपालिटीचे लोक गटार साफ करायला आले होते, तेव्हा अण्णामलाईच्या समोरच्या बाजूला पक्ष्यांचे खूप सारे पंख पसरलेले दिसले. ते लोक खाकी कपडे घालून आले होते आणि आपण पोलीस आहोत असे त्यांनी सांगितले. अण्णामलाई थोडा घाबरला होता आणि नाराजही झाला होता. एक दिवस दुपारी मी जेव्हा बाहेरगावाहून वापस आलो, तेव्हा एका दगडावर उभा असलेला मी त्याला बघितले. तिथे उभे राहून बाजूच्या घरातले बोलणे चांगले ऐकू येत असे. आणि पुन्हा आपणच बडबड करत होता.

"तू माझ्यावर पोलीस पाठवतेस का? माझ्यावर? कारण काय तर मी तुझी कोंबडी चोरली. मग काय झाले? मी तिचे काय करायला पाहिजे होते? ती जर भरकटत माझ्या कंपाउंडमध्ये आली, तर मी तिची मुंडी पिरगाळीन, यात शंकाच नाही. पण एखाद्या भुरट्या चोराप्रमाणे मी चोरी मात्र करणार नाही. कोंबडीचोर काय? पोलिसांचं मला काहीच वाटत नाही. मी त्याची काळजी करत नाही. तुझे पोलिस म्हणजे माझ्यासाठी कीस झाड की पत्ती. आमच्या गावाकडे ते आमच्याकडून बक्षीस घेण्यासाठी येतात. मूर्ख लोकांना काय माहीत असणार? मी एक प्रतिष्ठित शेतकरी आहे. गावाकडे माझी एक एकर जमीन आहे. मी भात पिकवतो. अमावसाई त्याच्याकडे बघतो आणि मला पत्र लिहून कळवतो. मला पोस्टाने पत्रे येतात. मी जर कोंबडीचोर असतो तर लोक मला काय म्हणाले असते? जाऊ दे. तुम्हाला काय वाटते, तुम्ही कोण आहात? मला असे काही बोलायची तुमची हिंमत कशी झाली?"

असाच तणतणत अर्धा एक तास तो तिथे बडबडत उभा राही. आकाशाकडे पाहून, हवेत हातवारे करून तो बोलत असे, पण त्याच्या बोलण्याचा कल मात्र बरोबर जिकडे असायला पाहिजे तिकडेच असायचा. त्याबद्दल गैरसमज नाही. रोज दुपारी, त्याच वेळेस, तिथेच बसून त्याचे हे मनोगत व्यक्त होत असे. त्याचे दुपारचे जेवण झाले, की तंबाखू खाऊन, डोक्याला लाल पंचा गुंडाळून आपले कान तो झाकून घेई आणि तिथे जाऊन बसे.

कधी कधी स्वतःबद्दल तो थोडे जास्तच बोलत असे. खरे तर त्याच्या बोलण्याचा रोख त्या पलीकडे राहणाऱ्या बाईच्या दिशेने असे. त्याच्या या अशा बोलण्याच्या तुकड्याचे नमुने गोळा करून मला त्याच्या पूर्वीच्या आयुष्याबद्दल बरीच माहिती समजली. तो त्याच्या त्या ठरलेल्या उंच दगडावर बसे आणि म्हणे, "मी हा असा एवढा एवढा उंच होतो, तेव्हाच मी घर सोडून आलो. एखादा माणूस दहा वर्षांचा असतानाच घर सोडायची एवढी हिंमत दाखवतो, तो काय असे कोंबडी चोरायचे काम थोडेच करणार? माझे वडील मला एकदा म्हणाले होते, "तू चोर आहेस", त्याच दिवशी रात्री मी घर सोडून बाहेर पडलो. मद्रासकडे जाणाऱ्या एका गाडीत मी बसलो. त्या लोकांनी मला बाहेर हाकलून दिले तरी मी पुन्हा दुसऱ्या

गाडीत बसलो. त्या लोकांनी मला मारले, पुन्हा पुन्हा हाकलून लावले तरी पण मी बिनातिकिटाचा मद्रासला जाऊन पोहोचलो. मी असा माणूस आहे बाईसाहेब! मी काही कोंबडीचोर नाही. मी हमालाचे काम करून मोठमोठ्या इमारतींच्या व्हरांड्यात राहत होतो. मी असा स्वतंत्र माणूस आहे आणि मी दुसऱ्याला जुमानीत नाही, मग ते माझे वडील असले तरी. एकदा एका माणसाने मला बोलावले आणि एका आगबोटीत बसायला लावले आणि सिलोनला चहाच्या मळ्यात पाठवून दिले. तिथे मला ताप येईपर्यंत मी राहिलो होतो. तुमचा मुलगा अशी हिंमत दाखवील का? अशा गोष्टींना तोंड देईल का?''

रोज रोज त्याच वेळेला त्याचे हे असे बोलणे ऐकून त्याच्या आयुष्याचे एक चित्र माझ्या डोळ्यांसमोर उभे राहिले.

''मी जेव्हा घरी वापस आलो तेव्हा माझा थंडी-ताप कमी झाला होता. मी माझ्या वडिलांना शंभर रुपये दिले आणि म्हणालो, 'एखादा चोर काही तुम्हाला शंभर रुपये आणून देणार नाही. माझ्या गावात सगळे लोक अडाणी आहेत म्हणून मला त्यांचा राग येतो.' माझ्या वडिलांच्या लक्षात आले की मी पुन्हा पळून जाण्याच्या विचारात आहे. एक दिवस त्यांनी सगळ्यांनी मला धरले, घर सजवले आणि एका मुलीबरोबर माझे लग्न करून दिले. मी आणि अमावसाई शेतात जात होतो, शेत नांगरत होतो, तणकट काढून टाकत होतो. माझी बायको स्वयंपाक करत होती. मला मुलगी झाली आणि मी पुन्हा घर सोडून पेनांगला गेलो. मी तिथे रबराच्या मळ्यात काम केले, पैसे कमावले आणि ते पैसे घरी पाठवून दिले. घरी सगळ्यांना माझी काळजी वाटत होती. जोपर्यंत तुम्ही पैसे पाठवता तोपर्यंत लोक तुमची काळजी करतात, नाहीतर मग तुम्ही कुठे आहात, काय करता याच्याशी त्यांचे काही देणे घेणे नाही. त्यांना फक्त पैसा पाहिजे असतो, पैसा! मी तिकडे त्या रबराच्या मळ्यात आनंदात होतो. पण जपानी लोक आले आणि त्यांनी लोकांचे मुंडके तोडले, बंदुकीने लोकांच्या कवट्या फोडल्या आणि त्या मेलेल्या लोकांना पुरण्यासाठी आम्हालाच खड्डे खोदायला लावले. शेवटी शेवटी आम्हालाच आमच्यासाठी खड्डे खोदावे लागले. पण मी तिथून सुटलो आणि अशाच दुसऱ्या काही लोकांबरोबर बोटीतून मद्रासला आलो. मी घरी आल्यावर बघितले तर माझी मुलगी मोठी झाली होती आणि माझी बायको मरून गेली होती. तिला रोज ताप येत होता, त्यामुळे ती मरून गेली, झालं. माझा जावई मोठ्या शहरात एका सरकारी कचेरीत कामाला आहे. मी काही कोंबडीचोर नाही. माझी नात तिचे वह्या-पुस्तकांचे दप्तर घेऊन रोज शाळेत जाते. छुमछुम वाजणारे पैंजण ती पायात घालते आणि वेणीत फुले घालते. मी तिच्यासाठी मलायाहून दागिने आणले होते.''

तो हे जे काही सगळे बोलत होता, त्याचा अर्थ फक्त एकच होता आणि तो

म्हणजे, 'मी काही बदमाश माणूस नाही. मी जर कोंबडीचोर असतो तर सरकारी कचेरीत काम करणारा माणूस माझा जावई कसा झाला असता?'

मी एकदा त्याला म्हणालो, "कुणी ऐकत नाही, मग तू काय भिंतींशी बोलतोस का?"

"ते लोक भिंतीच्या आड बसलेत आणि एक शब्दसुद्धा सुटू देत नाहीत." तो म्हणाला. "ती बाई जर कुणी मोठी असेल तर असू दे, मला काय करायचंय? पण मी तिच्या कोंबड्या चोरतो असं म्हणायची तिची हिंमत कशी झाली? मला त्यांच्या कोंबड्या कशाला पाहिजेत? एवढं असेल तर आपल्या अंथरुणाखाली झाकून ठेवा म्हणावं. मला गरज नाही. पण एखादी इथे, इकडे आली, तर मात्र मी तिची मुंडी पिरगाळून टाकीन एवढं नक्की."

"आणि त्या कोंबडीचे तू काय करशील?"

"त्याची काळजी मी कशाला करू? त्या मुंडी नसलेल्या कोंबडीचे काय झाले याच्यावर मी कशाला लक्ष ठेवू?"

एके दिवशी त्याच्या गावाकडून एक पत्र आले म्हणून तो खूपच नाराज झालेला दिसला. त्यांची नेहमीची प्रस्तावना लिहिल्यावर पुढे लिहिले होते–

"आपल्या काळ्या मेंढीला एक कोकरू झाले आहे. ते पण तिच्यासारखेच काळे आहे. पण आपला मेंढपाळ म्हणतो की ते त्याचे आहे. रोज तो इथे घरी येतो आणि तमाशा करतो. आम्ही त्या कोकराला कुलूप लावून आत बंद करून ठेवले आहे. पण तो म्हणतो की मी दरवाजा तोडीन आणि कोकरू घेऊन जाईन. तो रोज बाहेर रस्त्यात उभा राहतो आणि आम्हाला शिव्या देतो. आपल्या घराला शिव्याशाप देतो. असे आपल्या घराला दिलेले शिव्याशाप ही काही चांगली गोष्ट नाही."

पत्र वाचता वाचता अण्णामलाई मध्येच बोलला, "भ्यायलेत ते सगळे. दुसरे काय! त्याने शिव्या दिल्यावर तुम्हाला पुन्हा शिव्या देता येत नाहीत का?"

तीन दिवसांनंतर पुन्हा आणखी एक पत्र आले. त्यात लिहिले होते, "ते लोक काल पुन्हा आले होते आणि त्यांनी आपल्या काळ्या मेंढीला म्हणजे त्या कोकराच्या आईला उचलून नेले. त्या वेळी आम्ही सगळे शेतात गेलो होतो."

"ह्यो तो." त्याने एक सणसणीत शिवी दिली. ते शब्द मात्र त्याच्या पोटातून एकदम बाहेर आले होते. "मला माहीत होते, हे असेच होणार म्हणून. त्यांनी त्या कोकराला कुलपात बंद करून ठेवले पण त्या मेंढीला, त्याच्या आईला मात्र मागच्या बाजूला बाहेरच बांधून ठेवले असणार. त्याचा काय उपयोग आहे मग?" त्याने माझ्याकडे प्रश्नार्थक चेहऱ्याने बघितले. त्या क्षणी मला वाटले की मीही त्याला त्याबद्दल काहीतरी बोलावे, विचारावे अशी त्याची अपेक्षा आहे.

"ती मेंढी कुणाची होती?"

''अर्थात, त्या मेंढपाळाचीच होती. पण त्याने आमच्याकडून दहा रुपये घेतले होते आणि ती मेंढी आमच्याकडे गहाण ठेवली होती. मला दहा रुपये द्या आणि तुम्ही तुमची मेंढी घेऊन जा!! झालं! तुम्ही कोकरू कसे काय मागता? त्या कोकराचा जन्म आमच्या घरी आल्यावर झाला.''

हा खरे तर अतिशय गुंतागुंतीचा कायदेशीर मुद्दा होता. मला तर वाटते, जगात अशा प्रकारचा हा एवढा एकच मुद्दा असेल आणि कुणीच त्याचा निवाडा करू शकणार नाही किंवा त्याच्यासाठी मागचा एखादा दाखलाही देता येणार नाही. ही अशा प्रकारची गहाण ठेवलेली एकमेव वस्तू असेल, की जी गहाण असताना दुप्पट झाली.

''माझ्या घरात सगळा मूर्खांचाच बाजार भरला आहे आणि तेच लोक सगळा कारभार बघतात. माझ्या भावासारखे हे असे लोकच मला घरातून पळून जायला भाग पाडतात.''

ही अशी घटना मध्येच घडल्यामुळे त्या शेजारच्या बाईबद्दलचे रोजचे दुपारचे बोलणे बंद झाले. अण्णामलाई त्या रेल्वे गेटच्या जवळच्या दुकानातल्या त्याच्या मित्रांना भेटायला गेला. तिथे मग तो गेटमन आणि त्याचे दुसरे मित्र मिळून या सगळ्यांनी गावाकडच्या त्या मेंढपाळाच्या समस्येवर काही तोडगा निघतो का, त्याने केलेल्या चुकीबद्दल त्याला काही धडा शिकवता येईल का, याबद्दल चर्चा केली. जसजसे दिवस जात होते तसतसा तो जास्तच शांत आणि प्रसन्न दिसू लागला. मला तर वाटले की काहीतरी उपाय सुचला असावा. एके दिवशी त्याने सांगितले की गावाकडून एक माणूस निरोप घेऊन आला होता. त्या माणसाने सांगितले की त्या मेंढपाळाने ती मेंढी खाटकाकडे दिली होती; पण या लोकांनी तिच्यावर पाळत ठेवून ती पुन्हा तिच्या बें बें करणाऱ्या कोकराकडे वापस आणली. आता ती मेंढी आणि तिचे ते कोकरू दोघांनाही कुलूप लावून बंद करून ठेवले आहे आणि त्याचा भाऊ आणि घरातले सगळे लोक बाहेरच्या ओसरीवर तिथेच झोपतात. ही अशी व्यवस्था किती दिवस चालेल याची मी कल्पना करू शकत नव्हतो.

पण अण्णामलाईच पुढे म्हणाला, ''मला माझे दहा रुपये द्या आणि मेंढी घेऊन जा.''

''त्या कोकराचे काय?''

''अर्थातच ते आमचे आहे. ती मेंढी आमच्याकडे आली होती तेव्हा ती गाभण नव्हती. त्या मेंढपाळाने काही गाभण असलेली मेंढी आमच्याकडे गहाण ठेवली नव्हती.''

अजून एक शिंप्याची घटना घडली आणि त्या जुन्या गोष्टीवर पडदा पडला. त्याच्या गावाकडून पत्र आले,

''शिंप्याने त्याचे शिलाई मशिन दुसऱ्या शिंप्याला विकले आणि तो पळून गेला. तुम्ही तिकडे तुमच्या नातेवाइकांपासून, तुमच्या माणसांपासून दूर जाऊन

बसलात, त्यामुळे इकडे या अशा गोष्टी बिघडतात.''

अण्णामलाईने आपल्या हातांचे तळवे दोन्ही कानशिलांवर ठेवले आणि डोळे बंद करून घेतले. ही गोष्ट कुणाला माहीत नव्हती, पण एकदम धक्का देणारीच होती. त्यातून तो पटकन सावरू शकला नाही. मी त्याला काहीच विचारले नाही आणि तोही काही बोलला नाही. तो उठला आणि चालू लागला. मी त्याला त्या उतारावरून रेल्वे क्रॉसिंगकडे जाताना बघितले. नंतर मी त्याला एकदा माझ्या खिडकीतून बघितले. तो केळीच्या झाडाखाली खणत होता आणि एकदम एखाद्या चित्राप्रमाणे तटस्थ उभा राहिला. त्याच्या हातात कुऱ्हाड तशीच होती, दंड ताठ झालेले होते आणि पायाखालच्या चिखलाकडे तो एकटक पाहत उभा होता. मला लक्षात आले की नक्कीच तो घरच्या भानगडीबद्दल विचार करत असावा. मी खाली आलो. त्याच्याजवळ गेलो. केळीच्या झाडाखाली बघितल्यासारखे केले, पण खरे तर मला त्या शिंप्याची गोष्ट जाणून घ्यायची खूपच उत्सुकता लागली होती. मी त्याला बागेसंबंधी काही जुजबी प्रश्न विचारले आणि तो उत्तर देऊ लागला.

नंतर मी म्हणालो, ''हे शिंपी लोक असे का वागतात आणि लोकांना त्रास देतात? लोकांचे कपडे शिवायला आले की ते त्यातले तुकडे चोरतात.''

मी असे शिंप्याच्या विरोधात बोलल्यामुळे त्याला बरे वाटले. तो म्हणाला, ''शिंपी काय अन् सुतार काय अन् आणखी कोणी, मला काय करायचं त्याच्याशी? मी काही कोणाला भीत नाही आणि मला कोणाची गरज नाही.''

''तुझ्या भावाने पत्रात लिहिले तो शिंपी कोण होता?''

''हां, तो? आमच्या गावचा होता. रंगा होतं त्याचं नाव. नालायक माणूस, सगळे लाथ मारून हाकलून देत होते.''

आणि मग अशाच काहीतरी कारणामुळे आमचे ते बोलणे तिथेच थांबले.

त्यानंतर खूप दिवसांनी मी त्याला त्या शिंप्याबद्दल बोलताना ऐकले.

''लोकांना तो आवडत नव्हता, पण तो एक चांगला माणूस होता. रुमाल, बटवे, बनियन शिवाय बायकांचे झंपरही त्याला चांगले शिवता येत होते. पण त्याच्याजवळ मशिन नव्हते आणि त्याचे नातेवाईक कुणी त्याला मदतही करत नव्हते. त्याला कुणी कर्जाऊ पैसे पण देत नव्हते. मला एकदा सिलोनहून शंभर रुपयांची मनीऑर्डर आली. मी थोडे पैसे मागे ठेवले होते. जेव्हा पोस्टमन मनीऑर्डर घेऊन आला, तेव्हा हा पण त्याच वेळेला त्याच्याबरोबरच आला. त्याला कसे समजले काय माहीत? पोस्टमन गेल्यानंतर तो मला म्हणाला, ''तुम्ही मला शंभर रुपये देता का? मी एक मशिन विकत घेईन.'' मी त्याला विचारले, ''माझी शंभर रुपयांची मनीऑर्डर आली, हे तुला कसे कळले? कुणी सांगितले?'' मी त्याच्या एक थोबाडीत मारली आणि तिथेच थुंकलो. माझ्या घरगुती गोष्टीत त्याने कशाला

लक्ष घालायचे? तो खूप रडला. शेवटी किती झाले तरी मी मोठा होतो, मलाच वाईट वाटले आणि मी त्याला म्हणालो, "थांब. तू जर असा गळा काढून रडू लागलास तर मी तुला अजून झोडपून काढीन." त्यानंतर आमच्या गावातले सगळे मोठे लोक जमा झाले. त्यांनी आमच्या दोघांचे म्हणणे ऐकून घेतले आणि त्यांनी मला आज्ञा केली की मी शंभर रुपये त्या शिंप्याला द्यावेत."

असे कोण कुणाला आज्ञा देऊ शकते, तेच मला समजले नाही. मी त्याला अगदी निष्कपटपणे विचारले, "त्यांनी तुला असे कसे सांगितले? आणि त्यांना त्याच्याशी काय करायचे होते?"

एक क्षणभर त्याने विचार केला आणि म्हणाला, "तिकडे आम्ही तसेच करतो. सगळी मोठी माणसे जमा होतात आणि आज्ञा करतात."

"पण तू थोडेच त्यांना बोलावले होतेस?"

"मी बोलावले नाही, पण तेच आले आणि त्यांनी आम्हाला बघितले. मी मारले म्हणून तो शिंपी तिथे रस्त्यातच रडत होता. त्यानंतर त्यांनी एका सरकारी कागदावर एक चिठ्ठी लिहिली, त्याच्यावर शिक्का मारला आणि त्याला सही करायला लावली. ज्या माणसाने तो कागद विकत आणला तो पण तिथेच होता. त्यानेच त्या कागदावर लिहिले आणि त्याच्यासाठी आम्ही त्याला दोन रुपये दिले."

हळूहळू मला या प्रकरणाचे चित्र थोडे थोडे लक्षात आले. त्या शिंप्याने अण्णामलाईकडून शंभर रुपये कर्ज घेतले आणि मशिन विकत आणले. अण्णामलाईच्या भावाने त्या शिंप्याला आणि त्याच्या मशिनला त्यांच्याच घरात, ओसरीवर जागा करून दिली. तो शिंपी दर वेळी त्या बॉन्डचे नूतनीकरण करून घेत असे. महिन्याच्या महिन्याला त्याचे व्याजही देत असे. आणि ज्या ओसरीवर तो काम करत होता त्याचे भाडेही देत असे. ती एक सोन्याचा मुलामा असलेली काठी होती आणि अण्णामलाईने तो बॉन्ड त्याच्या पत्र्याच्या पेटीत, माझ्या तळघरात सुरक्षितपणे जपून ठेवला होता. जेव्हा त्या बॉन्डचे नूतनीकरण करायची वेळ येई, तेव्हा अण्णामलाई गावाकडे जात असे. त्या शिंप्याची त्याच्यावर सही घेऊन महिन्याभराने परत येत असे. ही गोष्ट खरी आहे असे म्हणून गावच्या सरपंचाने पण त्याच्यावर सही केली होती. पण आता त्या आर्थिक संबंधाच्या मुळालाच धक्का लागला होता. तो मूळचा पहिला शिंपी जो होता तो पळून गेला होता आणि या नवीन शिंप्याला त्याने घेतलेल्या या कर्जाबद्दल काहीच माहीत नव्हते. तरी पण तो कुणाला काही न बोलता त्या ओसरीवर बसून कपडे शिवत असे.

"तुझे शंभर रुपये वापस देण्याबद्दल तू कधी काही म्हणाला नाहीस?" मी विचारले.

"मी कशाला विचारू?" मी विचारलेल्या या प्रश्नाचेच त्याला आश्चर्य

वाटले. ''तो त्याच्यावरचे व्याज देत होता, दर वर्षी नवीन सही करत होता. जर मी स्वतः गेलो नसतो तर त्याने नक्कीच काहीतरी घोळ घातला असता, म्हणून दर वेळी मी स्वतः तिथे जात होतो.''

हे सगळे सांगून झाल्यावर मग त्याने मला विचारले, ''आता मी काय करू? तो बदमाश तर आता पळून गेलाय.''

''मशिन कुठे आहे?''

''तो नवीन शिंपी त्याच्यावर सगळ्यांचे कपडे शिवतो, पण आमच्याशी कुणाशीच तो बोलत नाही. त्याचे मशिन सोडून तो कुठेही जात नाही. त्याच्याजवळच तो रोज रात्री झोपतो.''

''तुम्ही त्याला बाहेर हाकलून का लावत नाही?''

थोडा वेळ विचार करून अण्णामलाई म्हणाला, ''तो आमच्याशी बोलत नाही आणि आम्हाला भाडेपण देत नाही. जास्त जबरदस्ती करून विचारले तर तो सांगतो की त्याने त्या पहिल्या शिंप्यालाच जागेचे भाडे आणि मशिनची किंमत आधीच देऊन टाकली आहे. असे होऊ शकते का? तुम्ही वाचलेल्या त्या पत्रात हे सगळं होतं का?''

लवकरच पुन्हा दुसरे एक पत्र गावाकडून आले. तसेच सुरुवातीला आदरणीय वगैरे लिहिले होते, ठीक आहे; पण नंतर शेवटी खूपच विचित्र काहीतरी लिहिले होते.

''आम्हाला झोपायलाच जागा नाही. तो शिंपी तिथून हलायला तयार नाही. आतल्या घरात मेंढी आणि तिचे कोकरू कुलूप लावून ठेवले आहे. आमच्या घरातला मोठा माणूस म्हणून तुम्हीच आता आम्हाला सांगा, आम्ही कुठे झोपावे? मी सगळ्या मुलांना घेऊन रस्त्यावरच झोपतो. माझ्या दोन्ही बायकांनी धमकी दिली आहे की त्या त्यांच्या माहेरी निघून जातील. आपले स्वतःचे घर असून, आम्हाला त्याच्यात जागा नाही. तुम्ही जर आपल्या नातेवाइकांपासून दूर राहिलात तर हे असेच होत जाणार. आम्हाला इकडे त्रास होतो; पण तुम्हाला त्याचे काहीच वाटत नाही.''

हे ऐकल्यावर अण्णामलाई मजेशीर हसून मोठ्याने म्हणाला, ''नवीन काहीच नाही. या बायका अशाच सारख्या बापाच्या घरी पळत राहतात. तुम्ही शिंकलात किंवा तुम्हाला साधा खोकला जरी आला तरी पुष्कळ झाले. त्या तुम्हाला धमकी देतील की आम्ही चाललो. दुर्दैवी माणूस, तो माझा भाऊ! त्याच्यात काही दमच नाही. त्याने म्हणायला पाहिजे, 'ठीक आहे जा. करा काय करायचे ते,' पण तो घाबरतो त्यांना.''

''पण ते त्या शिंप्याला हाकलून का देत नाहीत? आणि त्या मेंढीबरोबरच त्या मशिनला पण कुलूप लावून आत का ठेवत नाहीत? म्हणजे मग त्यांना सगळ्यांनाच बाहेर ओसरीवर झोपता येईल.''

"मला वाटते की तो पहिलवानाचा मुलगा आहे. आणि तुम्हाला तर माहीतच आहे, माझा भाऊ म्हणजे नुसत्या वाळलेल्या गवतासारखा आहे. तरी त्याला नऊ मुले झाली."

पुन्हा थोडा वेळ शांत राहून त्याने विचार केला. "एकीकडून हे बरोबर आहे. त्याला बाहेर फेकत नाहीत तोपर्यंत ते मशिनही तिथेच राहील. त्याला तिथंच आमच्याच कह्यात ठेवून देवाने आम्हाला मदतच केली. माझ्या भावाला झोपायला जागा नसली तर नसू दे. राहील रात्रभर जागाच."

नंतरच्या दोन दिवसांत मला जाणवले की तिढा जास्तच वाढत चालला होता. त्याच्या डोक्यावरचा लाल तुरा सारखा खाली जाताना दिसत होता. बांबू बाजारमधला त्याचा उपदेशक मित्र आणि इतर हितचिंतक त्या रेल्वे गेटजवळच्या दुकानात बसून त्या समस्येच्या गाभ्यावरच घाव घालण्याचा काहीतरी उपाय शोधत असावेत.

एकदा संध्याकाळी तो त्या रेल्वे गेटजवळच्या दुकानातून घरी आला आणि म्हणाला, "मला गावाकडे जायला पाहिजे."

"हो. पण एवढ्या तातडीने?"

"ती चिठ्ठी बदलायला पाहिजे. त्या नवीन शिंप्याच्या नावाने करायला पाहिजे. तुम्ही मला जाऊ द्या."

"केव्हा?"

"केव्हा? तुम्ही म्हणाल तेव्हा."

"मला तर वाटते की तू मुळीच जाऊ नयेस. मी तुला जाऊ देणार नाही. मी रामेश्वरला तीर्थयात्रेला जाण्याचा विचार करत आहे."

"हो, ते फार पवित्र ठिकाण आहे. गेलेलं चांगलंच आहे." तो मोठेपणाचा आव आणून म्हणाला. "तुम्हाला खूप पुण्य मिळेल. तुम्ही जाऊन वापस आल्यावर मग मी जाईन."

त्या दिवशी आमचा असा सगळा निर्णय पक्का झाला. आपण या विषयावर आत्तापर्यंत काहीच बोललो नाही आहोत, असा चेहरा करून दुसऱ्या दिवशी तो माझ्याकडे आला. माझ्या खुर्चीच्या मागे उभा राहिला आणि काहीही प्रस्तावना वगैरे न करता एकदम सरळ म्हणाला, "मला जावे लागेल."

"हो, पण मी रामेश्वरला जाऊन परत आल्यानंतर."

तो वळला आणि खाली जाण्यासाठी निघाला. अर्ध्या रस्त्यात जाऊन तो पुन्हा वापस आला आणि म्हणाला, "तुम्ही कधी जाणार आहात?"

त्याच्या अशा सतत प्रश्न विचारण्यामुळे मला राग आला. तरी पण मी माझा राग दाबून धरून शांतपणे म्हणालो, "मी आणखी काही लोकांची वाट बघत आहे. ते पण माझ्यासोबत येणार आहेत. कदाचित दहा दिवस लागतील."

माझ्या या उत्तराने त्याचे समाधान झाल्यासारखे दिसले आणि तो खाली गेला. त्या दिवशी रात्री मी जेव्हा बाहेर जाऊन आलो तेव्हा तो फाटकापाशीच माझी वाट बघत उभा होता. मी घरात पाऊल टाकतो न टाकतो तोच तो पुन्हा म्हणाला, "मी दहा दिवसांच्या आत परत येईन. मला उद्या जाऊ द्या. मी दहा दिवसांच्या आत नक्की परत येईन आणि तुम्ही जेव्हा तीर्थयात्रेला जाल तेव्हा घराची रखवाली करीन."

"आपण इथेच रस्त्यातच उभे राहून हे सगळे बोलायचे का? मी आत येईपर्यंत तू वाट बघू शकत नाहीस का?"

तो काहीच बोलला नाही, पण फाटक बंद केले आणि त्याच्या खोलीत निघून गेला. मला रात्रभर कसेतरीच वाटत होते. मी माझे कपडे बदलले, जेवण केले, थोडे वाचन केले, लिहित बसलो; पण माझे मन अस्वस्थ होते. मी उगाचच कडक बोललो असे मला वाटू लागले. माझा आवाज खूपच वाढला होता. रोजच्या पेक्षाही सकाळी लवकर उठून मी पहिली गोष्ट केली, ती म्हणजे मागच्या बाजूला असलेल्या त्याच्या खोलीकडे गेलो. तो नळाखाली बसून मोठ्ठा नळ करून डोक्यावर पाणी घेत होता. नंतर तो तसाच ओल्या अंगाने त्याच्या तळघरातल्या खोलीत गेला. त्याच्या खोलीतल्या भिंतीवर असलेल्या देवाच्या फोटोवर त्याने फूल खोवले. एक उदबत्ती लावली आणि आपल्या स्वतःच्याही कानावर एक फूल खोचले. कपाळावर भस्म लावले, डोक्याला पंचा बांधून कानाजवळ त्याची गाठ मारली. कपडे घातले आणि तयार होऊन बाहेर आला, पण त्याच्या डोळ्यांत मात्र आपलेपणाची भावना नव्हती. मी आपला उगीच आंब्याच्या झाडाला मोहोर आलाय का हे पाहण्याचे ढोंग करीत होतो. बागेतील कामाबद्दल, बागेच्या सध्याच्या स्थितीबद्दल त्याची स्तुती केली आणि एकदमच त्याला विचारले, "तू फक्त दहा दिवसांसाठीच जाणार आहेस ना?"

"हो हो." तो अगदी आतुरतेने म्हणाला. त्याने आवाजात थोडा नम्रपणा आणला होता. "मला फक्त त्या चिठ्ठीचे नूतनीकरण करायचे आहे. चार लोक गोळा करून त्या घुसखोराला बाहेर काढायचे आणि त्याचे मशिन ताब्यात घ्यायचे. कोणाचे रक्त सांडले तरी चालेल. एखाद्याला या कामात त्याचा जीवही गमवावा लागेल. मी मात्र दहा दिवसांनी नक्की वापस येईन."

त्याच्या आवाजावरून मला लक्षात आले की या दहा दिवसांचा त्याने बराच महत्त्वाकांक्षी कार्यक्रम आखून ठेवला होता. मी पुन्हा एकदा प्रेमाने विचारले, "तू हे नक्की सांगतोस ना की तुला फक्त दहाच दिवसांची सुट्टी पाहिजे म्हणून."

"एखादा दिवस कमी जास्त होईल, पण मी तुम्हाला वचन देतो की मी पुन्हा वापस येईन. एकदा आलो की मी पुन्हा दोन वर्षं गावाकडे जाणारच नाही. दोन वर्षं काय, जाणारच नाही. पुढचे नूतनीकरणही मी माझ्या भावालाच करायला सांगतो."

मला पुन्हा त्याचा राग आला आणि मी म्हणालो, "मी तुला आत्ताच जाऊ

देणार नाही.'' माझा आवाज एकदम जोरात आणि ठाम निघाला होता.

तो एकदम माझ्याजवळ आला आणि दोन्ही हात जोडून मला विनंती करू लागला. ''कृपा करून मला जाऊ द्या. मला ती चिठ्ठी नवीन करून घ्यावीच लागणार आहे. नाहीतर मग उशीर होईल. माझी सगळी लाज जाईल आणि गावातले लोक मला हसतील.''

''तो बॉन्ड मला दे. मी एकदा बघून घेतो काय आहे ते.'' मी अधिकारवाणीने त्याला म्हणालो.

त्याने त्याची ती काळी लोखंडाची पेटी उघडल्याचा आवाज आला. हातात एक कपड्याचे आवरण घेऊन तो आला. अगदी नाजूकपणे त्याने तो गुंडाळून ठेवला होता. त्या गुंडाळ्यातून हळूच त्याने तो चर्मपत्रासारखा कागद काढला. मी तो सगळा बघितला. तो शंभर रुपयांचा बॉन्ड होता, पण ज्याने तो लिहिला होता त्याने त्यात त्या शिंप्याचा किंवा त्याच्या मशिनचा उल्लेख कुठेच केला नव्हता. त्यात फक्त चार ओळी लिहिल्या होत्या. शंभर रुपयाची रक्कम व्याजासहित वापस करण्यात येईल. खाली वेगवेगळे शिक्के मारले होते. काही तारखा होत्या. काही अंगठे होते. काही सह्या होत्या. मी बघू लागलो की यामध्ये त्याला काय मदत करता येईल. मी त्याला तो मोठ्याने वाचून दाखवला. आणि बोटाने एक एक अक्षर दाखवीत त्याला विचारले, ''इथे तुझ्या त्या शिंप्याचे नाव आणि ते मशिन याचा उल्लेख कुठे आहे?''

''त्या रंग्याचे नाव त्याच्यात नक्कीच असेल.''

''हो, पण शिंपी असे लिहिले नाही. रंगा तर कुणीही असू शकतो. एखादा उकिरडा शोधणारा पण असू शकेल.''

अण्णामलाईने गोंधळून जाऊन माझ्याकडे बघितले. त्याने त्याचे डोळे त्या कागदाच्या जवळ नेले आणि एका ठिकाणी आपले बोट खुपसून तो म्हणाला, ''इथे काय लिहिले आहे?''

मी पुन्हा त्यातला शब्द न् शब्द वाचला. तो एकदम हताश झाला होता. मी त्याला म्हणालो, ''मी तुला शंभर रुपये देतो. त्या बॉन्डची तू काळजी करू नकोस. तुला गावाकडे जायला किती पैसे लागतात?''

त्याने मोठ्याने हिशेब केला आणि म्हणाला, ''पॅसेंजरने गेले तर दहा रुपये इथून.''

''आणि वापस यायला दहा रुपये. वर्षानुवर्षं तू तिकडे जातोस आणि मूळ रकमेपेक्षा जास्त खर्च तुझा रेल्वेच्या प्रवासात झाला आहे. तेही फक्त त्या बॉन्डचे नूतनीकरण करण्यासाठी.''

''पण तो व्याज देतो ना.''

''आण तो कागद इकडे. मी तुला तेवढे पैसे देतो आणि तू इथेच थांब.''

त्याच्या जाण्याच्या विचाराने मला एकाएकी उदास वाटू लागले. मी बऱ्याचदा बाहेरगावी जात असे. कधी जास्त दिवस, कधी थोडे दिवस. प्रत्येक वेळी मी घर तसेच टाकून जात असे. पण आठवड्यानंतर किंवा महिन्यानंतर केव्हाही वापस आलो तरी कागदाचा अगदी छोटा तुकडासुद्धा काळजीपूर्वक ठेवलेला असे. आता मला एकदम रिकामे रिकामे वाटू लागले.

मी दिलेला पैशाचा सगळा हिशेब त्याने झटकून टाकला. ''तुम्हाला या सगळ्या गोष्टी माहीत नाहीत. ही चिठ्ठी केली तेव्हापासून मी नेहमी कोर्टात जातो.''

''आणि अजून जास्त खर्च करतोस. त्यापेक्षा तो बॉन्ड जाळून टाकलेला स्वस्त पडेल.''

त्याने मला सोडून दिले. त्याच्या दृष्टीने मला हे काही समजत नव्हते आणि माझे आर्थिक व्यवहार अगदी प्राथमिक स्तरावरचे होते.

त्यानंतर रोजच्या रोज मला पुन्हा पुन्हा जिन्यावर त्याच्या पावलांचा आवाज येई. ''मी दहा दिवसांनी नक्की वापस येईन.''

शेवटी मी म्हणालो, ''ठीक आहे. ठीक आहे. बरंऽऽ बरं. तुला तिकडे खूप कामं आहेत आणि इथे काम करण्यात तुझे लक्ष लागत नाही. माझे काहीही झाले तरी तुला त्याची काही गरज नाही. तुझ्यामुळे मला माझे सगळे बेत बदलावे लागत आहेत. समजले?''

पण त्याच्यावर याचा काहीच परिणाम झाला नाही. त्याच्या दृष्टीने ही बडबड निरर्थक होती. मी वैतागून गेलो होतो. असे उथळ आणि अगम्य विचार करणारे लोक या जगात असतात. त्यांचे हे चौकटीतले जग म्हणजे काय, तर मेंढी, शिंपी आणि तो कागद. तो माझ्याकडे दयेने पाहत होता. त्याच्या दृष्टीने मी काहीही तडजोड न करणारा एक मूर्ख माणूस होतो. तो वळला आणि जिन्यावरून खाली निघून गेला. नंतरचे काही दिवस मी बघितले, तो सारखा मनातल्या मनात कुढत होता. मी त्याला काही बोललो तर तो कठोरपणे उत्तर देई. त्याने झाडांना पाणी घातले नाही. त्या शेजारच्या बाईकडे त्याचे लक्ष नव्हते. अतिरेक म्हणजे त्याच्या पद्धतीप्रमाणे त्या डाळिंबाच्या झाडाखाली त्याने चूलही पेटवली नाही. त्याच्या त्या तळघरातल्या खोलीत आपला लाल पंचा तोंडावर घेऊन एका कोपऱ्यात रडत असल्यासारखा तो बसलेला असे. मी बाहेरून आलो की तो खोलीतून बाहेर येई आणि एक कर्तव्य म्हणून फाटक उघडी. पण आमच्यात काहीच बोलणे होत नव्हते.

एकदा मी त्याच्याशी बोलण्याचा प्रयत्न केला आणि विचारले, ''तुला माहीत आहे का, इथे एक नवीन दुकान उघडणार आहे.''

''मी कुठे जात नाही अन् कुणाशी बोलत नाही. तुम्हाला असे का वाटते की मी गप्पा मारायला अन् काहीबाही कारभार करायला बाहेर जात असेन म्हणून? मला

त्याच्याशी काही देणं घेणं नाही.''

मी त्याला पुन्हा विचारले, ''काही फोन आला होता का?''

''टेलीपून आला असता, तर मी तुम्हाला सांगितलं नसतं का?'' त्याने उत्तर दिले. माझ्याकडे पाहत तो तोंडातल्या तोंडात काहीतरी पुटपुटत होता. ''तुमचा जर माझ्यावर विश्वास नसेल, तर मला कुठंही पाठवून द्या. जर टेलीपून आला असता तर मी तसं सांगितलं असतं. मी खोटं कशाला बोलू? मीसुद्धा एक प्रतिष्ठित शेतकरी आहे. द्या मला कुठंतरी हाकलून दूर.'' त्याच्या त्या तपकिरी रंगाच्या जर्किनमध्ये तो वेगळाच कुणीतरी दिसे. त्याच्या त्या रागात आलेल्या डोळ्यांनी तो माझ्याकडे एखाद्या शत्रूसारखा बघे. त्याला असे वाटत होते की त्यानेच एवढी वर्षं मेहनत करून त्याला स्वतःला पुढे आणले होते आणि आता अचानक त्याचेच तुकडे तुकडे होत आहेत.

एक आठवड्यानंतर सकाळी सकाळीच मला फाटक वाजल्याचा आवाज आला. मी बघितले, तो तिथे उभा होता आणि तिथेच खाली जमिनीवर त्याच्या पायाजवळ त्याची ती पत्र्याची पेटी आणि एक पोते बांधून ठेवलेले होते. त्याने एक गडद रंगाचा कोट घातला होता. काही कार्यक्रम असला तर त्यासाठी तो राखून ठेवला होता. पांढरे शुभ्र धोतर नेसले होते आणि डोक्याला नीटनेटका फेटा बांधला होता. या वेशामध्ये तो ओळखूच येत नव्हता. तो म्हणाला,

''मी आज आठ वाजताच्या गाडीने जात आहे. ही तळघराच्या खोलीची किल्ली.''

नंतर त्याने त्याच्या पेटीचे झाकण उघडले आणि म्हणाला, ''बघा, मी तुमचे काही चोरले असेल तर. पण ती बाई मला कोंबडीचोर म्हणते. मी काही कुणी बदमाश नाही.''

''तू असा निघून का जात आहेस? पंधरा वर्षं नोकरी केल्यावर असे निघून जातात का?'' मी म्हणालो.

तो फक्त एवढेच म्हणाला, ''मला बरे वाटत नाही. मला वाटत नाही की मी या घरात मरावं आणि त्याचं नाव खराब करावं. मला माझ्या घरी जाऊन मरू द्या. तिथं ते लोक मला नवीन कपडे घालतील आणि माझ्या प्रेतावर हार टाकतील. मग ते सगळ्या रस्त्यात बँड वाजवून मला मिरवीत नेतील. जर समजा तुम्ही नसताना मी त्या तळघरातल्या खोलीत मरून पडलो तर मी तिथे सडत पडेन. म्युनिसिपालिटीचे लोक येऊन मला उचलून नेतील आणि एखाद्या कचऱ्याच्या डब्यात टाकतील. या घराची अशी अब्रू मला जाऊ द्यायची नाही. मी घरी जाईन आणि मग मरेन. बागेतली सगळी हत्यारे त्या खोलीत आहेत. तुम्हाला पाहिजे असेल तर मोजून घ्या. मी काही चोर नाही.''

मी त्याची पेटी तपासतो का नाही याची तो वाट बघू लागला.

मी म्हणालो, "बंद कर ती पेटी. मी तुझ्या पेटीत काहीही शोधून बघणार नाही."

त्याने ती पेटी उचलून डोक्यावर ठेवली, ते पोते त्याच्यावर ठेवले आणि तो निघाला.

"थांब," मी म्हणालो.

"का?" न थांबता आणि वळूनही न पाहता त्याने विचारले.

"मी तुला काहीतरी देतो." एवढेच म्हणून मी पटकन आत गेलो आणि काही पैसे घेऊन आलो. मी जेव्हा दहा रुपये घेऊन आलो, तेव्हा तो निघून गेला होता.

◆

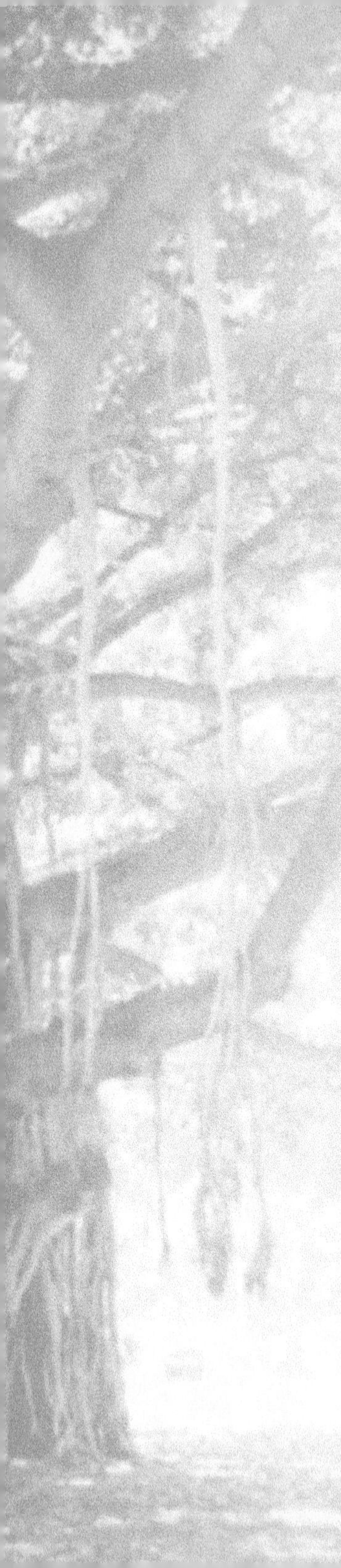

आसरा

एकदम अचानकच जोराचा पाऊस आला. पळत कुठेतरी आसऱ्याला उभे राहावे म्हणून रस्त्याच्या बाजूला एक वडाचे झाड होते तिथे तो गेला. त्याच्या मोठमोठ्या पारंब्या लोंबत होत्या आणि फांद्या चहूबाजूंनी विस्तारल्या होत्या. त्याने अलिप्तपणे बघितले. पावसाचे मोठे मोठे थेंब पडत होते आणि त्याचे फवारे त्याच्याच दिशेने उडत होते. तो निरर्थकपणे इकडे तिकडे बघत होता. एक कुत्रे मध्येच दुडक्या चालीने इकडून तिकडे गेले. त्याचे अंग पूर्णपणे भिजले होते. म्हशींची एक जोडी रस्त्याच्या कडेला फेकलेल्या केळ्यांच्या साली खात उभी होती. त्याला एकदम जाणवले की त्या झाडाखाली आणखी कुणीतरी एक जण उभे होते. खोडाच्या पलीकडे एक वळण होते आणि तिथे एक मोठी पारंबी होती. तिथेच ती व्यक्ती उभी होती. फुलांचा मंद सुगंध हवेबरोबर दरवळत हळुवारपणे त्याच्याकडे आला. त्याला राहवले नाही; उत्सुकता वाटू लागली. तो थोडासा झाडाच्या बाजूला वळला आणि एकदम तीच त्याला समोर दिसली. अचानकपणे ते दोघे समोरासमोर आले. त्याची पहिली प्रतिक्रिया होती, ''ओह!''

तो गोंधळलेला दिसू लागला. त्या स्त्रीनेही त्याच्याकडे बघितले आणि ती एकदम किंचाळलीच. त्याने स्वतःच्या भावनांवर नियंत्रण ठेवले आणि तो म्हणाला, ''काळजी करू नकोस. मी जाईन दुसरीकडे कुठेतरी.''

स्वतःच्याच बायकोपासून खूप दिवसांपासून दूर राहून

पुन्हा हे असे म्हणणे म्हणजे निव्वळ मूर्खपणाच होता. तो पुन्हा तिथून बाजूला सरकून आपल्या पहिल्या जागेवर गेला. पण पुन्हा माघारी येऊन त्याने तिला विचारले, "तू इथे कशी काय?"

त्याला भीती वाटली. कदाचित ती उत्तर देणार नाही. पण ती म्हणाली, "पाऊसऽऽ."

"ओह!" तो तिच्या बोलण्याला विनोद म्हणून हसला आणि तिला खूश करण्याचा प्रयत्न करू लागला.

"मला पण त्यानेच इथे आणले." तो म्हणाला.

त्याला उगीच बावळटासारखे वाटू लागले. उत्तरादाखल ती काहीच बोलली नाही. हवामानाचा विषय हा नेहमीचा आणि मेहेरबानी करणारा विषय असल्यामुळे तो त्यालाच चिकटून राहण्याचा प्रयत्न करू लागला आणि धीर करून म्हणाला, "अनपेक्षितच आलाय हा पाऊस."

तिने त्याच्या बोलण्याला काहीच प्रतिसाद दिला नाही आणि दुसरीकडेच बघू लागली. तो पुन्हा तोच विषय पुढे सरकवू लागला.

"असा पाऊस येईल अशी मला थोडी जरी शंका असती, तर मी घरातच थांबलो असतो, नाहीतर छत्री तरी आणली असती."

तिने त्याच्या या बोलण्याकडेही पूर्णपणे दुर्लक्ष केले. या सगळ्या गोष्टींच्या बाबतीत ती बहिरी झाली असावी. त्याला वाटले, तिला विचारावे, 'तुझ्या कानांना काही झालंय का?'; पण भीती वाटली. कदाचित तिला राग येईल. तिला राग आला की ती काही पण करत असे. तिच्या भावनांची ताकद एवढी मोठी असेल याची त्याला बिलकूल कल्पना आली नव्हती, अगदी त्या रात्री शेवटचे भांडण झाले तेव्हासुद्धा.

त्यांच्या वैवाहिक जीवनात त्यांची खूप वेळा भांडणे झाली. प्रत्येक तासाला, प्रत्येक गोष्टीबद्दल सूर्याच्या प्रकाशात ते वेगवेगळी मते व्यक्त करीत असत. प्रत्येक प्रश्न हा अविचाराचा कडेलोट असायचा आणि अगदी क्षुल्लक गोष्टीकडेसुद्धा दुर्लक्ष होत नसे. मग ते काहीही असो. रेडिओवर सिलोन ऐकायचे की ऑल इंडिया रेडिओ, कुणाला इंग्लिश पिक्चर बघायचा असे तर कुणाला तमीळ. जाईचा सुगंध तीव्र असतो का... गुलाबाचे फूल थोडे जास्तच दिखाऊ आणि भपकेदार वाटते का नाही... आणि असेच काहीबाही. कोणत्याही गोष्टीवर वादविवाद व्हायचे आणि ताणतणाव निर्माण व्हायचा. नंतर मग दोघांमध्ये एक दरी निर्माण व्हायची. कितीतरी दिवस अबोला राहायचा. पुन्हा भांडण मिटायचे आणि प्रेमाचाही अतिरेक व्हायचा. एकदा असाच मेळ जमलेला असताना त्यांनी एक मैत्रीचा करार तयार केला. मोठ्या श्रमांनी तो तयार करून त्याच्यात निरनिराळी पोटकलमे लिहिली. दोघांनी मिळून

देवघरात बसून त्याच्यावर सह्या केल्या आणि त्यांना वाटू लागले की झाले. आता इथून पुढे काहीच होणार नाही. या भांडणाच्या कटकटीपासून आपण मुक्त झालो. पण तो आनंद फार काळ टिकला नाही. त्या कराराचा पहिलाच मुद्दा होता, "इथून पुढे आम्ही कधीच भांडणार नाही." सही झाल्यानंतर तोच मुद्दा पहिल्यांदा, चोवीस तासांच्या आतच मोडला गेला. आणि मग पुढेही जेवढ्या मुद्द्यांवर वादविवादाच्या शक्यता होत्या, तेही झालेच. घरगुती खर्च, जेवणावर टीका करणे, खर्चाचे अंदाजपत्रक, सासू-सासऱ्यांचे विषय, त्यांचे संदर्भ (ज्यावर बरेच बारीकसारीक समज, गैरसमज अवलंबून असतात.) एकही गोष्ट सुटली नाही.

तिथे पावसात उभे राहूनही तो आनंदी होता; कारण त्याच्या बाजूलाच ती उभी होती. ती घरातून निघून गेल्यानंतर त्या रात्री त्याने जे दार लावले, त्यानंतर तिची काहीच बातमी कळली नव्हती. त्या गोष्टीलाही कितीतरी दिवस झाले, असे त्याला वाटत होते. रोजच्यासारखाच जेवणाबद्दल त्यांचा काहीतरी वादविवाद झाला आणि तिने घर सोडून जाण्याची धमकी दिली. तो म्हणाला, "जाऽऽ. जाऽऽ." आणि त्याने दार उघडले. त्याबरोबरच त्या उघड्या दरवाज्यातून रात्रीच्या वेळी ती बाहेर पडली. त्याने बराच वेळपर्यंत दार नुसते लोटून ठेवले होते, त्याला वाटले होते ती परत येईल. पण ती आली नाही.

"मला वाटले नव्हते तू पुन्हा भेटशील म्हणून." मोठी हिंमत करून तो म्हणाला.

तिने उत्तर दिले, "तुला काय वाटले, मी कुठेतरी जाऊन जीव दिला असेल?"

"हो, मला भीती वाटत होती." तो म्हणाला.

"तू मला जवळपासच्या विहिरीत किंवा तळ्यात शोधलेस का? किंवा नदीत पण?"

तो म्हणाला, "मी तसे काहीही केले नाही."

"मला आश्चर्य वाटतंय, तुला जर माझ्याबद्दल एवढं वाटत होतं तर..."

तो पटकन म्हणाला, "तू स्वतः कुठेही जाऊन जीव दिला नाहीस. तुला शोधले नाही म्हणून तू मला का दोष देतेस?" तो अगदी करुणाजनक आवाजात तिच्याशी बोलू लागला. तिने जोरात पाय आपटला.

"याचा अर्थ तुला काही हृदयच नाही."

"तू फारच गैरवाजवी (अयोग्य) आहेस."

"अरे देवा! आता तुम्ही माझ्या सगळ्या कृत्यांचा पाढा वाचणार आहात की काय? हे माझे किती दुर्दैव आहे की आत्ताच नेमका पाऊस आला आणि मला इथे यावे लागले."

"त्याच्या उलट मी तर म्हणतोय की हा पाऊस खूप छान आहे. त्याने

आपल्याला इथे एकत्र आणले. आता मी एक विचारू शकतो का, एवढे दिवस तू काय करत होतीस?''

''उत्तर द्यायलाच पाहिजे का?''

तिच्या आवाजात त्याला एक प्रकारचा विषाद वाटला आणि त्याला आनंद झाला. म्हणजे आता पुन्हा तिला आपल्याकडे आणण्यासाठी आपण तिचे मन वळवू शकतो तर! त्याच्या जिभेवर अगदी असे काहीतरी बोलावे असे आले होते, पण त्याने ते पुन्हा आत ढकलले. तो फक्त एवढेच म्हणाला, ''तुझा माझ्याशी काहीच संबंध नाही का? तुला एवढी पण काळजी वाटली नाही का, की एवढे महिने मी काय करत होतो?''

तिने काहीच उत्तर दिले नाही. फक्त ती आपली उगाचच पाऊस कसा खाली पडतोय हे पहिल्यापेक्षाही आता जास्त बारकाईने पाहू लागली. तेवढ्यात वाऱ्याची दिशा एकदम बदलली आणि सोसाट्याच्या वाऱ्याचा एक झोत तिच्या दिशेने येऊन पावसाच्या पाण्याचा एक फवारा तिच्या तोंडावर आला. त्या संधीचा फायदा घेऊन हातातला रुमाल घेऊन तो पटकन पुढे आला. ती दचकून मागे सरकली आणि जोरात ओरडली, ''माझी काळजी करू नकोस.''

''तू भिजते आहेस.''

झाडाची एक फांदी हलली आणि पाण्याचे काही थेंब तिच्या केसांवर पडले. त्याने त्याच्या हाताची बोटे उत्सुकतेने तिच्या दिशेने वळवली आणि म्हणाला, ''तू उगाचच्या उगाच चिंब भिजून ओली झाली आहेस. थोडेसे इकडे अलीकडे सरक. पाहिजे असेल तर तू जिथे उभी आहेस तिथे मी उभा राहतो.''

या निमित्ताने तिला स्पर्श करता येईल अशी त्याला आशा वाटू लागली. ती तशीच काळजीपूर्वक, उत्कंठापूर्वक पावसाकडे पाहत उभी होती. पावसामुळे सगळा रस्ता पार धुवून निघाला होता.

''मी पटकन पळत जाऊन छत्री नाहीतर एखादी टॅक्सी घेऊन येऊ का?'' त्याने विचारले.

तिने फक्त त्याच्याकडे बघितले आणि पुन्हा वळून उभी राहिली. याबद्दलच तो पुन्हा आणखी काहीतरी बोलला.

ती म्हणाली, ''मी तुझे खेळणे आहे का? तुला असे वाटते का की तुला जेव्हा पाहिजे तेव्हा तू मला उचलून घेशील, नाहीतर तुला वाटेल तेव्हा तू फेकून देशील. खेळण्याला असेच करतात.''

''मी तुला निघून जा, असे कधीच म्हणालो नाही.''

''मला ते काहीही पुन्हा ऐकायचे नाही.''

''मी अगदी वाटेल ते करून तुला सॉरी म्हणण्याचा प्रयत्न करतोय.'' त्याने

सुरुवात केली.

"असशील. पण जा आणि दुसऱ्या कुणाला तरी ते म्हण."

"मला असे काही म्हणण्यासाठी दुसरे कुणी नाही." तो म्हणाला.

"तो तुझा प्रश्न आहे, नाही का? मला त्याच्यात काही रस नाही."

"तुला हृदय नाही का?" त्याने विनंती केली. "मी जेव्हा म्हणतोय मला माफ कर, तेव्हा माझ्यावर विश्वास ठेव. मी आता बदललोय."

"मी पण बदलले आहे. मी आता पूर्वीसारखी राहिले नाही. मला आता कुणाकडूनही कशाचीही अपेक्षा नाही आणि मी कुणावर नाराजही नाही."

"तू मला सांगितले नाहीस, तू काय करतेस ते?" तो पुन्हा अजिजीच्या सुरात म्हणाला.

तिने मान हलवली. तो पुन्हा म्हणाला, "कुणीतरी म्हणाले की तू दलितांच्या वस्तीत जाऊन त्यांच्यासाठी काम करतेस किंवा असेच काहीतरी. बघ, मला कसे माहीत झाले तू काय करतेस ते ऽऽ!"

ती उत्तरादाखल काहीच बोलली नाही. त्याने विचारले, "तू दिवसभर तिथेच राहतेस का?"

हे सरळ सरळ होते की तो तिच्या राहण्याचा पत्ता मिळवण्याचा प्रयत्न करत होता. तिने पावसाकडे एक दृष्टिक्षेप टाकला आणि त्याच्याकडे एकदा रागाने बघितले.

तो म्हणाला, "छान, मी काही पावसाला पडण्यासाठी आज्ञा केली नव्हती. आता आपण दोघांनी मिळून त्याला तोंड द्यायचे आहे."

"काही गरज नाही. मला असे कुणीच अडवू शकत नाही." ती म्हणाली आणि सरळ पावसामध्ये घुसली. पावसातच पळत निघाली.

तो मागून ओरडला, "थांब. थांब, मी वचन देतो तुला, मी काहीच बोलणार नाही. वापस ये. अशी भिजू नकोस."

पण ती गेली होती. पावसाच्या थेंबांच्या पडद्याआड ती केव्हाच दिसेनाशी झाली होती.

◆

मुका सोबती

त्याच्यापेक्षा इतर भिकाऱ्यांचा एक फायदा होता, ते भीक मागू शकत होते. पण तो मात्र घशातून नुसता बुडबुड असा आवाज काढू शकत होता. त्याच्या त्या बुडबुड आवाजातूनच तो त्याच्या सगळ्या कल्पना, भावना आणि विनंती व्यक्त करायचा. टाऊन हॉलचा एक कोपरा म्हणजे त्याचे घर होते.

एक दिवस असाच तो गुंग होऊन पडला होता. थोड्या वेळाने त्याने डोळे उघडून बघितले तर एक छोटेसे माकड त्याची पिशवी धुंडाळीत होते. त्या पिशवीला एक-दोन भाताची शिते चिकटली होती. आदल्या दिवशी रात्री त्याने तो भात गोळा केला होता.

सामीने थोडा वेळ तसेच झोप आल्याचे सोंग घेतले. नंतर एकदम नेम धरून त्याचा दंड पकडला आणि त्याच्या कमरेत हात घातला. अशा रीतीने त्याला एक साथीदार मिळाला. त्याच्या पूर्ण आयुष्याचा फक्त तोच एक तेवढा साथीदार. त्याने त्याच्या कमरेला एक दोरी बांधली आणि त्याला वेगवेगळ्या युक्त्या प्रयुक्त्या शिकवल्या.

त्या माकडाने त्याच्या जेवणाचा प्रश्न सोडवला. तो घरांच्या समोर त्याचा खेळ करून दाखवायचा आणि त्याच्या मालकासाठी भात, खाण्याच्या वस्तू, पैसे मिळवायचा. खेळामध्ये सुरुवातीला तो एक गोल चक्कर मारत असे. जमलेल्या मंडळींना नमस्कार करीत असे. हे जमलेले लोक म्हणजे कोण तर एखादा मुलगा, बाळाला कडेवर

घेतलेली एखादी बाई, अजून एक-दोन लहान मुले, आजी, कधी कधी आई आणि अगदीच कधीतरी त्या घराचा मालक. खेळाच्या सुरुवातीला सामीने एक खबरदारी घेतली होती, ती म्हणजे माकडाने जमलेल्या प्रत्येकालाच नमस्कार केला पाहिजे. अगदी त्या बाईच्या कडेवरच्या त्या लहान बाळालासुद्धा. त्याने जर कुणाला वगळले तर सामी त्याच्या कमरेला बांधलेली दोरी जोरात ओढे आणि मग ते माकड त्याचे दात दाखवून चींऽऽऽचीं करी. खेळातली दुसरी गोष्ट म्हणजे मंदिरात नाच करणारी बाई. दुसऱ्या लोकांनी पण माकडाला नाच करायला शिकवले होते. ते एक प्रश्न विचारीत, 'मंदिरातली बाई कशी नाचते?' पण सामीने वेगळीच युक्ती केली होती. तो फक्त त्याच्या दंडाला टोचत असे आणि एक डोळा मिचकावीत असे. एवढे केले की माकड उठून उभे राही आणि एक हात कमरेवर आणि दुसरा हात डोक्यावर ठेवून कुल्ले असे हलवे, की मंदिरात नाचणारी कुणीही बाई अगदी तसाच नाच करत असेल. हा असा नाच बघितला की त्याचा खेळ बघणारे लोक म्हणत, "खरंच किती आश्चर्य आहे, नाही? त्याला बोलता येत नाही; पण त्याने माकडाला मात्र सगळे कसे छान शिकवले आहे." आणि लोक असे बोलतात ही गोष्ट सामीच्या लक्षात आली होती.

"मला नाही वाटत तो मुका असेल. मला तर वाटते की तो ढोंग करत असेल." एखादा निष्ठुर मुलगा म्हणायचा. आणि मग तो खरोखरच मुका आहे का, हे शोधायचा ते प्रयत्न करीत. ते त्याला वेगवेगळे प्रश्न विचारीत. तुझे नाव काय आहे? तुझे वय किती आहे? नाहीतर मग सरळ सरळ स्पष्टपणे त्याला सांगत की तू ढोंग करतो आहेस म्हणून. अशा वेळी घरातला मालक बाहेर येई. त्याच्या कपाळावर आठ्या असत. सामी त्याची पिशवी, सगळे सामान उचलून माकडाला घेऊन तिथून निघून जात असे. कुणीतरी फेकलेले मूठभर तांदूळ त्याच्या पिशवीत असत. कधीकधी चांगल्या मालक लोकांच्याही सान्निध्यात तो येई. अशा वेळी मग तो जवळ जवळ एक तासाचा खेळ करून दाखवी. त्यात मग आणखी काही नवीन, वेगळ्या प्रकारचे वळणही त्या खेळाला दिलेले असे. एखादी भित्री मुलगी तिच्या सासूकडे परत येते. सामी स्वतः त्या क्रुद्ध सासूचा रोल करत असे. ती मुलगी आली की तो तिला एखाद्या खोल विहिरीचे पाणी भरायला पाठवी. त्यानंतर मग हनुमानाने लंकेला, राक्षसांच्या राजधानीला आग कशी लावली ते दाखवीत असे. ते माकड हातात आपली शेपटी धरी आणि ती फिरवीत सगळीकडे डौलाने मिरवे. लोकांच्या हसण्यावरून ते लोक, मालक खूश झाले आहेत हे सामीला कळत असे. आणि मग तो माकडासाठी थोडासा भात आणि ताक मागण्याची हिंमत करी. कधी कधी एखादा कोट आणि शर्टही मागे. त्याच्या उघड्या अंगावर तो घालत असलेला खाकी रंगाचा चांगला भक्कम कोट त्याला अशाच एका माणसाने दिला होता. तो

माणूस मोठ्या दुकानाच्या पलीकडच्या बंगल्यात राहत होता आणि सासूच्या आणि वापस आलेल्या भिणाऱ्या मुलीच्या खेळासाठी तो बक्षीस म्हणून मिळाला होता. त्याच खेळासाठी त्याला दुसऱ्या एका ठिकाणाहून तो डोक्याला बांधत असलेला तो गडद रंगाचा फेटाही मिळाला होता.

संध्याकाळी तो शांत आणि प्रसन्न चित्ताने टाऊन हॉलकडे परत येत असे. ते माकड त्याच्या खांद्यावर बसलेले असे. तो त्या व्हरांड्याच्या कोपऱ्यात त्या माकडाबरोबर, उबदारपणे त्याला स्वतःच्या कुशीत घेऊन झोपे.

त्या माकडाने कसे वागावे याबद्दल त्याच्या काही खास अपेक्षा होत्या. म्हणजे माकडाने कुणाच्याही घरातून काहीही वस्तू उचलून आणू नये, अगदी एखादा दगडसुद्धा. पुष्कळदा त्याने उचलून आणलेला दगड सामीने त्याला परत नेऊन जागेवर ठेवायला सांगितले होते. घरासमोर असलेल्या बागेमध्ये तर माकडाच्या वागण्याबद्दल तो फारच कडक असे. तो माकडाला एकाही पानाला, फुलाला किंवा फ्लॉवरपॉटलासुद्धा हात लावू देत नसे. सामीला माहीत होते की माकडाच्या चांगल्या वागण्यामुळेच ते तिथे व्यवस्थित काम करू शकत होते.

अशा प्रकारे तीन वर्षं गेली. तीन म्हणजे खूपच जास्त काळ झाला. कारण या तीन वर्षांतला प्रत्येक क्षण ते एकमेकांच्या सोबत होते. ते बरोबर काम करत, बरोबर जेवत आणि बरोबरच झोपत. खरे तर ही त्यांची सोबत आयुष्यभरही चालू राहिली असती तर बरे झाले असते, पण त्या माकडाला पडलेला एक छोटासा मोह त्यांच्या रस्त्यात आडवा आला.

एक दिवस सामी असाच एका मोठ्या बंगल्यासमोर खेळ करणार होता. प्रसन्न मनाने त्या बंगल्यामध्ये खेळ करण्यासाठी तो निघाला होता. सहसा अशा मोठ्या मोठ्या बंगल्यामध्ये जाण्याचे तो टाळीत असे; कारण ते लोक गर्विष्ठ, इतरांपासून दूर राहणारे असत. जास्त कुणाला भेटत नसत. त्यांच्याकडे नोकर असत आणि भीतिदायक कुत्रे पण असत. तो थोडासा घाबरतच आत जाऊ लागला. जेव्हा त्याने एका नोकराला त्याच्याकडे येताना बघितले तेव्हा त्याला वाटले, आता कुणीतरी आपल्या अंगावर जोरात ओरडणार. सामी क्षणभर तिथेच थांबला. त्याने माकडाला गच्च धरून ठेवले आणि तो पळून जाण्याचा विचार करू लागला. पण त्या नोकराने त्याला धरले आणि तो खूप काहीतरी बोलू लागला. सामीने असे दाखवले की त्याला ऐकू येत नाही, पण तो नोकर त्याला खाणाखुणा करून सांगू लागला की त्या घराच्या मालकाने त्याच्या माकडाला घेऊन येण्यास त्याला सांगितले आहे.

त्याला व्हरांड्याच्या पायरीपर्यंत बोलावले आणि व्हरांड्यातच खेळ करून दाखवायला सांगितला. तो खेळ खास त्यांच्या घरातल्या एका लहान मुलासाठी होता. तो मुलगा एका पलंगावर दोन उशा ठेवून त्याच्या मध्ये टेकून बसला होता

आणि त्याने अंगावर हिरव्या रंगाची शाल पांघरली होती. तो माकडाचा खेळ बघत होता, तसा त्याचा चेहरा मेणबत्तीसारखा उजळून निघत होता. मग तो काहीही विरोध न करता जेवत होता आणि औषधही घेत होता. त्या घराचा मालक खेळ बघायला जमलेल्या सगळ्या लोकांकडे बघून हसत होता. सामीला तर एखादा खजिनाच सापडल्यासारखे वाटत होते.

माकड आता तिसऱ्यांदा तोच खेळ करून दाखवत होते. मिठाई विकणारा मिठाईवाला त्याच्या डोक्यावर ठेवलेल्या ताटाचा तोल सावरत होता. सगळ्यांचे डोळे त्याच्यावर खिळले होते. माकडाने बघितले, बाजूच्या टेबलावर एका ताटलीत पावाचे तुकडे आणि काही फळे ठेवलेली होती. त्याची दृष्टी त्याच्यावर पडली मात्र, त्याने एकदम हातातल्या वस्तू फेकून दिल्या आणि तो पुढे गेला. पावाचा तुकडा हिसकावून घेतला आणि टेबलावरच्या औषधाच्या बाटलीला आणि फुलदाणीला धक्का मारला. सगळीकडे एकदम गोंधळ माजला. सामी संतापाने आंधळा झाला आणि माकडाला पकडण्यासाठी त्याने पुढे उडी मारली. त्यामुळे तिथल्या सामानाला आणि फर्निचरला धक्का लागला आणि जवळच असलेल्या आजारी मुलावर जाऊन तो कोसळला. एकदम कुणीतरी जबरदस्त हातांनी त्याला धरले आणि व्हरांड्याच्या पायऱ्यांवर ओढत आणले. त्याने वळून बघितले, त्याचे माकड एका खांबावर उंच बसून पाव खाण्याची मजा लुटत होते. प्रत्येक जण सामीवर रागावत होता आणि रागाने हाताच्या मुठी वळवत होता. ते सगळे लोक असे वागत होते की जणू काही सामीने त्या आजारी मुलाला काहीतरी अपघात घडवून आणण्याचा कट केलाय आणि त्या सगळ्या लोकांनी त्या आजारी मुलाला त्यातून वाचवले आहे. सामी अगदी काकुळतीने सांगत होता की मुलाचा त्यात काही संबंध नाही, त्याला फक्त माकड पाहिजे होते.

"हाकलून द्या त्याला बाहेर," त्या घराचा मालक ओरडला. "तो मुलाला भीती दाखवतोय. ही अशी क्षुब्ध मनःस्थिती मुलाला नको. त्याला धक्का बसला तर त्यातून बाहेर येण्यासाठी त्याला खूप दिवस लागतील. हाकलून द्या त्याला बाहेर. दुष्ट माणूस."

नोकरांनी सामीला धक्के मारून बाहेर हाकलले. तो प्रतिकार करत होता. त्याला विचारायचे होते, 'माझे माकड कुठे आहे? कुठे आहे माझे माकड?' पण त्याच्या घशातून फक्त गुडगुड आवाज येत होता आणि त्या लोकांना वाटत होते की तो त्यांना धमकी देतोय. त्यांनी त्याला एकदम बाहेर रस्त्यावर नेऊन टाकण्यासाठी फाटकाकडे नेले. त्याने सहज वळून बघितले तर त्याचे माकड वर छतावर बसले होते. तो भांबावून गेला, त्यांच्या पाया पडला, त्याने त्यांना भीक मागितली, एकदाच, फक्त एकदाच त्या माकडाला खाली बोलावू द्या. त्यांना त्याचा कळवळा

आला. तो त्या छताच्या खाली उभा राहिला आणि हावभाव करून, हातवारे करून माकडाला खाली येण्यासाठी बोलावू लागला. त्या माकडाने फक्त एकदा आपण किती हुशार आहोत, अशा अर्थाने त्याच्याकडे बघितले आणि ते पावाचा तुकडा चावत बसले. त्याचा मालक काय म्हणत होता तेच त्याला समजत नव्हते. त्याला हेच कळत नव्हते की ते जर वापस आले तर त्याचा मालक त्याला माफ करील का शिक्षा करील! त्याला त्याचे स्वातंत्र्य पाहिजे होते. तीन वर्षं एका दोरीला बांधून राहण्यापेक्षा पळून जाण्याची मिळालेली ही संधी आनंद देणारी होती. ते फक्त एका बाजूला थोडेसे वळले. छतावर चालत आले आणि त्याच घरामध्ये उघडत असलेल्या एका खिडकीच्या जाळीवर बसले. त्याच्या कमरेला बांधलेली दोरी लोंबत होती. थोडा वेळ ती तशीच सापासारखी सरपटत राहिली आणि मग नाहीशी झाली.

दिवसेंदिवस सामी त्या टाऊन हॉलच्या कोपऱ्यात बसून त्या माकडाची वाट बघत होता. एक ना एक दिवस तरी ते वापस येईल असे त्याला वाटत होते. अगदी पहिल्या दिवशी आले होते तसेच. तो रोज त्या बंगल्याच्या फाटकाजवळ उभा राही आणि सहेतुकपणे त्या खिडकीकडे, त्या छताकडे आणि तिथल्या झाडांकडे बघत राही. त्याला बघितले की तिथले नोकर त्याचा पाठलाग करीत. एक दिवस तो पुन्हा त्यांच्या पाया पडला आणि म्हणू लागला की त्या माकडाचे काय झाले ते सांगा. ते म्हणत की त्यांना काहीच माहीत नाही. सामीला मात्र खात्री वाटत होती की ते त्या खिडकीच्या जाळीवर बसले होते, तेव्हा त्यांनी त्याला पकडून नक्कीच घरात बांधून कोंडून ठेवले असणार.

अशी खूप दिवस वाट बघत राहिल्यामुळे त्याचे खूप नुकसान झाले. आणि मग परत त्याने त्याचे ते अनिश्चित जीवन सुरू केले. भीक मागण्याचे, जी तो तोंडाने कधीच मागू शकत नव्हता.

◆

प्रवेशद्वाराजवळ

त्या दिवशीच्या संध्याकाळच्या मीटिंगला मी हजर राहिलो नाही, पण त्यात माझा काहीच हेतू नव्हता. ते मी मुद्दामहून केले नाही. कबूल केल्याप्रमाणे मी सभेच्या ठिकाणी जाण्यासाठी निघालो होतो, यात मुळीच शंका नाही. सभा संध्याकाळी साडेपाच वाजता होती आणि बरोबर साडेपाच वाजता मी विद्यापीठाच्या कोपऱ्याजवळ होतो. त्याच वेळी खारींची एक जोडी पाहून माझे पाऊल अडखळले. कायद्याला धरून एखादा माणूस विचारेल की खारींना बघून कुठे मोठी माणसे अशी त्यांच्या ठरलेल्या कामांमध्ये मोडता घालतात का? पण मी अजूनही विचार करतो की खरेच, तो प्रसंग खरोखरच असा होता का की एखाद्या मोठ्या माणसानेसुद्धा त्याची सगळी कामे बाजूला सारावीत. तर हो, तो प्रसंगच तसा होता.

त्या जोडीमध्ये एक आई होती आणि दुसरे तिचे छोटे बाळ होते. त्याचे वय दहा दिवसांचे असेल आणि बहुतेक करून बाहेर पडण्याची त्याची ही दुसरी वेळ असेल. त्या छोट्या बाळाची शेपूट लांब आणि झुपकेदार होती. एकंदरीत त्याचा शरीराचा भाग लहानसर होता. थोडासा हिसका बसला की ती शेपूट हलत होती. ते दोघेही त्यांच्या घरी जात होते. त्यांचे घर विद्यापीठाच्या भिंतीच्या पलीकडच्या बाजूला होते. बहुतेक कुलगुरूंच्या ऑफिसच्या व्हरांड्यातल्या छपरावरच्या एखाद्या कोनाड्यात असेल. त्या खारींच्या घरी जाण्यासाठी एका सुशोभित केलेल्या भिंतीच्या खिडकीतून

जावे लागे. त्याची उंची साधारण दोन फूट होती. पण अडचण अशी होती की खारीचे ते छोटे बाळ तिथपर्यंत पोहोचू शकत नव्हते. आई रस्त्यापासून येऊन त्या पोकळीतून पटकन पलीकडे जात होती; पण ते बाळ मात्र फक्त पळत येऊन भिंतीच्या पायाशी थांबून वर बघत होते.

आईला आशा वाटत होती आणि ती असे समजत होती की बाळ मागून येत असेल. तिने पलीकडच्या बाजूला खाली उडी मारली आणि ती अदृश्य झाली. ते बाळ मात्र काहीच करू शकले नाही. ते फक्त आपल्या पायांच्या मागच्या पंजावर उभे राहिले आणि आपल्या मार्गात अडथळा करणाऱ्या त्या अफाट किल्ल्याच्या तटबंदीबद्दल विचार करीत राहिले. ते तसेच थांबले. त्याला वाटले आता काहीतरी जादू व्हावी आणि कुणीतरी आपल्याला भिंतीच्या पलीकडच्या बाजूला घेऊन जावे. जीवनात येणारी ही एक फार चिंताजनक वृत्ती होती. थोड्या वेळाने ती आई वापस आली आणि त्या खिडकीच्या कोपऱ्यातून त्याच्याकडे पाहू लागली. तिची शेपूट फडफडत होती आणि तिच्या पाहण्यात आश्चर्यचकितपणा होता. तिने खाली पाहिले, थोडा वेळ थांबली, तोंड वर केले (खरोखरच डिस्नेचे पात्र. आणि ऑस्कर वाइल्ड म्हणाला होता, 'निसर्ग कलांचे अनुकरण करतो.' त्याच्याशीही सगळे सहमत होतील.) आणि विचारले, ''अजून इथेच?''

ते बाळ म्हणाले, ''मी तुझे अनुकरण करू शकत नाही. तू उंच उडी मारतेस आणि पटकन नाहीशी होतेस. मी तिथे पोहोचू शकत नाही.''

''ओहऽऽ!'' आई म्हणाली. ती खूपच आश्चर्यचकित झाली होती. ती खाली आली. तिने आपल्या बाळाला खूप वेळ चाटले आणि पुटपुटली, ''आता ये. आता ये माझ्यामागे. ते काही खरोखर एवढे जास्त उंच नाही. एक थोडासा प्रयत्न केला की आपण आपल्या घरी असू. चल ये.''

तिने पुन्हा त्या खिडकीच्या कोपऱ्यावर उडी मारली आणि ती नाहीशी झाली. त्या छोट्याने आपल्या आईची नक्कल करण्याचा व्यर्थ प्रयत्न केला आणि तो खाली पडला, अंगावरची धूळ झटकली आणि इकडे तिकडे बघितले. त्याला वाटले, आपल्याला कुणी बघत तर नाही ना? या परिस्थितीचा त्याला थोडा रागही आला. आईला वाटते की आपण जसे पळालो तसेच सगळे पळू शकतात. आई पुन्हा वापस आली आणि म्हणाली, ''अजूनही घरी येण्याची तुझ्या मनाची तयारी झाली नाही का? आता लवकरच अंधार पडेल.''

तिला वाटत असलेली काळजी बाहेर दिसू नये, अशी तिची इच्छा होती. सूर्य मावळायला आला होता आणि त्यांना लवकर घरी जायचे होते. ती खाली आली, तिने त्याच्या पाठीवर थोपटले, थोडेसे कुरवाळल्यासारखे केले आणि हसत हसत ती म्हणाली, ''खोल श्वास घे. हंऽऽ असा. तू काही अगदी मी जशी मारली तशी

इथूनच उडी मार असे नाही म्हणत मी. तरी पण तुलाही लवकरच तशी उडी मारता येईल. काही पावले मागे जा. मी जसे करत्येय तसे.''

त्या बाळाने तिच्या सूचना अगदी तंतोतंत पाळल्या.

''हं, आता पळ आणि आता तू तुझाच असा जोराचा हिसका मार, मी जसा मारते तसा.''

आणि पुन्हा लगेच त्याची आई दृष्टीआड झाली. त्या छोट्याने तिच्या सगळ्या सूचना पाळल्या; पण फक्त त्या खिडकीच्या काठापर्यंत जाईपर्यंतच आणि नंतर तो तिथेच लिंबाच्या झाडापाशी रखडला, मागे पडला आणि तिथेच भिंतीच्या बाजूला दबा धरून बसला. त्याला माहीत होते की आता आपल्याला आणखी काहीतरी नवीन सूचना घेऊन आई पुन्हा वापस येईल. जेव्हा त्याची आई त्याच्याजवळ आली तेव्हा तो या कामाला एवढा कंटाळला होता की त्याने तिच्याकडे बघितले पण नाही.

त्याची आई ओरडली, ''तुला रात्रभर बाहेरच राहायचंय का?''

वर न पाहता तो छोटा उदास होऊन म्हणाला, ''मी काहीच करू शकत नाही. मला वाटते की मला इथेच राहावे लागेल.''

आई एकदम रागात आली. अंधार पडत होता. कुठेतरी घुबडाच्या ओरडण्याचा आवाज येत होता आणि अनोळखी पक्षी आणि पाकोळ्या आजूबाजूला घिरट्या घालीत होत्या. प्राणघातक कावळे त्यांच्या घराकडे वापस येत होते. ती वेळच सुरक्षित नव्हती. सगळे शत्रू दृष्टीआड होईपर्यंत आई त्या भिंतीच्या जवळ टेकून तशीच उभी राहिली. त्या पिलानेही आपल्या आईचे अनुकरण केले आणि ते तसेच तिला चिकटून तिच्याजवळ थांबले.

आईने हळूच त्याला ढकलले आणि म्हणाली, ''हा काही शेवटचा उपाय नाही. तू आणखी प्रामाणिक प्रयत्न करायला पाहिजेत. हे बघ, हे खूप सोप्पे आहे.''

ती काही पावले मागे सरकली आणि पळाली. तिला वाटले, पिलू मागून येतेच आहे. ती म्हणाली, ''बघ. किती सोपे आहे. मला माहीत आहे की तू हे सहज करू शकशील. असे काही नाही की तू करू शकणार नाहीस. फक्त तुझ्याजवळ आत्मविश्वास नाही. हं, चल ये.''

आणि तिने त्याला सगळे कसे करायचे ते दाखवले. 'हे असे आहे, असे नाही. असे आहे, असे नाही, हे बघ.' अशा प्रकारे तिने पंधरा-वीस वेळा केले. छोट्यानेही तिच्याप्रमाणे करण्याचा प्रयत्न केला, पण प्रत्येक वेळेला तो मागे पडत होता. आता दोघेही आडवे पडले होते आणि धापा टाकीत होते. आईने त्याच्या कानाजवळ हळूच एक चापट मारली. तिने आत्तापर्यंत केलेले प्रयत्न आता हळूहळू रागाचे रूप धारण करू लागले.

''काय झालंय तुला?'' तिने विचारले.

"मला इथे सोडून जाऊ नकोस गं आई." पिलू म्हणत होते.

"मलाही तसे जावे वाटत नाही पण, पण आता इथे थांबणे योग्य नाही."

त्या पिलाने पुन्हा काही वेळा प्रयत्न करून बघितला. आई त्याला मार्गदर्शन करीतच राहिली. ती गोष्ट खूप कंटाळवाणी होत होती. शेवटी आई त्याला म्हणाली, "मला तुझा अभिमान वाटत नाही. तुझ्या वयात आम्हीऽऽ." आईच्या तिथे जवळ असण्यामुळे त्या पिलाला थोडा उत्साह आला. पिलू एकदम खूश होते आणि उगाचच तिच्या भोवताली पळत होते, उड्या मारीत होते. त्याच्या एकंदरीत वागण्यावरून जाणवत होते की त्याला अजून परिस्थितीचे गांभीर्य कळले नव्हते. त्याला हे समजले नाही की वेळेप्रमाणे आपण वागायला पाहिजे. थोड्याच वेळानंतर अंधार पडेल आणि मग त्यांना रस्ताच सापडणार नाही.

आई म्हणाली, "आता आपल्याला इथे जास्त वेळ थांबता येणार नाही. बघ, ती लहान मुले खेळाच्या मैदानातून परत येत आहेत. ती आपल्याला दगड मारतील. कुठेतरी कुत्र्याच्या भुंकण्याचा आवाज येतोय. हे जग फार असुरक्षित आहे. आता आपण इथून ताबडतोब जायला पाहिजे."

तिच्या आवाजात काळजी होती. आईने पुन्हा एकदा कसे करायचे ते त्याला सांगितले आणि त्या पिलाने कमी जास्त प्रमाणात तसे करत असल्याचे सोंग आणले. आता मात्र आईचा संयम संपला. ती शेवटचे त्या खिडकीत गेली आणि तिने विचारले, "तू येणार आहेस का नाही?"

ते पिलू अजूनही जबाबदारीने तसे वागण्याच्या मनःस्थितीत नव्हते. ते म्हणाले, "त्या दिवशी तू मला जसे घेऊन गेली होतीस तसे केल्याशिवाय मी येणार नाही."

"तो दिवस म्हणजे हा दिवस नाही." आई म्हणाली, "तू जर थोडा लहान असतास, तर मी तुला गुंडाळून माझ्या पायात पकडले असते आणि नेले असते. तू काही सांगण्याची मी वाटही बघितली नसती."

"मग मला उडी मारता येत नाही, मी येणार नाही." पिलू म्हणाले.

"मूर्खा, तुला माहीत नाही, तू कुठे आहेस ते. चल, पटकन माझ्याबरोबर ये. सगळे जग थकून गेले आहे आणि आपण दोघेच फक्त इथे जागे आहोत. आपले शत्रू आपला माग घेत असतील. चल, ये पट्कन."

"मी नाही येऊ शकत आई, तू बघत नाहीस का?"

त्याचे वाक्य पूर्ण होईपर्यंत आईने वाट बघितली नाही. ती पटकन वळली, गोल फिरली आणि पलीकडच्या बाजूला उडी मारून नाहीशी झाली. फक्त एक क्षणभरच थांबून म्हणाली, "शेवटी देव वर आहेच. जर तुझ्या नशिबात उद्याचा दिवस बघणे असेल तर बघशील. बस, एवढंच. मी किंवा आणखी इतर कुणी तुझ्यासाठी काय करू शकतो?"

त्या छोट्याने थोडा वेळ वाट बघितली. आईच्या पावलांचा आवाज येतोय का हे तो उत्सुकतेने ऐकत होता. अंधार पडला. तो नाराज झाला. त्याला खरोखरच भीती वाटू लागली. त्याने मग पुन्हा त्या खिडकीपर्यंत जाण्यासाठी खूप प्रयत्न केले. आईने सांगितलेल्या, दिलेल्या सगळ्या सूचना अमलात आणल्या. पण काहीच उपयोग झाला नाही. तो एकदम पूर्णपणे थकून गेला आणि तिथेच झोपी गेला. त्याच्याकडे बघून माझ्या मनात एक विचार आला की विद्यापीठातील अधिकाऱ्यांना विनंती करायची हीच वेळ आहे. त्यांच्या कंपाउंडच्या भिंतींच्या खिडक्यांची उंची त्यांनी थोडी कमी करावी. नंतर त्या पिलाने त्या परिस्थितीत त्याला स्वतःला अगदी शहाणपणाची वाटणारी एक गोष्ट केली. त्याने अचानक सगळे प्रयत्न सोडून दिले. एक उडी मारली. दोन्ही बाजूंना असलेल्या झाडांपैकी एका झाडावर उडी मारली आणि ते झाडावर बसले. त्या तिथल्या उंचावरून त्याने त्याच्या आईला खूप हाका मारल्या, पण त्या बिचाऱ्या आईने काहीच प्रतिसाद दिला नाही.

मी माझे घड्याळ बघितले. हा सगळा कार्यक्रम जवळ जवळ सव्वा तास चालू होता.

तो सभा भरवणारा पुढच्या वेळी मला भेटला तेव्हा म्हणाला, ''तुम्ही पुन्हा एकदा आमची निराशा केली.''

''मी खरोखरच या वेळी काही मदत करू शकत नाही.'' आणि मग मी नेहमीचेच ठरावीक वाक्य बोललो, ''मी व्यस्त होतो, अनपेक्षितपणे...''

◆

चार रुपये

रंगाला हे कधीच माहीत नसायचे की आता पुढे तो काय करणार आहे. कबीर गल्लीतल्या त्याच्या छोट्या घरातून तो बाहेर पडला आणि कोपऱ्याला वळसा घालून मार्केट रोडला आला. तिथे नेहमीच त्याला काहीतरी वेगळेच काम मिळत असे. आजही तो त्या मार्केटमधल्या कारंज्याजवळ बसला होता. तेव्हा असेच एक कठीण काम त्याच्याकडे चालून आले. एक्स्टेन्शनमधल्या बंगल्यातला एक नोकर बाजूला गोल चकरा मारत होता. त्याच्या चेहऱ्याकडे बघितल्यावर तो काहीतरी शोधत असल्यासारखे वाटत होते. तो रंगाला म्हणाला, ''आमचा एक तांब्याचा हंडा विहिरीत पडलाय. तुम्हाला असे कुणी माहीत आहे का, की जो विहिरीत उतरून आमचा हंडा काढून देईल.''

''त्या कामासाठी ते किती पैसे देतील?''

''तुला त्या कामासाठी किती पाहिजेत?''

''मला आधी विहीर बघावी लागेल आणि मला नाही वाटत की दोन रुपयांपेक्षा कमी कुणी घेईल.'' तो म्हणाला.

''हो ठीक आहे. चल माझ्याबरोबर.''

तो नोकर म्हणाला आणि रंगाला आश्चर्यच वाटले. त्याला वाटलेच नव्हते की त्याने जेवढे पैसे सांगितले तेवढ्याला तो हो म्हणेल म्हणून. यापूर्वी तो कधीच विहिरीत उतरला नव्हता. काहीतरी सबब सांगण्याचा रंगा प्रयत्न करू लागला; पण तो नोकर त्याला सोडायला तयारच नव्हता. त्याने त्याचे मनगट गच्च धरले होते आणि त्याला

आपल्याबरोबर ओढत घेऊन जाऊ लागला. रंगा विरोध करतच होता.

"मला खरंच विहिरीबद्दल काहीच माहीत नाही." तो ओरडला.

"हं. आता काही बोलू नकोस. आधी विहीर बघ." तो नोकर म्हणाला. आणि त्याने त्याला अजूनच गच्च धरून ठेवले. तो म्हणाला, "चार दिवस झाले, त्या लोकांनी मला जीव नकोसा करून टाकलाय. आज जर मी त्यासाठी काही केले नाही तर ते लोक मला कामावरून काढून टाकतील."

"पण मला खरंच विहिरीबद्दल काहीच माहीत नाही."

"ह्या, त्याच्याशी मला काही करायचं नाही." त्या म्हाताऱ्या नोकराने त्याची चांगली खरडपट्टी काढली आणि तो सूचकपणे हसला. "तुला जर आणखी आणे दोन आणे जास्त पाहिजे असतील, तर तू माग. पण अशी काही खोडी काढू नकोस."

"पणऽऽ पण." रंगा अडखळत चालू लागला. त्याचा आत्मविश्वास कमी होत होता. त्या नोकराने त्याला एक बिडी ओढण्यासाठी दिली आणि गप्प बसवले. रंगाने आपल्या नशिबावर हवाला ठेवला.

एक्स्टेन्शनच्या बंगल्याच्या फाटकात मालक, त्यांची बायको आणि दोन मुले उभी होती. नोकर दिसताच ते ओरडले, "कुणी सापडले का तुला?"

"हा काय इथेच आहे." रंगाकडे बोट दाखवून नोकर म्हणाला. रंगाचे अंग थरथर कापू लागले आणि असहाय होऊन तो सगळ्यांकडे बघू लागला.

मालक म्हणाले, "एक तांब्याचा हंडा विहिरीत पडला आहे, तो तुला काढून द्यावा लागेल."

"मी? मी कसा काय? मालक," रंगा म्हणाला.

पण तेवढ्यात तो नोकर मध्येच म्हणाला, "ते सगळे तुम्ही माझ्यावर सोडा मालक. तो करेल ते काम."

त्यामुळे मालकाला वाटले की ते दोघे आपल्याबरोबर काहीतरी चालूपणा करत आहेत, पण पुन्हा ते सहज म्हटल्यासारखे म्हणाले, "ठीक आहे. ठीक आहे. आधी विहीर बघून घे."

ते त्याला मागच्या बाजूला घेऊन गेले. मालक आणि त्यांच्या घरातले लोक त्याच्याशी असे वागत आणि बोलत होते की त्यालाही वाटत होते की तो कुणीतरी खास माणूस आहे. आपल्यालाही कुणी महत्त्व देत आहे म्हणून त्यालाही आनंद होऊ लागला. ते सगळे त्याच्याभोवती उभे राहिले आणि काय झाले, कसे झाले ते सविस्तर सांगू लागले.

रंगाने गंभीरपणे सगळे ऐकून घेतले आणि तो म्हणाला, "दोरी कुजली असेल."

रंगाच्या या बोलण्याला त्यांनी लगेच मान्यता दिली. रंगाला तर असे वाटू लागले की त्याने काहीतरी गंभीर, विद्वत्तापूर्ण असे विधान केले आहे. त्यानंतर त्या लोकांनी त्याला त्या हंड्याचा सगळा इतिहास सांगितला. तो हंडा म्हणजे त्यांच्याकडे

वंशपरंपरेने चालत आलेली मौल्यवान वस्तू होती. आजोबांच्या आजोबांना लग्नात ती कुणीतरी दिली होती आणि पिढ्या न् पिढ्या ती पुढच्या पिढीला दिली जात होती. त्या नोकराकडे त्यांनी रागाने बघितले.

ती बाई म्हणाली, "या मूर्खाला कितीदा तरी सांगितले की त्याला हात लावत जाऊ नकोस म्हणून. आणि तरी..."

"विहिरीतून पाणी काढण्यासाठी फक्त जर्मनचेच भांडे वापरायला पाहिजे." एखाद्या निष्णात माणसाप्रमाणे रंगा म्हणाला. त्याच्या या बोलण्यावर थोडी पसंतीदर्शक कुजबुज झाली. रंगाला असे वाटू लागले की तो खरोखरच कुणीतरी मोठा, चांगला माणूस आहे.

त्या लोकांनी विहिरीवरचे झाकण काढले आणि रंगाने आत डोकावून बघितले. त्याच्या छातीत धडकी भरली. खूप खोलपर्यंत एक बोगदा असल्यासारखा दिसत होता. सगळीकडे अंधार होता आणि आतमध्ये खाली पाण्याचा एक ठिपका चमकत होता.

"विहीर खूपच खोल आहे वाटते." रंगा म्हणाला.

"फक्त साठ फूट."

"हो पण आम्ही सहसा चाळीस फुटापेक्षा खाली असलेल्या विहिरीत जात नाही." रंगा म्हणाला.

"तुला जर आणखी आठ आणे जास्त पाहिजे असतील, तर आम्ही ते खुशीने देऊ." ते म्हणाले.

"तुम्ही मला चार रुपये द्यायला पाहिजेत. नाहीतर मी माझा जीव धोक्यात घालणार नाही."

थोडी घासाघीस केल्यानंतर ते लोक तयार झाले. पुन्हा वापस जाण्याची रंगाची शेवटची आशाही आता मावळली. गेले तीन दिवस त्याला काहीच काम मिळाले नव्हते आणि त्याच्या बायकोने आणि त्याच्या सासूने त्याच्याशी बोलणेच सोडून दिले होते. हा त्याला दिसलेला एक आशेचा किरण वाटत होता; पण खाली डोकावून बघितल्यानंतर दिसलेला तो पाण्याचा ठिपका अशुभ वाटला होता. त्या चार रुपयांचे आकर्षणही त्याला वाटेनासे झाले. तिथून पळून जाण्याचा विचार तो करू लागला. खाली विहिरीत वाकून बघितल्यावर सगळ्यांकडे वळून समाधान झाल्यासारखे दाखवीत तो म्हणाला, "ठीक आहे. सगळे व्यवस्थित आहे. मी संध्याकाळी येईन. मला आता घरी जायला पाहिजे."

"का?"

त्याला काहीच सांगता आले नाही. त्याने उगीचच्या उगीच पुटपुटल्यासारखे केले की सकाळपासून त्याने काहीच खाल्ले नाही. लगेच त्या लोकांनी त्याला ओढतच बंगल्याच्या बाहेरच्या व्हरांड्यात नेले. त्याच्यासमोर एक केळीचे पान ठेवले

आणि त्याला जेवायला वाढले. आपण कुठे आहोत, काय करत आहोत हे सगळे काही कळायच्या आतच तो पोटभर जेवला. ते सगळे त्याच्या भोवती उभे राहिले होते आणि त्याला अजून जेवण्याचा आग्रह करीत होते. त्यांनी त्याला विड्याचे पान दिले, सुपारी दिली आणि त्यानेही ते ओठ लाल होईपर्यंत आनंदाने चावून खाल्ले. त्याला वाटले की तो त्या घरातला एक सन्माननीय पाहुणाच आहे. पण या उपकारांचा त्याला त्रास होऊ लागला. त्याला वाटले की आता तर या कामाला तो बांधलाच गेला आहे. त्या लोकांनी त्याला अर्धा तास विश्रांती घेऊ दिली आणि मग विहिरीवर बोलावले. एखाद्या शिक्षा दिलेल्या माणसासारखे त्याला वाटू लागले. किती तरी वेळ तो त्या विहिरीच्या तळाकडे पाहत उभा राहिला. आपली सुटका करून घेण्याचा एक शेवटचा प्रयत्न त्याने करून बघितला.

"मी नाही. मला माहीत नाही." असे काहीतरी तो बोलला.

"आता नाही म्हणू नकोस." त्या लोकांनी त्याला जबरदस्ती केली.

रंगा गोंधळून गेला. त्याला वाटले, आपण पाण्यात बुडून मरून गेलो, ते बघण्यासाठी हे लोक एवढे उतावीळ का झालेत? एक क्षणभरच त्याला एकदम उल्हास आला आणि वाटले की जोर मारून पटकन सुटका करून घ्यावी. भोवती उभ्या राहिलेल्या त्या सगळ्यांकडे त्याने एक नजर टाकली. ते सगळे त्याच्याभोवती गोल कडे करून उभे राहिले होते. त्याला वाटले, आता जर का त्याने पळून जाण्याचा थोडा जरी प्रयत्न केला तरी ते सगळे मिळून त्याला उचलून घेतील आणि विहिरीत नेऊन बुडवतील. आता सुटण्याची काहीच आशा नव्हती. त्याने त्याचा जीर्ण झालेला शर्ट काढला, धोतराच्या काचा खोवला. एक दोरी मागवली आणि त्याचे एक टोक रहाटाला बांधले. दुसरे टोक खाली विहिरीत सोडले. तो विहिरीच्या कठड्यावर चढला. दोरीला धरून खाली घसरत गेला. त्याचे दोन्ही पाय ताणून त्याने विहिरीच्या आतल्या बाजूच्या भिंतीवर घसरत ठेवले होते. खाली खाली जायला त्याने सुरुवात केली. खाली खाली जाण्यात त्याने प्रगती केली. खालच्या बाजूला बघायची त्याची हिंमत होत नव्हती. आतली हवा गरम आणि अंधारी होत चालली होती. त्याने वर बघितले. आकाशाचा निळसर गोल त्याला दिसला. रहाटाच्या जवळच्या फटीमधून एक पिंपळाचे रोप वाढत होते. आता वर उभे राहून त्याच्याकडे बघणाऱ्या लोकांचे चेहरे अंधूक दिसत होते.

"सावध राहा," काळजीने कुणीतरी ओरडले, "तू असा का घुटमळतो आहेस?"

"मला वर येऊ द्या. मी खाली जाऊ शकत नाही."

ते सगळे त्याच्याशी गोड गोड बोलू लागले. त्याला द्यायच्या पैशात त्यांनी पुन्हा चार आणे वाढवले.

"आता नाहीतरी तू अर्ध्या रस्त्यापर्यंत खाली गेलाच आहेस."

"जर मी वापस आलो नाही, तर माझ्या बायकोला सांगा."

हे ऐकून ते सगळे हसू लागले. आता त्याला एवढे निराधार वाटू लागले की तो स्वतःशीच म्हणाला, "आता मला दुसरा काहीच मार्ग नाही. जाऊ दे. मरू दे." आणि चपळाईने तो खाली गेला. प्रत्येक क्षणापरत ते जास्तच अंधारे आणि गूढ होत चालले होते. त्याला कानठाळी बसल्यासारखी वाटत होती आणि छाती जड झाल्यासारखी वाटत होती. पापण्या जड झाल्या होत्या. पण तो जेव्हा एकदम खाली पोहोचला तेव्हा तो थोडा सावध झाला. त्याच्या डोक्यातून सारखा आवाज येऊ लागला. चार रुपये चार रुपये. त्याने हाताच्या बोटांनी विहिरीचा तळ पिंजून काढला. शेवटी त्याच्या हाताला एक दोरीचा तुकडा लागला. त्याने तो ओढून घेतला तर त्याच्या टोकाला बांधलेला तो तांब्याचा हंडा त्याला दिसला.

तो प्रसंग मोठा थरारक होता. त्या सगळ्यांनी त्याला जोर लावून वर खेचून घेतले होते. जवळ जवळ अर्धा तास तो जमिनीवर पालथा पडून राहिला होता. जेव्हा तो उठला तेव्हा ते लोक त्याला म्हणाले, "तू खूप चांगला आहेस. पुन्हा जर विहिरीत काही पडले तर आम्ही तुला बोलावू. तू कुठे राहतोस?"

पण आपण कुठे राहतो हे त्याने सांगितले नाही.

"मला माझे पैसे द्या आणि मला जाऊ द्या." एवढेच तो म्हणाला.

त्यांनी त्याला चार रुपये दिले आणि वर चार आणे दिले. त्याने त्यांच्याकडे बघितले आणि म्हणाला, "तुम्ही चार रुपये, बारा आणे देतो म्हणाला होतात मालक."

पण त्याचे हे बोलणे ऐकल्यावर त्यांना राग आला.

"तुझ्या हावरटपणाला काही मर्यादा आहे का नाही? त्या भांड्याची किंमतसुद्धा कमी असेल. शिवाय आम्ही तुला जेवण अन् अजून काय काय दिले. जाऽऽ जा. जेवढे दिले तेवढ्यात समाधान मानायला शीक."

"अशा विहिरीत उतरणाऱ्या लोकांचे तुम्ही कधीच समाधान करू शकणार नाही. हे लोक असेच असतात." कुणीतरी म्हणाले.

जेव्हा रंगा घरी गेला तेव्हा नेहमीप्रमाणेच त्याची बायको आणि सासू दारातच उभ्या होत्या. त्याला बघितल्याबरोबर त्याची बायको गुरकावली, "आता सात वाजलेत. आता मी केव्हा सामान आणू आणि केव्हा स्वयंपाक करू? तुम्हाला तर वाटते की मी मोलकरीण म्हणूनच जन्माला आले आहे. आज रात्री तुम्ही उपाशीच झोपा म्हणजे तुम्हाला चांगलाच धडा मिळेल."

त्याने त्याच्याजवळचे चार रुपये आणि चार आणे दाखवले.

"चार रुपये? तुम्ही कुठून चोरून तर आणले नाहीत ना?"

त्याने त्याच्या हाताच्या कोपऱ्यावर आणि गुडघ्यावर खरचटलेले दाखवले. तेव्हा त्या दोघीही हसल्या आणि म्हणाल्या, "तुम्ही विहिरीवर गेला असाल हे खरेच वाटत नाही. बहुतेक तुम्ही एखाद्याला धरून त्याच्या पाकिटातून पैसे ओढून घेतले असावेत..."

◆

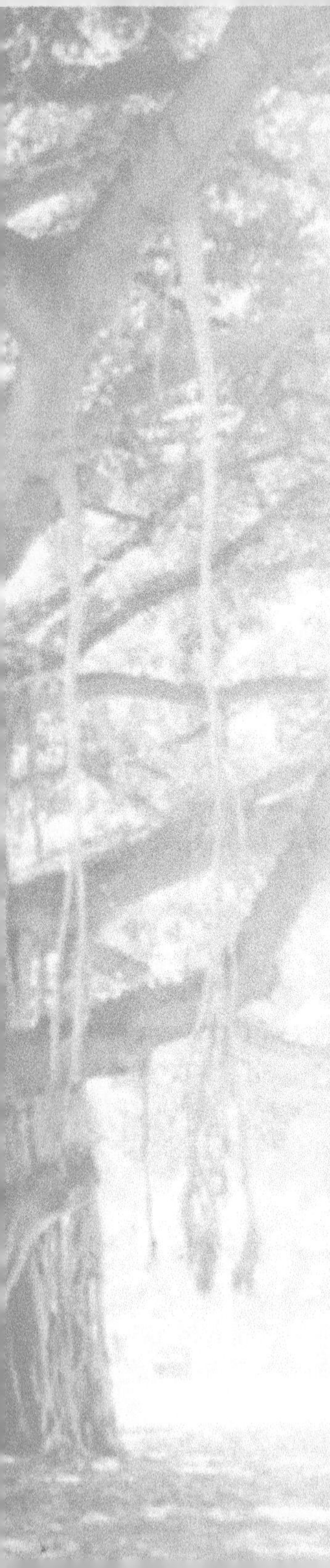

नारळाचा वास

फिर्यादी लोकांची ती एक अजबच सभा भरली होती. लोक फक्त एक झाला की दुसरा दगड मारायच्या तयारीतच होते. ज्याला दगड मारायचा होता तो आधीच खाली होता. तुरुंगाच्या भिंतींनी त्याला घेरले होते आणि गरम गरम शिसे वितळवून बनवलेल्या खांबांचा त्याला अडसर होता. याचा दोन्ही प्रकारे उपयोग होत होता, पिंजरा आणि तुरुंग. थोडक्यात काय तर त्याची परीक्षा घेणे म्हणजेच धोक्याची वेळ येणे. तुरुंग आणि पिंजरा यांतला फरकच सांगायचा झाला तर, इतर कैद्यांसाठी तो सोयीचा असतो पण या धोकादायक प्राण्यासाठी नाही. त्याने वर सगळ्यांच्या तोंडाकडे बघितले, तेवढाच एक आशेचा किरण. तपकिरी रंगाचे केस असलेला आणि चश्मा घातलेला माणूस न्यायाधीश होता. त्याच्या तोंडाकडे बघून कुणालाही काहीही समजणार नाही. त्याचे डोके आधीच काही अपूर्ण राहिलेल्या कामांनी भरलेले होते आणि आता तर तो असा दिसत होता की कुणीतरी त्याच्या महत्त्वाच्या कामात अडथळा आणला आहे. त्यांनी त्यांच्या कानावर पेन ठेवले होते. कोणत्याही क्षणी ते पेन ओढून घेतील आणि पटकन जाऊन अपूर्ण राहिलेले काम पूर्ण करून येतील, असे वाटत होते. त्या कैद्याकडे ते थंड नजरेने पाहत होते. त्यांच्या मनात या क्षणी काय चालले आहे ते सांगता येणे शक्य नव्हते. अर्थातच, जे काही चालले होते ते वाईट नसावे. ते प्रौढ होते, चिंतातुर नजरेने बघत होते, पण

त्याच वेळी ते थोडे गैरशिस्त वाटत होते. त्या खटल्याबद्दल त्यांना नेमके काय वाटत होते ते, ते दाखवत नव्हते. सगळे काही त्यांच्यावरच सोपवले होते. ते न्यायाधीशासारखे वाटत होते. कदाचित कोणत्याही क्षणी ते पिंजऱ्याचे दार उघडतील आणि त्या कैद्यावर ओरडतील, "जा. निघून जा इथून. आणि पुन्हा तुला पकडायची वेळ माझ्यावर येऊ देऊ नकोस."

पण ही फक्त त्या तणावपूर्ण कैद्याच्या मनातली इच्छा असू शकते. आता न्यायाधीश मात्र काय करतील याचा अंदाज किंवा तर्क करणे अशक्य होते. पंच लोक मात्र गंभीर दिसत होते आणि विचित्र वागत होते. कधी कधी ते सगळेच तावातावाने ओरडून बोलत होते. अतिशय घाणेरडी पद्धत. हे सांगणे पण अशक्य होते की पंच कोण आहे, फिर्यादीचा वकील कोण आहे. असे दिसत होते की हा सगळा मामला काहीही, बचावाचा एक शब्दही न बोलता निपटून टाकला जाईल. बचाव? कदाचित तिथे बचाव करण्यासारखे काही नव्हतेच मुळी. तो कैदी स्वतःच काही करण्याबाबत पात्र नव्हता, पण डोळे मात्र फिरवीत होता. ते मोठे मोठे आणि गोल होते. ते फक्त खास त्याच्यासाठीच बनवलेले आहेत असे वाटत होते. त्याचा चेहरा दुःखी दिसत होता. आपल्या कोणत्याही भावना आपल्या चेहऱ्यावर दिसू नयेत याचा तो प्रयत्न करीत होता. फक्त त्याच्या मिशांची टोके मात्र लटलट कापत होती.

ते जे त्याची छळवणूक करणारे आजूबाजूला उभे होते ना, त्यांच्यापैकी कुणीतरी थट्टेने ओरडले, "मिशा? या एवढ्याशा छोटुकल्याला मिशा? असे वाटत्येय की त्याच्या शरीरापेक्षा त्याच्या मिशाच लांब आहेत."

पण चाललेल्या या थट्टेचे त्या कैद्याला काहीच वाटत नव्हते. हा प्रसंग काही असा नव्हता की कुणाचे वागणे तोलूनमापून पाहावे. सगळ्यात गंभीर गोष्ट एकच होती, ज्याकडे त्याचे लक्ष वेधले गेले आणि ती म्हणजे सगळे जण त्याच्या तक्रारीचा पाढा वाचत होते. त्या तक्रारी संख्येने पण जास्त होत्या आणि वेगवेगळ्या प्रकारच्या होत्या. खटला चालवणारे बोलायला नकार देत होते आणि त्याच वेळी एकीकडे बोलतही होते.

शेवटी न्यायाधीश म्हणाले, "हुश्य ऽ ऽ हुश्य, आवाज न करता एका वेळी एक जणच बोला. सगळ्यांनी एकदमच बोलायची काही गरज नाही."

एवढे एकच काम न्यायाधीशांनी चांगले केले आणि ते तेवढेच करू शकत होते. कारण त्यांच्याकडे पाहून कुणाला काही समजतच नव्हते. पण ही वेळ काही कुठले तर्कवितर्क करण्याची नव्हती. त्या कैद्याला मात्र एक गोष्ट नक्कीच माहीत होती, ती म्हणजे एक तर त्याला सोडून तरी देतील नाहीतर मारून तरी टाकतील. पण हे गूढ सहन होण्यासारखे नव्हते. त्यांचे बोलणे काही उत्साह वाढवणारे नव्हते. मोठ्यात मोठी शिक्षा देण्याबद्दलही ते एवढे सहज बोलत होते की जसे काही ते

एखाद्याला सांगत होते, ''या खोलीतून बाहेर जा.''

खात्रीने मरणच असणार होते, नाहीतर दुसरे काहीच घडणार नव्हते. कैदी समाजाच्या विरोधात वागणारा घटक होता. तक्रारी खूप गंभीर होत्या. कैद्याच्या हालचाली गुप्त होत्या. तो फक्त अंधारात बाहेर येतो. त्याला फक्त लूटमार करणे आणि दरोडेखोरी करणे, मोडतोड करणे, नाश करणे हेच माहीत होते. एकंदरीत काय तर त्याचे सगळेच तपशील भयंकर होते. पंचामधला सगळ्यात लहान सभासद होता त्याला एकाएकी असे वाटले की आपण सौम्य भाषेत काहीतरी बोलावे. त्याने असेही सूचित केले की कैद्याला काहीतरी भयंकर शिक्षा देण्यापेक्षा कुठेतरी नेऊन सोडावे. पण न्यायाधीश एकदम ओरडले, ''सोडून द्यायचे? का म्हणून?''

तो छोटा सभासद पुन्हा काही बोलायची टाळाटाळ करू लागला. न्यायाधीश म्हणाले, ''म्हणजे त्याची ही दुष्ट कामे तो आणखी कुठेतरी जाऊन करील. समजले मला.''

न्यायाधीश असे रागात आल्यामुळे सगळेच जण एकदम गप्प बसले. न्यायाधीश पुन्हा म्हणाले, ''याला कुठेही बाहेर नेऊन सोडले तर तो पुन्हा चोरून आपल्याकडे येणार नाही याची तुम्हाला खात्री देता येईल का?''

आता वर चालत असलेल्या या सगळ्या चर्चेचा, वादविवादाचा विषय तुमच्या लक्षात आलाच असेल. थोड्या वेळापूर्वीच एक छोटासा उंदीर चालता चालता पिंजऱ्यात येऊन अडकला होता. किती दिवसांपासून ते सगळे त्याच्या शोधात होते. आत्तापर्यंत तो अदृश्यच होता. फक्त त्याच्या हालचालींचा मात्र घरात सगळ्यांना त्रास होत होता. तो भांड्यांचा खडखड आवाज करी त्यामुळे घरातले लोक भिऊन, झोपेतून उठत आणि त्यांना असे वाटत असे एखादा चोर घरात घुसला की काय! जेव्हा शहरात प्लेगची साथ पसरली होती, तेव्हा तर सगळ्यांची भीतीने गाळणच उडाली होती. सामानाच्या खोलीत केव्हाही भांड्यांचा खडखड आवाज आला, गोंगाट झाल्यासारखा वाटला की घरात एखादा बॉम्ब ठेवला आहे की काय, असे त्यांना वाटे. या न पाहिलेल्या शत्रूची त्यांना एवढी दहशत बसली होती की त्याच्यामुळे घरात प्लेग येईल आणि सगळे कुटुंब नष्ट होऊन जाईल असे वाटत होते. सगळ्यात वाईट गोष्ट ही होती की, जेव्हा आरोग्य खात्याचे लोक त्यांचे सगळे सामान घेऊन घरात औषध मारायला येत, हे सगळे उंदीर नष्ट करायला येत, तेव्हा त्याला हे सगळे कळत असल्याप्रमाणे तो कुठेतरी दिसेनासा होई. आणि त्या औषधाचा परिणाम संपत आला की पुन्हा वापस येई. कोणत्याही प्रकारच्या भुसभुशीत जमिनीत तो सहज संचार करीत असे. तो कसा हुशार होता आणि अजिंक्य होता हे बघूनच सगळे लोक हताश होत असत. तो एखादा बुद्धिबळ खेळणारा निष्णात बुद्धिबळपटू असल्याप्रमाणे त्यांचे सगळेच डाव त्यांच्यावरच उलटवत असे.

त्यांनी त्याला खूप भुलवून जाळ्यात पकडण्याचा प्रयत्न केला. त्याला आवडणारी

कांद्याची भजी पिंजऱ्यात ठेवली. तो कौशल्याने त्या भज्यांना चोच मारून ती खात असे, पण पिंजऱ्याच्या दाराच्या चापाला स्पर्शही होऊ देत नसे. निराशेने त्यांचे हात वळवळत. तो उंदीर इतका सुसभ्य आणि इतका चलाख होता की तो माणसांनासुद्धा नष्ट करू शकला असता. खरे तर त्या शत्रूने तसा प्रयत्नही केला होता. त्यांच्या मोठ्या मुलाने एकदा तक्रार केली होती की त्याच्या डाव्या पायाच्या तळव्याला रात्री झोपेत काहीतरी चावले. त्यांना तिथे दाताचे व्रणही दिसले. डॉक्टरांनी ताबडतोब इंजेक्शनचा कोर्स दिला आणि त्याचा खर्च एकशे वीस रुपये आला. तो मुलगा त्या इंजेक्शनच्या वेदना कधीच विसरू शकत नव्हता आणि त्याने अगदी निश्चयच केला होता की या पीडेपासून घराची सुटका करायची. स्वयंपाकघरातला विध्वंस तर अगदी समर्थपणे चालूच होता. त्या घरातली ती बाई रडकुंडीला आली होती. ती घरातल्या सगळ्यांनाच दोष देऊन रडत होती आणि म्हणत होती, "तुम्ही त्याचे काही करणार आहात का नाही? असे कसे घरातले सगळे निरुपयोगी झाले?"

आणि यावरूनच मग तसा काही हेतू नसताना आवेशयुक्त स्वरात सगळ्यांनाच दोष दिला जात होता. अन्नप्रशासन, स्वस्त धान्याचे दुकान, दूधवाला, भाजीवाला सगळेच. शेवटी ती सगळ्यांनाच अशीही धमकी देत होती की त्यांना जर कुणाला एवढी अक्कल नसेल तर सगळेच उपाशी मरतील.

एकदा तर या सगळ्याच गोष्टीची हद्द झाली. शाळेत जाणाऱ्या त्यांच्या मुलीला असा शोध लागला की तिने वाळत घातलेली तिची वायलची साडी चार ठिकाणी कुरतडली गेली आहे. या एकाच गोष्टीपुढे त्याचे आत्तापर्यंतचे सगळे गुन्हे फिके पडत होते. आपण त्याचा खादाडपणा एक वेळ समजू शकतो, पण त्याने वायल का खावी? निव्वळ दुष्टपणा. शिवाय ती साडी नुकतीच विकत आणली होती. त्या मुलीला खूपच वाईट वाटत होते. तिला ती साडी खूपच आवडत होती आणि एक दिवसाआड, साबणाचा फेस करून आवडीने ती साडी धुवून आपल्या हाताने ती चौकटीवर वाळत घालत असे. दुर्दैवाने ती चौकट सामानाच्या खोलीच्या खिडकीजवळच होती. आणि आता तर ती साडी चार ठिकाणी कुरतडलेली सगळ्यांना दिसत होती. ती मुलगी रोज रडत होती आणि तिचे वडील रागाने दातओठ खाऊन बदला घेण्याची प्रतिज्ञा करत होते. तिची आई पण हतबल झाली होती. फक्त एकावरच याचा काही परिणाम होत नव्हता, तो म्हणजे त्या घरातला सगळ्यात लहान मुलगा, रामू. एक दिवस त्याचे गणिताचे पुस्तक त्याला एका बाजूला फाटलेले दिसले आणि त्याला आनंदच झाला. हे जणू त्याच्या मनासारखेच झाले होते. तो त्याच्या बहिणीला म्हणाला, "तूच तुझी साडी नखांनी फाडली असशील आणि उगीच त्या गरीब बिचाऱ्या उंदरावर आळ घेतेस. आजकाल घरात काहीही झाले की सगळे त्या उंदरालाच दोष देतात. कुणास ठाऊक, कदाचित

उंदीर नसेलही.''

घरात एका कोपऱ्यात मुटकुळे करून झोपलेल्या त्यांच्या मांजरीकडे पण ते रागाने बघत. या आडमुठ्या, धटिंगण बोक्याला एवढे आरामात ठेवून त्याचा काय उपयोग आहे?

''तू त्या मांजराला का बोलतेस?'' मुलगा म्हणाला.

''मांजराने त्याचे त्याचे काम करायला पाहिजे. उंदीर जर पकडत नसेल तर ती मांजर काय कामाची? खरं तर उंदराला मांजराची भीती वाटली पाहिजे, तर हीच उंदराला भिते– कुणाच्या जवळ जात नाही – भात, दूध आणि तूप खायला पाहिजे फक्त. आजकालच्या मांजरांना काय झालंय कोण जाणे! मला आठवते, आमच्याकडे कुठेही मांजर असले की...''

''कदाचित हिला वेगळ्या प्रकारचे उंदीर पाहिजे असतील आणि इतर मांजरांपेक्षा तिची आवड वेगळी असेल.'' मुलगा चिडून म्हणाला.

या अशा प्रकारच्या कुरतडणाऱ्या प्राण्यांची माहिती असणारा एक जण म्हणाला, ''नारळाचा एक तुकडा जाळावर भाजून, त्याचा गळाला लावायला उपयोग करा. उंदराला त्याचा मोह पडतो. त्याचा वास अगदी नक्कीच काम करतो.'' तो पुढे म्हणाला, ''तुम्ही बघाच, तो उंदीर कुठे दिल्लीत जरी असला तरी गडबडा लोळत या पिंजऱ्यात येऊन पडेल.''

तो दिल्ली का म्हणाला ते कुणालाच कळले नाही, पण त्यांनी ते कबूल केले कारण ते ऐकायला चांगले वाटत होते. त्या निष्णात माणसाने हे पण सांगितले की शत्रूला चकवण्यासाठी तो पिंजरा एका पोत्यात लपवून ठेवा. आणखी एक पोते पण त्याच्या बाजूला ठेवा. त्या माणसाने जसे सांगितले तसेच त्यांनी केले आणि उत्सुकतेने वाट बघत बसले. कितीतरी वेळ काहीच झाले नाही. आणि जवळ जवळ सकाळी आठ वाजता पिंजऱ्याचे दार खटकन वाजल्याचा आवाज त्यांच्या कानावर पडला. त्याच वेळी घरातल्या सगळ्याच भागातून ओरडण्याचे वेगवेगळे आवाज आले.

''पिंजरा बंद झाला.''

आई त्या वेळी मागच्या बाजूला तुळशीला प्रदक्षिणा घालत होती, ती तिची पूजा सोडून पळतच सामानाच्या खोलीकडे आली. शाळेत जाणारी मुलगी तिच्या खोलीत अभ्यास करत बसली होती, तिने पटकन हातातलं पेन खाली टाकून दिलं. त्या घरातला मोठा मुलगा, ज्याला बी. ए.च्या परीक्षेची काळजी वाटत होती; पण त्याचे हात मात्र मऊ मऊ कपड्याच्या पँटच्या शोधात होते, तो पळतच आला. वडील आयकर खात्याचा फॉर्म भरत होते, त्यांनी पटकन आपलं पेन कानावर ठेवलं आणि ते घाईघाईने त्या जागेवर आले. त्यांनी त्या पोत्यातून तो पिंजरा हळूच बाहेर काढला आणि त्यात तो होता, तो छोटासा उंदीर. मोठ्या कष्टांनी त्याला बघता येत

होते; कारण भीतीमुळे धक्का बसल्यामुळे आणि या लोकांच्या ओरडण्यामुळे तो एका कोपऱ्यात मागे सरकून बसला होता. ते म्हणजे एक मूर्तिमंत चित्रच होते. अगदी ठरवून, काळजीपूर्वक एका जळालेल्या खोबऱ्याच्या तुकड्याच्या वासाने ते चित्र शेवटाला गेले होते.

"तो अगदी मिकी माऊससारखाच दिसतोय!" लहान मुलगा गुडघ्यावर हात टेकवून आणि आत डोकावून बघत म्हणाला, "मिकी माऊस!"

त्याचा मोठा भाऊ जोरात ओरडला आणि तोंडी हिशेब सांगू लागला. "या उंदरांच्या खाण्यामुळे रोज एक हजार टन धान्याची नासाडी होते. वीस हजार कपड्याचे गठ्ठे आणि इतर किरकोळ सामान या इथे दबा धरून बसलेल्या प्राण्याच्या कुरतडण्यामुळे खराब होते. आणि पृथ्वीच्या प्रत्येक भागातला चारपैकी एक माणूस उंदीर चावल्यामुळे किंवा त्याच्या जंतूंच्या संसर्गामुळे प्लेग होऊन मरत असतो."

त्या तरुण मुलाने दाखवलेले हे अचाट ज्ञान बघून सगळ्यांनाच आश्चर्य वाटले. वडिलांवर पण त्याची छाप पडली. जेव्हा त्यांच्या मुलीची साडी कुरतडली होती, तेव्हाचा तिचा शोकविलाप त्यांना आठवला. ते म्हणाले, "ही एक राजकीय दहशत आहे यात शंकाच नाही. त्याला सोडून देण्याचा प्रश्नच येत नाही. लोक काहीही म्हणोत."

ते असे बोलत होते की ही गोष्ट म्हणजे राष्ट्राच्या संरक्षणाचा प्रश्न होता. लहान मुलगा बचाव करण्याचा थोडा प्रयत्न करीत होता, पण सगळ्यांनी त्याला बाजूला ढकलले आणि सांगितले की त्या कैद्याबद्दल, त्याच्या बाजूने ते आता अगदी एक शब्दसुद्धा ऐकून घेणार नाहीत. ते सगळे गंभीर होऊन जवळच उभे होते. वडिलांनी कानावरचे पेन काढले, चश्मा नीट केला, काही बोलण्यापूर्वी, न्याय देण्यापूर्वी घसा खाकरला आणि ते म्हणाले, "त्या नोकराला सांगा, याला तिकडे मागच्या बाजूला घेऊन जा आणि एका बादलीमध्ये पाणी घेऊन त्याला त्यात बुडवून टाका."

हे सांगत असताना ते खूप रागात दिसत होते. त्यानंतर ताबडतोब ते कोर्ट सोडून निघून गेले. बाकीचेही सगळे लोक निघून गेले. त्या लहान मुलाला वाटू लागले की हळूच पिंजऱ्याचे दार उघडावे आणि त्या कैद्याची सुटका करावी. पण त्याचा मोठा भाऊ संशयाने त्याच्याकडे बघत, त्याच्यावर नजर ठेवून तिथेच उभा होता. जेव्हा खाली व्हरांड्यात पायांचा आवाज आला तेव्हा त्या लहान मुलाने थोडी धडपड केली. त्याच्या लक्षात आले की घरातला नोकर आता हा पिंजरा घेऊन जाण्यासाठी आला आहे आणि आता त्याचे पुढचे काम तो करील. थोडा वेळ त्याला असेही वाटले की ते वाईट दृश्य बघण्यापेक्षा तिथून पळून जावे. पण थोड्या विकृत उत्सुकतेने तो विचार त्याने सोडून दिला आणि तो नोकर जेव्हा पिंजरा उचलून बाहेर जाण्यासाठी निघाला, तेव्हा हळूहळू पाय न वाजवता तोही त्याच्या मागे मागे जाऊ लागला.

◆

चाळिशीतील फलप्राप्ती

रामा रावने त्याच्या साहेबांकडून दुसऱ्या दिवशीची सुट्टी मंजूर करून घेतली.

"लवकर ये." साहेब म्हणाले, "खरंच सांगतो, मला वाटत नाही तू चाळिशीचा असशील म्हणून."

रस्त्यावरून बस स्टॉपकडे जाताना जवळच असलेल्या सलूनच्या आरशासमोर रामा राव थोडा थांबला आणि त्याने आरशात बघितले. "मी चाळिशीचा वाटत नाही." तो स्वतःशीच म्हणाला आणि चालायला लागला.

सकाळी जेव्हा त्याने घर सोडले तेव्हा त्याच्या लक्षात नव्हते की आजची संध्याकाळ ही त्याच्या वाढदिवसाची पूर्व संध्याकाळ आहे. ऑफिसमध्ये जेव्हा तो कामाचा एक मसुदा तयार करत होता, तेव्हा तारीख बघितल्यावर त्याच्या लक्षात आले. अरे! उद्या तर चौदा एप्रिल. तो घरी कधीच वाढदिवस साजरा करून गोंधळ घालत नसे. पण या वेळेसची गोष्ट वेगळी होती. वयाची चाळीस वर्षं पूर्ण करणे म्हणजे मैलाचा दगड होता आणि ही खूप महत्त्वाची घटना होती. त्यामुळे सुट्टी घेऊन आणि पार्टी करून तो साजरा करणे आवश्यक होते.

पॅरी कॉर्नरला त्याने कसेबसे करून बस पकडली आणि बसच्या खालच्या पायरीवर लोंबकळत उभा राहिला. "बरे झाले, कधीतरी आपण माकड होतो," तो मनाशीच म्हणाला. "नाहीतर मग आपण असे उडी मारून, चिकटून कसे उभे राहू शकलो असतो, माकडासारखे! फरक एवढाच

आहे की ते कळप करून राहतात आणि अगदी सहज रीतीने या अशा गोष्टी करतात. आपण मात्र...''

कंडक्टर त्याला बाहेर ढकलायचा प्रयत्न करू लागला. कुणीतरी त्याला एका बाजूने चिरडून टाकले होते आणि पुन्हा कपाळावर आठ्या घालून त्याच्याकडे बघत होते. कुणीतरी सारखे त्याच्या पायावर पाय देत होते. ड्रायव्हरला मात्र लोकांची हाडे खुळखुळ वाजवण्यात आनंद वाटत होता, कारण तो सारखा मध्ये मध्ये थांबत होता आणि पुन्हा धक्का देऊन बस सुरू करत होता. जेव्हा सेन्ट्रल स्टेशनवर बस थांबली, तेव्हा थोडी चुळबुळ करून, रामा राव खाली उतरून जाण्यासाठी रस्ता शोधण्याचा प्रयत्न करू लागला. शेवटी कसाबसा तो उतरला. तो मूर मार्केटमध्ये गेला आणि त्याने थोडी खरेदी केली. त्याचा वाढदिवस होता हे घरी कुणालाच माहीत नव्हते. त्यांना काहीतरी भेट देऊन तो आश्चर्यचकित करणार होता. प्रिंटेड सिल्कचे कापड, रंगीत रिबन्स, इमारतींचे ठोकळे आणि मिठाई वगैरे. कुणाला भेट देण्यामध्ये जेवढा आनंद आहे तेवढा घेण्यामध्ये नाही. शिवाय त्याला भाजी आणि थोडे इतर सामानही घ्यायचे होते. मस्त पार्टी द्यायची होती. ती त्यांची खास घरगुती पार्टी असणार होती आणि जर मुलांच्या मनात नसले, तर उद्या त्यांना शाळेत जाण्याचाही तो आग्रह करणार नव्हता.

मूर मार्केटच्या गॅलरीमध्ये जाऊन त्याने सगळीकडे नजर टाकली. भाजी सगळ्यात शेवटी घेऊ या, तो स्वतःशीच म्हणाला. तो कपड्याच्या दुकानात गेला आणि त्याने सिल्कचे कापड दाखवायला सांगितले. त्यातले त्याने तीन चार प्रकारचे कापड निवडले. पावती तयार केली. पावतीवर एकदा नजर टाकून सगळे बरोबर असल्याची त्याने खात्री करून घेतली आणि पाकिटातून पैसे काढण्यासाठी खिशात हात घातला. पण पाकीटच जागेवर नव्हते. त्याने घेतलेला माल परत केला. मूर मार्केटच्या आजूबाजूला तो निरर्थकच भटकत राहिला. त्याचे मन सारखे खदखदत होते. तो बागेत गेला आणि एका बेंचवर बसला. बेंचवर बसून तो विचार करू लागला की त्याने पैशाचे पाकीट शेवटचे केव्हा काढले होते? बहुतेक बसमध्येच गर्दीत कुणीतरी पाकीट मारले असणार, तो स्वतःशीच म्हणाला. तो खूप निराश झाला होता. त्याने आजूबाजूला बघितले. बाजूच्या बेंचवर एक भिकारी झोपला होता. एका ठिकाणी काही मुले फुलांचा ढीग करून पुन्हा चिरडून टाकीत होती, त्यातच त्यांना आनंद मिळत होता. कुणातरी खिसेकापूने माझ्या चाळिसाव्या वाढदिवसाच्या दिवशीच माझे पाकीट हिरावून घेतले. त्याला त्याच्या वाईट नशिबाचाच राग आला, ज्यामुळे असा काहीतरी गलथानपणा घडला होता आणि त्याने ठरवलेले सगळे फुकट गेले होते.

लोक म्हणतात की चाळीस वय म्हणजे एकदम चांगला टप्पा. प्रत्येक जण

मनाने आणि अनुभवाने समृद्ध झालेला असतो. त्याच्या सगळ्या सवयी निश्चित झालेल्या असतात आणि सगळी आवडनिवड पक्की झालेली असते. नातेसंबंधाबाबत वागण्याच्या सगळ्या कल्पना निश्चित झालेल्या असतात. कुठल्याही प्रकारचे धक्के किंवा आश्चर्य याचे त्याला एवढे काही वाटेनासे होते. रामा राव चाळिशीच्या उंबरठ्यावरच होता आणि त्याच्या मनात निरनिराळ्या शंकाकुशंका येत होत्या. मी चाळिसाव्या वर्षांपर्यंत काय मिळवले? एका भारतीय माणसाच्या सर्वसामान्य जीवनाच्या ज्या अपेक्षा असतात आणि संख्याशास्त्राप्रमाणे जी मर्यादा घातली आहे, त्याप्रमाणे गेली सोळा वर्षं मी राहतोय. घरातल्या मोठ्या माणसांच्या एक तृतीयांश माझे वय वाढले आहे. मी काय मिळवले? त्याच गोष्टीवर तो विचार करू लागला आणि स्वतःच स्वतःला उत्तर देऊ लागला. मला चार मुले आहेत. मोठा मुलगा कॉलेजला जातो. बायकोने जे जे मागितले ते सगळे दागिने तिला दिले. ऑफिसमध्ये माझ्या विभागाचा मी मुख्य अधिकारी आहे; पण अजूनही मी भाड्याच्या घरात राहतो. पाच वर्षांत मला माझ्या मुलीचे लग्न करायचे आहे आणि मुलाचे भवितव्य घडवायचे आहे. मी ते करू शकेन का? आपण आता चाळिशीत आलो आहोत, एवढे अनुभवी झालो आहोत म्हणूनच आपल्याकडून या कामाच्या अपेक्षा आहेत. चाळिशीचे झाल्यामुळे त्याच्या मनात उगाचच एक काळजीची भावना निर्माण झाली. या विचारानेच त्याच्या भुवया ताणल्या गेल्या. आपण असे बदललो याचेच त्याला आश्चर्य वाटू लागले. त्याने आपल्या मनाला पुन्हा मागे नेले. त्याला त्याचा एक वाढदिवस आठवत होता, त्या दिवशी त्याच्या वडिलांनी त्याला जरीची टोपी घेऊन दिली होती. नंतर त्याचा विसावा वाढदिवस झाला, तेव्हा तो नुकताच बी. ए. झाला होता. जेव्हा त्याला कळत होते की हे करू नये, ते करू नये, तेव्हा तर त्याची मला हे पाहिजे, ते नको अशी एक यादीच बनली. त्यांपैकी त्याला आता एवढेच आठवत होते, त्याने ठरवले होते की लग्नच करायचे नाही आणि नोकरीच जर करायची असेल, तर अशा ठिकाणी करायची, की जिथे त्याला सुरुवातीलाच तीनशे रुपये पगार मिळेल. अशी नोकरी करायची की जिथे गर्रकन फिरणारी खुर्ची असली पाहिजे आणि त्याच्या केबिनला काचेचे दार असले पाहिजे. (काचेच्या दारामागे गर्रकन फिरणाऱ्या खुर्चीत बसायला मिळाले पाहिजे.) आणि मग त्याचा तिसावा वाढदिवस. त्या दिवशी तर त्याची गाळणच उडाली होती. तेव्हा त्याच्या लक्षात आले की बाप रे, आपण तीन मुलांचे बाप झालो आहोत. त्या वेळी त्याला असा विश्वास वाटला की आता आपण चाळिशीचे होईपर्यंत सगळे काही व्यवस्थित होईल. आणि आता तो त्या ठिकाणी येऊन पोहोचला होता. पुढे पन्नाशी आणि साठीत गेल्यावर काय होईल? सगळ्या गोष्टी तशाच राहतील. आपण स्वतःबद्दल काही काळजी करणार नाही, पण आपल्या मुलांची आणि नंतर नातवंडांची काळजी तर आपल्याला

सतावतच राहील ना? गोष्टी बदलत नाहीत. रामा रावला वाटले की एखाद्याला जरीची टोपी भेट मिळाल्यानंतर झालेला आनंद आणि पुढे तोच मुलगा मोठा झाल्यावर नोकरीमध्ये वेतनवाढ झाल्यावर मिळालेला आनंद, हा काही वेगळा असू शकणार नाही. लहानपणी त्याला शिकवणीला आलेल्या शिक्षकाची जशी भीती वाटत होती, तशीच भीती आता एखाद्या रागीट स्वभावाच्या साहेबांनी बोलावल्यावर वाटते. अगदी आत खोलवर कुठेतरी त्याला अशीही भीती आणि चिंता वाटू लागली की जेव्हा त्याची बायको आणि मुले त्याच्याकडे आधार मागतील तेव्हा काय होईल? त्याला अचानकपणे असे वाटू लागले की तो वाढलाही नाही आणि बदललाही नाही. तो फक्त भ्रम होता; कारण त्याचे केस आता काळ्याऐवजी पांढरे झालेले दिसत होते आणि आता त्याला मोठ्या मापाचे कपडे घालावे लागत होते. हा विचार जेव्हा त्याच्या मनात आला तेव्हा त्याला थोडे हायसे वाटले आणि आत्तापर्यंतचा, वर्षानुवर्षांचा त्याचा जो समज होता तो नाहीसा झाला. म्हणजे हेच की वाढदिवसाला काही विशेष महत्त्व नाही आणि त्याच्यावर काही उपाय नाही. ते म्हणजे एखाद्याने हवेमध्ये बोटाने रेघा मारण्यासारखे आहे. त्याने ठरवले की घरी गेल्यावरही उद्या त्याचा वाढदिवस आहे म्हणून कुणालाही सांगायचे नाही.

तो चालतच घरी जायला निघाला. त्याचे मन सारखे पैशाच्या पाकिटाबद्दलच विचार करत होते. त्यात फक्त वीस रुपये होते आणि एक जुने पाकीट होते, त्यात काही पावत्या होत्या. त्याची बायको मात्र एवढे नुकसान झालेले ऐकून निराश झाली असती. मागच्या वेळी जेव्हा एकदा ते सगळे खरेदीला गेले होते, तेव्हा त्याला पाच रुपयांचा हिशेब देता आला नव्हता, तेव्हा तर ती कोलमडूनच पडली होती. आता हे जे काही नुकसान झाले आहे ते तिला सांगायचेच नाही. तिने आनंदी आणि सुखी राहावे असे त्याला वाटत होते. तीच तिच्यासाठी त्याच्या वाढदिवसाची भेट होती. पाकीट चोरीला गेले ही गोष्ट तिच्यापासून लांब ठेवायची. जणू काही ते पाकीट म्हणजे त्या अनोळखी पाकीटमाराला त्याने दिलेली त्याच्या वाढदिवसाची भेट होती.

त्याला घरी जायला उशीर झाला, कारण तो चालत घरी गेला होता. त्याने बायकोला सांगितले की मध्येच अचानक काहीतरी काम निघाले. दुसरे दिवशी सकाळी नेहमीप्रमाणेच तो ऑफिसमध्ये गेला.

‘‘तुझा वाढदिवस झाला?’’ साहेबांनी विचारले.

‘‘हो सर, तसे माझ्या कल्पनेपेक्षा सगळे लवकरच आवरले.’’ तो म्हणाला.

‘‘फार छान.’’ ते म्हणाले. ‘‘मला वाटतच होते की तू निदान अर्धा दिवस तरी यावेस. खूप काम करायचे पडले आहे.’’

‘‘मला माहीत आहे सर.’’ तो म्हणाला आणि त्याच्या टेबलाकडे जाण्यासाठी वळला.

◆

गुन्हा आणि शिक्षा

‘‘**सो**ळा गुणिले तीन किती?’’ शिक्षकाने विचारले. मुलाने काणाडोळा केला. शिक्षकाने पुन्हा चिकाटीने विचारले.

मुलाने तत्परतेने उत्तर दिले, ‘‘चोवीस.’’

तो असे म्हणाला तेव्हा शिक्षकाने मुलाकडे बघितले. त्याच्या ओठांवर दुष्ट असे हसू होते. तो मुलगा उघड उघड त्यांना मूर्ख बनवण्याचा प्रयत्न करीत होता आणि त्यांचा जो मूळ हेतू होता, त्याच्या विरुद्ध दिशेने जात होता. शिक्षक त्याची चूक वरचेवर दुरुस्त करीत होते आणि तो मुलगा पुन्हा पुन्हा चोवीस असेच म्हणत होता. हा मुलगा आता चाचणी परीक्षेत पन्नास टक्के मार्क कसे मिळवणार आणि हा डबल बढती घेऊन पुढच्या वर्गात कसा जाणार? त्याच्या प्रेमळ आई-वडिलांना जशी आशा होती त्याप्रमाणे कसे होणार? त्याने चोवीस म्हटले की शिक्षकाचे रक्त उसळून त्यांच्या डोक्यात जात होते. त्यांनी स्वतःवर ताबा ठेवला आणि पुन्हा विचारले, ‘‘किती?’’ एक शेवटचा प्रयत्न.

जेव्हा तो मुलगा हेकेखोरपणे तेच म्हणाला, तेव्हा तर त्यांची बोटे बंदुकीचा चाप ओढण्यासाठी शिवशिवत होती. ते टेबलाजवळ गेले आणि त्यांनी त्या मुलाच्या गालावर एक चापट मारली. त्या मुलाने एकदाच शिक्षकाकडे बघितले आणि मोठ्याने रडायला सुरुवात केली. आता शिक्षक एकदम ताळ्यावर आले. त्यांना त्यांनीच केलेल्या

कृत्याची भीती वाटू लागली. धास्तावलेल्या मनानेच त्यांनी त्या मुलाला विनंती केली, "रडू नकोस. हे बघ बाळा, तू असे करायला नको..."

"मी त्यांना सांगून देईन." हुंदके देत देतच तो मुलगा म्हणाला.

"अरे, नको नको." शिक्षक आर्जव करू लागले. त्यांनी सावधानतेने इकडे तिकडे बघितले. सुदैवाने ही शिकवणीची खोली त्यांच्या मुख्य घरापासून थोडी बाजूला होती.

"मी माझ्या आईला सांगेन." मुलगा म्हणाला.

मुलांच्या आईवडिलांच्या मते, तो लहान मुलगा म्हणजे देवदूत होता. गालावर पडणाऱ्या खळ्या, ते हसणे आणि तो गोडपणा, फक्त त्याला पंख नव्हते. तो त्यांचा एकुलता एक मुलगा होता आणि त्यांच्या मनात त्याच्याबद्दल पुष्कळ प्रेम, वात्सल्य होते. तसेच पैसाही भरपूर होता. त्यांनी त्याच्यासाठी एक खोली बांधली. खूप खेळणी आणली. छोटी छोटी टेबल-खुर्ची आणली. पायांनी चालवता येण्यासारखी एक छोटीशी गाडी आणली, म्हणजे त्यावर बसून त्याला सगळ्या बागेत फिरता येईल. त्याचे डबे त्यांनी वेगवेगळ्या खाऊंनी आणि बिस्किटं, मिठाई यांनी भरून ठेवले होते. ते किती प्रमाणात खायचे हे पण त्याच्यावरच सोडून दिले होते. अशा प्रकारे मुलांशी वागणे म्हणजे खूप काहीतरी चांगले करत आहोत, असा विश्वास त्यांना वाटत होता.

"मुलाच्या मनात कुठल्याही प्रकारचे विपरीत विचार येणार नाहीत आणि त्याच्या मनावर कुठल्याही प्रकारचा दबाव येणार नाही अशी काळजी तुम्ही घ्यायला पाहिजे," आई-वडिलांनी शिक्षकाला सांगितले. "त्याच्या आयुष्याचे नुकसानही होऊ शकते. आमच्याकडून जेवढी शिस्त लावायला पाहिजे तेवढी आम्ही लावतोच आणि ती लावायलाच पाहिजे," आपण एक उत्कृष्ट आई-वडील आहोत, अशा अर्थाने ते म्हणाले. "आम्हाला एक सशक्त, निरोगी नागरिक निर्माण करायचा आहे."

"हो. हो." शिक्षक वरवर म्हणाले, पण आतल्या आत त्यांना काळजी वाटत होती. चांगला नागरिक होण्यासाठी रोज रोज त्याचे मन वळवून आणि त्याला गोड गोड बोलून हे काम होण्यासारखे नव्हते, तर त्यासाठी उसाचे गुऱ्हाळच लावावे लागणार होते आणि त्यासाठी वाट्टेल ते करायची शिक्षकाची तयारी होती. शिक्षकासाठी हा त्यांच्या संपूर्ण आयुष्याचा प्रश्न होता. या कठीण कामात एकच काय ती सुखावणारी गोष्ट होती आणि ती म्हणजे दर महिन्याच्या पहिल्या तारखेला त्यांना मिळणारे तीस रुपये. रोज संध्याकाळी तीन तासांच्या शिकवणीच्या वेळात पहिला अर्धा तास त्यांना 'लहान मुलांचे मानसशास्त्र' या विषयावर आई-वडिलांचे भाषण ऐकावे लागे. वडिलांनी त्यांच्या एम.ए.साठी बालमानसशास्त्र या विषयावर एक प्रबंध लिहिला होता आणि आईनेही बी.ए. करताना या विषयाचा खूप अभ्यास केला होता.

ते त्यांना त्यांच्या या प्रबंधावर रोज व्याख्यान देत आणि रोज रोज ते व्याख्यान ऐकून त्या शिक्षकाला असे वाटत होते की तो मुलगा एखाद्या पातळ काचेपासूनच बनला आहे. आपणही त्यांच्याशी सहमत आहोत असे ते ढोंग करीत, पण त्यांचे व्यक्तिगत मत विचारले तर त्यांना असे वाटत होते की एखादा गोरिला त्यांच्या ताब्यात दिला आहे.

त्या मुलाला कसे शांत करावे हे शिक्षकाला कळत नव्हते. तो सारखा हुंदके देऊन देऊन रडत होता. तो एकदम खिन्न झाल्यासारखा दिसत होता.

शिक्षक त्याला म्हणाले, ''तू अशा छोट्या छोट्या गोष्टींसाठी रडू नकोस. तू एखाद्या शूर शिपायासारखा...''

''शिपाई? तो बंदुकीने ठो असा आवाज करतो तो?'' मुलगा पटकन म्हणाला. त्याने गंमत केली असे समजून शिक्षकाने उसने हसू आणले. त्यांना हसताना पाहून मुलगाही हसला. वातावरणातला ताण थोडा सैल झाला.

''जा, जाऊन तोंड धुवून ये.'' शिक्षकाने सांगितले. एक चिनी मातीचे छोटेसे बेसिनही त्या खोलीत होते.

पण त्या मुलाने ते ऐकले नाही आणि तो म्हणाला, ''आजची शिकवणी बंद.''

त्याची ती आज्ञा ऐकून गुरुजी घाबरले आणि ओरडले, ''नाही. नाही.''

''मग मी जाऊन माझ्या आईला सांगतो.'' मुलाने धमकी दिली. त्याने खुर्ची मागे सरकवली आणि तो उठला.

शिक्षकाने पटकन जाऊन त्याला धरले, ''अरे माझ्या सोन्या, मला अजून इथून जायला एक तास अवकाश आहे.''

''ठीक आहे तर मग. मी रेल्वेच्या इंजिनचा खेळ खेळतो, तुम्ही बघत बसा.''

''आणि तुझे वडील आले तर?'' शिक्षकाने विचारले.

''सांगा त्यांना हा इंजिनचा धडा आहे म्हणून.'' असे म्हणून तो मुलगा खट्याळपणे हसला. तो त्याच्या कपाटाकडे गेला, ते उघडले आणि त्याने त्याचा रेल्वे इंजिनच्या खेळाचा डबा आणला आणि रेल्वेच्या रुळांची जोडणी करू लागला. त्याने इंजिनला किल्ली दिली आणि ते खाली ठेवले. ते गोल गोल फिरत राहिले.

''तुम्ही स्टेशन मास्तर आहात.'' मुलाने एकदम जाहीर केले.

''नाही. नाही.'' शिक्षक जोरात ओरडले, ''परवाच्या दिवशी तुझी परीक्षा आहे.''

तो मुलगा एखाद्या दुष्ट माणसासारखा हसला आणि म्हणाला, ''तुम्ही स्टेशन मास्तर होणार का नाही?''

शिक्षकाला राग आला होता. ते कठोरपणे म्हणाले, ''मी स्टेशन मास्तर होणार नाही.''

त्यावर तो मुलगा म्हणाला, "असे म्हणता आहात का?" आणि त्याने हळूच आपल्या गालाला हात लावला आणि पुटपुटला, "मला इथे खूप दुखतंय. मला आईकडे जायला पाहिजे." आणि तो दाराकडे गेला.

शिक्षकाने त्याच्याकडे बारकाईने पाहिले, त्याचा गाल अजूनही लाल दिसत होता. ते म्हणाले, "बरं, बाबा. मी स्टेशन मास्तर व्हावं असं तुला वाटतंय ना, आता मला सांग, मी काय करू?"

त्या मुलाने सांगितले, "जेव्हा रेल्वे तुमच्या स्टेशनसमोर येईल, तेव्हा तुम्ही शिट्टी वाजवायची आणि म्हणायचे, "इंजिन ड्रायव्हर रेल्वे थांबवा. इथे खूप लोक तिकीट काढून थांबले आहेत."

पाठीला पोक काढून शिक्षक एका कोपऱ्यात बसले आणि मुलगा जसे सांगू लागला तसे करू लागले. तीस मिनिटांपर्यंत असा खेळ चालला. तसे बसून बसून त्यांना कंटाळा आला म्हणून ते उठले. त्यांच्या विद्यार्थ्याला त्यांनी नाराज केले; पण सुदैवाने त्याच वेळी ते इंजिन पण फिरायचे थांबले. जेव्हा ते त्यांच्या जागेवर जाऊन बसले, तेव्हा मुलाने ते त्यांच्या हातात आणून दिले आणि तो म्हणाला, "हे दुरुस्त करा सर."

"मला नाही जमत. मला यातले काहीच कळत नाही."

"पण ते झालेच पाहिजे." मुलगा ठामपणे म्हणाला.

शिक्षक कंटाळून गेले. त्यांना हे असे यंत्राचे काम करता येत नव्हते. जरी त्यांचा जीव वाचणार असता तरी त्यांना एक साधा स्क्रू पण फिरवता आला नसता. त्या मुलाने जमिनीवर आपले पाय दाणदाण आपटले आणि एखाद्या जुलमी राजाप्रमाणे उतावीळ होऊन तो वाट बघू लागला. शिक्षकाने ते बाजूला ठेवले आणि ते कठोरपणे म्हणाले, "मला येत नाही. मी करणार नाही."

मुलाने पटकन एक दुसरी मागणी केली. "मला एक गोष्ट सांगा."

"तू अजूनही गणित केले नाहीस. साडेआठ वाजले आहेत."

"गणिताबद्दल मला सांगू नका. मला एक गोष्ट सांगा."

"नाही."

मुलाने वडिलांना बोलावले, "अप्पा,अप्पाऽऽऽ"

"तू तुझ्या वडिलांना एवढे जोरजोरात का बोलावतो आहेस?"

"मला त्यांना काहीतरी सांगायचे आहे. एक महत्त्वाची गोष्ट."

शेवटी शिक्षकाला गोष्ट सांगायला सुरुवात करावीच लागली. ते एका रेड्याची आणि वाघाची गोष्ट सांगू लागले. त्यानंतर त्यांनी दुसरी गोष्ट सुरू केली. 'अलिबाबा आणि चाळीस चोर', त्यानंतर मग 'अल्लाउद्दिन आणि जादूचा दिवा.'

मुलाने त्या सगळ्या गोष्टी ऐकल्या आणि पुन्हा चापट्या मारून ओरडला,

"मला रेड्याची गोष्ट पुन्हा ऐकायची आहे. तीच छान आहे."

शिक्षकाला दम लागला होता. दिवसभर सहा तास त्यांनी शाळेत शिकवले होते. "आता उद्या; मला दम लागलाय."

"ओह. ठीक आहे. मी आत्ता जातो आणि सांगतो..." तो मुलगा ओरडला आणि एकदम दार उघडून घराच्या दिशेने पळत जाऊ लागला. शिक्षकही त्याच्या मागोमाग धावले. तो मुलगा जोरजोरात पळत होता आणि गोल गोल फिरत होता. त्याने शिक्षकांनाही बागेत तीन फेऱ्या मारायला लावल्या. शिक्षकांचा पराभव झाला होता. मुलाला त्यांची दया आली आणि तो एका गुलाबाच्या झाडाजवळ थांबला. शिक्षक त्याच्याजवळ गेले आणि त्याला पकडणार तोच तो एखाद्या तीरासारखा धावत सुटला आणि पळून गेला. आता पाठलाग करणे निरर्थक होते. मुलाला मात्र मजा वाटत होती. एखाद्या भूत-पिशाच्च्याप्रमाणे तो हसत होता. शिक्षकांचा चेहरा लाल झाला होता आणि ते धापा टाकीत होते. त्यांच्या डोळ्यांपुढे अंधारी आली होती. ते पटकन तिथेच घराच्या पायरीवर बसले.

त्याच वेळी त्या मुलाचे आई-वडील बाहेर आले.

"काय झाले? काय चाललंय?" त्यांनी विचारले.

शिक्षकाचे पाय अजूनही अवघडले होते. ते अजूनही धापा टाकीत होते आणि त्यांना बोलता येत नव्हते. त्यांनी आता ठरवले की जे झाले ते सांगून टाकायचे आणि जे परिणाम होतील त्याची तयारी ठेवायची. या मुलाकडून अशा धमक्या खाऊन घेण्यापेक्षा ते बरे. एकवेळ स्वतःकडे कमीपणा घेतला तरी चालेल, पण या मोठ्या लोकांची दया नको.

वडिलांनी मुलाकडे प्रश्नार्थक नजरेने बघितले आणि विचारले, "या वेळेस तू असा बागेमध्ये का पळत आहेस?"

मुलाने खोडकरपणे शिक्षकाकडे बघितले. शिक्षकाने घसा खाकरला आणि म्हणाले, "मी सांगतो." त्यांना कोणत्या शब्दात सांगावे याचा ते विचार करू लागले.

वडिलांनी विचारले, "त्याच्या गणिताच्या परीक्षेची तयारी कशी चालू आहे?"

वडिलांच्या तोंडून परीक्षा हा शब्द ऐकला आणि त्या मुलाचा चेहरा पडला. कुणाच्या लक्षात न येता तो हळूच सटकला आणि वडिलांच्या मागे जाऊन लपला. तिथून खाणाखुणा करून तो शिक्षकाला सांगू लागला की, वडिलांना काही सांगू नका म्हणून. त्याची अवस्था अगदी वाईट आणि करुणास्पद झाली होती आणि त्याला भीतीही वाटत होती.

शिक्षक म्हणाले, "फक्त त्याला सोळाचा पाढा थोडा आणखी चांगला पाठ करावा लागेल. तो ठीक आहे. थोडे लक्ष दिले तर होईल."

मुलाला सुटल्यासारखे वाटले. शिक्षकाने बघितले, त्याचा चेहरा फुलला होता. त्यांना स्वतःबद्दल आत्मविश्वास वाटू लागला आणि लक्षात आले की हा मुलगा काही त्यांना आता सोडणार नाही.

ते म्हणाले, ''नमस्कार, येतो साहेब. आज आमची शिकवणी लवकर संपली म्हणून मी थोडा वेळ या मुलाबरोबर खेळत होतो... त्यांचा उत्साह वाढविण्यासाठी काहीतरी करावेच लागते, तुम्हाला तर माहीतच आहे.''

◆

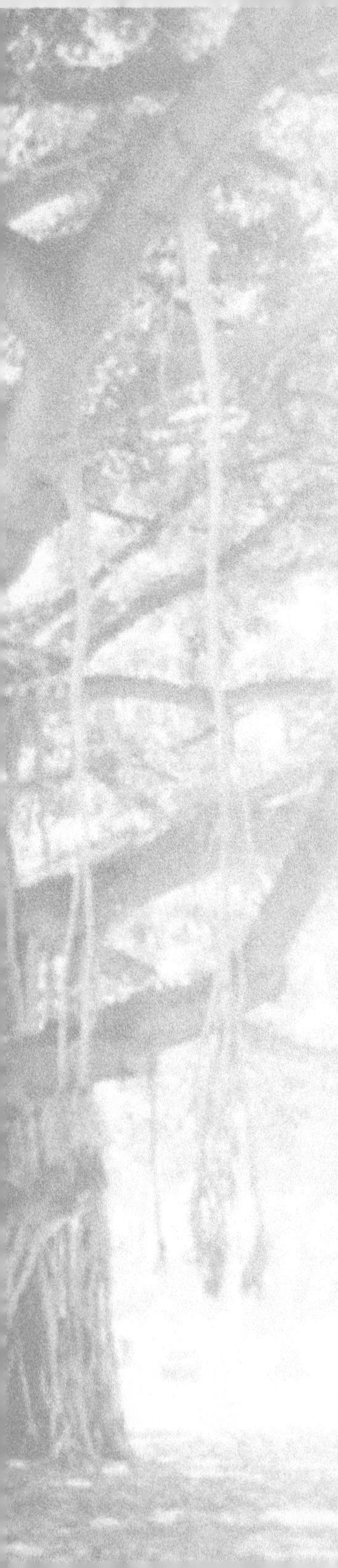

अर्ध्या रुपयाची किंमत

सुबय्या बाजारात तांदूळ विकत असे. त्याच्या दुकानात तांदळाची पोतीच्या पोती भरलेली असत. वेगवेगळ्या प्रकारचे तांदूळ. खडे असलेल्या गावरान भरभरीत तांदळापासून ते दिल्ली सांबापर्यंत, जाईच्या फुलासारखा पांढरा शुभ्र आणि सुईसारखा बारीक. त्याचे दुकान खच्चून भरलेले होते आणि तिथे खूप अंधार असायचा. त्यातल्या इंच न इंच जागेवर त्याचे प्रेम होते. नुकताच तयार झालेला गिरणीतून येणारा तांदळाचा धबधबा जेव्हा त्याच्या पोत्यांमध्ये पडत असे, तेव्हा त्याच्या गरम हवेने त्याचे मन भरून जात असे. काळ कसाही असो, चांगला का वाईट, पण त्याची भरभराट मात्र होत होती. कधीकधी अनावृष्टी होऊन भाताचे पीक येत नसे आणि गिरण्या बंद असत. अशा वेळी लोक भकास डोळ्यांचे आणि अर्धमेल्यासारखे दिसत असत, पण तरीही त्याचे दुकान मात्र त्याने कधीही बंद केले नाही. जर त्याच्या दुकानातील वीस पोती रिकामी असतील तर काहीही करून, कुठूनही दोन पोती तरी तांदूळ आणून तो विकत असे. जेव्हा कापणीचा हंगाम असे, तेव्हा थोडा जरी तांदूळ कुणी ज्या किमतीला मागितला त्या किमतीला तो विकत असे. अशा वेळी तांदूळ विकणे हे खरे म्हणजे मूर्खपणाचे काम होते. जर तुम्हाला रात्रंदिवस तांदूळच विकायचे काम असेल तर कधी कधी तुम्हाला पन्नास रुपये नफा कमी झाला तरी चालेल; त्याची तुम्ही आशा करू नये, कारण तो मंदीचा काळ असतो. हंगामाचा देव लहरी

असतो. त्याचा निष्ठुरपणा जसा स्वीकारण्याला अवघड आहे तसेच त्याचे अति औदार्यही स्वीकारणेही अवघडच जाते. पण सुबय्याने मात्र हे सगळे चढ-उतार पचवले. तांदळाचा व्यापार करणे हे त्याच्या रक्तातच होते. तो लहान असताना वडिलांबरोबर दुकानात बसत असे. त्या वेळी त्या तांदळाच्या पोत्यावर तो नाराज होता, कारण त्याच्या मनाविरुद्ध त्याला दुकानात बसावे लागे. त्याला खूप काही करावे वाटे. बाहेर गर्दीत रस्त्यांवर फिरावे, सिनेमाला जावे, फुटबॉलच्या मॅचेस बघाव्यात, कुस्तीचे खेळ पाहावेत, ज्या सगळ्यांचे ओझरते दर्शन त्याला दुकानाच्या गर्दीतूनही व्हायचे. पण वडील त्याला जबरदस्तीने दुकानात बसवून ठेवीत. त्यांनी त्याला या सगळ्या गोष्टींपासून परावृत्त केले. 'मुलांना जर चांगले चाबकाचे फटके मारले नाहीत तर ते वठणीवर येणार नाहीत,' अशीच त्यांची शिकवण होती. त्यांनी मुलांना लहानपणापासून अशाच धाकात ठेवले आणि त्यामुळे मुलांना लहानपणापासूनच तांदूळ आणि बाजार या दोन गोष्टींशिवाय डोळ्यांना काही दिसायचेच नाही. या दोन गोष्टींशिवाय दुसऱ्या कशाचे विचारही त्यांच्या मनात यायचे नाहीत. जेव्हा त्याच्या वडिलांचा मृत्यू झाला, तेव्हा त्याचा या धंद्यात एवढा जम बसला होता की वडिलांची उणीवही कुणाला भासली नाही. लोकांना वाटायचे की त्याचे वडील अजूनही तिथेच पैसे मोजत बसले आहेत. धंद्याची भरभराट होतच होती.

सुबय्याने घराच्या मागे एक गोठा बांधला होता. त्यात पाच गाई आणि म्हशी होत्या. त्याची बायको-मुले गायी-म्हशींचे दूध, दही, लोणी, तूप खाऊन चांगलीच फुग्यासारखी फुगून गोलमटोल झाली होती. जवळच्याच एका खेड्यात त्याने तीस एकर जमीन विकत घेतली होती. महिन्यातून एकदा तो तिथे जाऊन देखरेख करीत असे आणि आपली मालमत्ता शाबूत आहे की नाही, ते पाहत असे. गरजू लोकांना तो बेसुमार व्याजाने पैसे देत असे आणि त्याच्या व्याजातून किंवा त्यांनी गहाण ठेवल्यामुळे डझनावारी घरे त्याच्या ताब्यात आली होती. त्याला पैशाचा खूप माज आला होता. त्याने मुलांना शाळेत घातले. त्यांच्यासाठी जरीच्या टोप्या, वेलवेटचे कोट आणले. घरी शिकवणीसाठी एक मास्तर ठेवला. रोज संध्याकाळी हॉलमध्ये दिव्याच्या उजेडात बसून तो मास्तर चढ्या आवाजात मुलांना शिकवीत असे. त्याने बायकोला दागिन्यांनी आणि भारीभारीच्या साड्यांनी नुसते मढवून ठेवले होते. त्याने घरावर आणखी दोन मजले बांधले. खूप साऱ्या खोल्या बांधल्या. त्या सगळ्या खोल्या त्याने गडद निळ्या रंगाच्या ऑइल पेंटने रंगवून त्यांच्या भिंतींवर शंभरच्या वर देवांची चित्रे आणि फोटो लावले. दिवसभर तो त्याच्या लोखंडाच्या तिजोरीजवळ बसायचा आणि त्यात पैसे ढकलत राहायचा, त्याच वेळी एकीकडे आपल्या दुकानातले मजूर मोजून भरत असलेल्या तांदळांच्या पोत्यांकडेही त्याचे बारीक लक्ष असे. हे सगळे शांतपणे आणि समाधानी वृत्तीने चालत असे. हे सगळे असेच

अव्याहत चालत राहणार होते. त्यात बदल होण्याचा काही प्रश्नच नव्हता. तशीच कृती, तशीच आवड, पैशांची रास, तांदळाचे येणे आणि जाणे. आणि मग पुढे त्याच्या एखाद्या मुलाने हा वारसा असाच चालू ठेवला असता. जीवन-मृत्यू आणि काही बदल या सगळ्यांच्या पलीकडचे असे हे एक अधिराज्य होते.

हे कदाचित असेच सगळे चालू राहिले असते, पण मध्येच युद्धाची ठिणगी पडली. सुरुवातीला असे वाटू लागले की आता या सगळ्या गोष्टींचा शेवटच झाला आहे, पण पहिला धक्का ओसरल्यानंतर असे लक्षात आले की, हे एवढे काही अवघड नाही. त्याचा नफा पूर्वीपेक्षा कमी झाला. सैगोन आणि बर्मा यांनी तांदूळ पाठवणे बंद केले. त्यामुळे त्याच्याजवळचा जो धान्याचा साठा होता त्याला आता सोन्याचा भाव आला होता. लोकांची झुंबडच्या झुंबड त्याच्या दुकानात यायची; पण तिजोरीचे दार मात्र मोठ्या मुश्किलीने किलकिले व्हायचे. त्याने एक मोठे घर विकत घेऊन त्याचे गोडाऊन केले. आणि मग त्याच्यानंतर आणखी एक, मग आणखी एक, दुसऱ्या गावात अशी कितीतरी घरे घेतली आणि त्यात धान्य साठवून ठेवले. त्याने बायकोच्या आणि मुलीच्या अंगावर अजून सोन्याचे दागिने चढवले आणि स्वतःचा घेरही वाढवून घेतला. जोपर्यंत अन्न आणि प्रशासन विभाग उघडला गेला नव्हता, तोपर्यंत हे युद्ध म्हणजे त्याच्या दृष्टीने खूपच फायदेशीर ठरले होते. पण अन्न आणि प्रशासन विभागाचा कारभार सुरू झाला आणि आयुष्यात पहिल्यांदा तो थोडा गोंधळला आणि काळजीत पडला. कुणीतरी एखाद्याने यावे आणि त्याला म्हणावे, हे विकू नको, ते विकू नको, असे दर लावू नकोस, या गोष्टी त्याला सहन होत नव्हत्या.

त्याची स्तुती करणारे मित्र आणि त्याचे काही सहकारी होते, त्यांना तो सारखा म्हणत असे, "त्या लोकांना या धंद्यातले काय कळते? त्यांनी आपले कर गोळा करणे, चोरांना पकडणे आणि नाले साफ करणे यातच समाधान मानावे. त्यांना तांदळाच्या धंद्यातले काय माहीत असणार?"

आणि समजा जर कुणी म्हणालेच की, 'अन्न प्रशासन विभाग म्हणजे नुसती फसवणूक आहे. सरकारमध्ये सगळ्या गोष्टींचा नुसता गोंधळ चालू आहे', तर मग त्याला खूप आनंद होत असे. तो अगदी मनापासून या गोष्टीला कबुली देई आणि विनवणी केल्यासारखे म्हणे, "तुमच्यासारखाच एखादा सुशिक्षित, हुशार माणूस तिथे सरकारमध्ये प्रतिनिधित्व करायला पाहिजे. जे सगळे चालू आहे ते सगळे लज्जास्पद आहे."

लवकरच आणखी एक गोष्ट त्याच्या लक्षात आली की त्याला अजून एक गोष्ट करता येईल. खूप लोकांना भेटून, अधिकाऱ्यांना भेटून आणि काही फॉर्म भरून त्याने स्वस्त धान्याचे दुकान सुरू केले. त्याच्या जुन्या तांदळाच्या व्यापारापुढे हे

म्हणजे काहीच नव्हते. जेव्हा त्याला समजले की त्याच्या शेतात काम करणाऱ्या मजुरांनी मोठ्या कष्टांनी पिकवलेला सगळा तांदूळ सरकारमध्ये जमा करावा लागणार आहे, तेव्हा त्याला खूप राग आला होता. ही सगळी योजनाच त्याला एखाद्या क्रूर राक्षसाप्रमाणे वाटली. ते लोक माझ्या मालाची किंमत ठरवणार? त्यांनी खरे तर मला परवानगी द्यायला पाहिजे की मी जे पिकवले त्याची किंमत मी माझ्या मनाप्रमाणे लावणार. ही एकंदरीत सगळी पद्धतच त्याला जुलमाची वाटली; पण त्याने वरून काहीही विरोध न दाखवता, जी परिस्थिती आली होती ती स्वीकारली. त्याला झोप येत नव्हती. तोंडाला चव नव्हती. सगळ्या रात्रभर त्याच्या मनात निरनिराळे संकटांचेच विचार येत असत. आणि शेवटी त्याला एक उपाय सापडला. तो स्वतःशीच आनंदाने ओरडला. माझ्या शेतात अजूनही तांदूळ आहेत आणि माझ्या गोडाऊनमध्ये अजूनही तांदळाची पोती पडून आहेत. जर मी आत्ताच माझे डोके वापरले नाही अन् हातचे काही राखून ठेवले नाही तर माझ्यासारखा मूर्ख कोणी नाही. शेवटी सरकारला काय पाहिजे? फक्त कागदोपत्री सगळे व्यवस्थित हवे. ते तर त्यांना मिळेलच. ते थोडे गुंतागुंतीचे काम आहे; पण तेवढे करायलाच पाहिजे. त्याने आपल्याजवळचा जेवढा पाहिजे तेवढा तांदूळ, काही विक्रीसाठी आणि काही स्वतःसाठी असा वेगळा राखून ठेवला. कुणालाही न कळेल आणि कागदोपत्री त्याची कुठेही नोंद होणार नाही याची त्याने काळजी घेतली. त्याचा माल आणि हिशेब तपासणाऱ्या लोकांना त्याला बरेच पैसे द्यावे लागले, पण या खर्चासाठीही त्याने कुरकुर केली नाही. जर त्याने त्यासाठी दहा रुपये खर्च केले, तर त्याचा अर्थ असा होता की त्याने चौकशी करणाऱ्या लोकांच्या डोळ्यांसमोरून बारकाईने हजार रुपयांचे धान्य पडद्याआड ठेवले. या गोष्टीचा जेव्हा त्याने सखोल विचार केला तेव्हा त्याला लक्षात आले की अशी ताबेदारी आणि असे नियम हेसुद्धा एक प्रकारचे वरदानच आहे.

तो त्यावर प्रतिपादन करायचा, "देव प्रत्येक गोष्ट चांगल्या तऱ्हेने जमवून आणतो." आठवड्यातून दोनदा तो थोडासा दानधर्मही करी. आणि देवाने त्याच्यावर दया करावी म्हणून दर शुक्रवारी देवाला एक नारळ फोडत असे. या क्षेत्रातला त्याचा अनुभव आणि युक्त्याप्रयुक्त्या चांगल्याच सुधारल्या आणि याही परिस्थितीचा तो राजा बनला. त्याच्या कोठीमध्ये त्याने अशा आगाऊ मालाचा भरपूर साठा कौशल्याने करून ठेवला होता. दिवसाच्या शेवटी त्याच्याकडे एवढ्या प्रमाणात साठा असायचा की तो कुणाच्याही नावावर नसायचा. आणि मग तो कधी उशिरा दुकान उघडायचा, कधी बंद ठेवायचा. पुन्हा उघडणे आणि बंद करणे या गोष्टी अशा काही शिताफीने करायचा की लोकांनी त्याच्या दुकानात वारंवार यावे. त्याच्याशिवाय लोकांना इतरत्र कुठेही तांदूळ मिळत नसे. जेव्हा लोकांजवळ पैसा असे तेव्हा याच्याकडे माल नसे

आणि याच्याकडे माल असे तेव्हा लोकांजवळ पैसा नसे. अशा प्रकारे हातचलाखी करून प्रत्येक आठवड्याला तो बराच तांदूळ साठवून ठेवत असे. त्याच्या गावातून हंगामाच्या वेळी खूपच थोडा माल अन्न प्रशासन विभागाकडे जमा होत असे. थोड्याच दिवसात त्याने मागच्या गल्लीतल्या त्याच्या एका घराचे गोडाऊन केले आणि तिथे जमिनीपासून ते पार छतापर्यंत तांदळाच्या पोत्यांचा ढीग लावला. त्या ठिकाणी रद्दीचे कागद आणि जुन्या कापडांचा ढिगारा आहे असे तो लोकांना सांगत असे. हे कागद त्याने कागदांच्या कारखान्यातून आणून ठेवले होते, "पोटापाण्यासाठी काहीतरी धंदा करावा लागेल ना," असे तो लोकांना भासवीत असे.

त्याने कधीही त्याचा तांदूळ मोठ्या प्रमाणात आणि ओळखीच्या लोकांना विकला नाही. तो त्यांच्याकडून आधी पैसे घ्यायचा आणि नंतर यायला सांगायचा. तो लोकांना काहीतरी खोटेनाटे सांगायचा. "एक माणूस आहे, त्याच्याकडे थोडा तांदूळ आहे. पण आता तो तांदूळ शिल्लक आहे की नाही ते मला माहीत नाही. तरीपण तुम्ही माझ्याजवळ पैसे ठेवून जा." असे काहीतरी सांगायचा. कधीकधी तो लोकांचे पैसे वापस करायचा आणि म्हणायचा, "मला माफ करा. तांदूळ मिळाला नाही. त्याच्याजवळ तो आहे तरी पण त्याने दिला नाही. बघा ना, आजकाल लोक कसे झाले आहेत!"

एके दिवशी संध्याकाळी त्याने त्याचे दुकान बंद केले आणि चाव्या खिशात टाकून तो निघू लागला. तेवढ्यात एक माणूस आला आणि म्हणाला, "ओह! तुम्ही बंदच करत होता का? माझे नशीब." रस्त्यातच उभे राहून बोलणाऱ्या अशा लोकांकडे सुबय्या दुर्लक्ष करायचा. तो अशा लोकांना सरळ सरळ टाळायचा. कारण त्याला माहीत होते की लोक त्याच्याकडे येतात ते फक्त एकाच गोष्टीसाठी– तांदूळ मागण्यासाठी. अशा या कलकल करणाऱ्या लोकांचा त्याला राग यायचा. जेव्हा तांदूळ मिळत नाही तेव्हा हे लोक ज्वारी किंवा बाजरी का खात नाहीत? तांदूळ विचारत कशाला येतात? सगळ्याच लोकांजवळ सोने नसते.

"आता मला दुसरे काम आहे, थांबून बोलायला वेळ नाही."

सुबय्या त्या माणसाला म्हणाला आणि जाऊ लागला. तो माणूस धावतच त्याच्या मागे आला आणि त्याच्या दंडाला धरून ओरडला, "तुम्ही तुमचे दुकान उघडून मला तांदूळ दिलेच पाहिजेत. मी तुम्हाला जाऊ देणार नाही."

त्याचे हे असे कळकळीचे बोलणे ऐकून सुबय्या एकदम थांबला.

"माझी दोन लहान मुले भुकेने रडत आहेत आणि माझी म्हातारी आई तर जवळ जवळ अर्धमेल्या अवस्थेत आहे. ते सगळे भुकेने तडफडत आहेत. माझे रेशन कार्ड तीन दिवसांपूर्वीच संपले. मला त्या लोकांना अशा अवस्थेत पाहवत नाही. तेव्हा कृपा करून आणि कसेही करून मला थोडेतरी तांदूळ द्या. मी आज दिवसभर गावात

सगळीकडे फिरलो, पण मला कुठेच काही मिळाले नाही. घरच्यांना वाटत असेल की मी त्यांच्यासाठी काहीतरी घेऊन येत आहे. बाप रे, देवा, मी जर अशा रिकाम्या हातांनी गेलो तर त्यांना काय वाटेल?''

''किती पाहिजेत तुला?''

''एक शेरभर द्या. घरात खाणारी सहा तोंडे आहेत.''

सुबय्याने त्याच्याकडे तिरस्काराने पाहिले. ''तू थोडा आधी का आला नाहीस?''

''मी तांदळाच्या शोधात गावभर फिरत होतो.''

''किती पैसे आहेत तुझ्याजवळ?''

त्या दुसऱ्या माणसाने त्याच्या हातातले आठ आणे दाखवले. सुबय्याने त्या पैशांकडे अपमान झाल्यासारखे बघितले. ''तुला काय वाटले, एवढ्या पैशात शेरभर तांदूळ येतील?''

''हो, पण एक रुपयाला तीन शेर तांदूळ मिळतात ना?''

''ते मला काही सांगू नकोस. तू जर अशा भावाच्या, मूर्खपणाच्या गोष्टी करशील तर भुकेने मरशील.''

त्याला खूप राग आला होता. लोक मरत असले तरी अशा गोष्टींना चिकटून राहतात.

''तू आणखी आठ आणे घेऊन ये म्हणजे तुला शेरभर तांदूळ मिळतील.'' सुबय्या म्हणाला.

त्या माणसाने जड अंतःकरणाने मान हलवली.

''ही महिन्याची अखेर आहे. हे बघा, माझ्याजवळ फक्त एवढेच पैसे आहेत.''

''तुला फक्त अर्धा शेरच तांदूळ मिळतील. मला माहीत आहे, एखाद्याने मागणी केली की एवढ्या पैशात एवढेच तांदूळ मिळतात.''

''ठीक आहे.'' तो माणूस हतबल होऊन म्हणाला. ''अगदीच काही नसण्यापेक्षा तेवढेच मिळाले तरी बरे.''

''आण ते पैसे इकडे.'' सुबय्याने पैसे घेण्यासाठी हात पुढे केला आणि म्हणाला, ''माझ्या मागे येऊ नकोस. तो माणूस फारच संशयी आहे. माझ्याबरोबर कुणी आलेले दिसले की तो नाहीच म्हणतो. तू इथेच थांब. मी आत्ता जाऊन येतो. हं, पण मी खात्री देत नाही. जर तो नाही म्हणाला, तर तुझे नशीब. बस. दे पैसे.''

ते पैसे घेऊन सुबय्या गेला आणि तो माणूस त्याची वाट बघत तिथेच रस्त्यात थांबला. सुबय्याची पाठ वळली तसे त्याला विचारावेसे वाटले की, मला इथे किती वेळ थांबावे लागेल? पण त्याला पुन्हा राग येईल याची त्याला भीती वाटली. त्याला वाटले की आपण तर आपले काम केले, पैसे त्याच्याजवळ देऊन टाकले. पण तीन तास होऊन गेले तरी सुबय्याचा काहीच पत्ता नव्हता. रात्र होऊ लागली. रस्त्यावरची

रहदारी कमी होऊ लागली. लोकांच्या नुसत्या सावल्याच रस्त्यावर दिसू लागल्या. गावात सगळीकडे शांतता पसरली. तो माणूस सारखा शंभरदा तोंडातल्या तोंडात पुटपुटत होता, ''काय झाले असेल? कुठे गेला असेल तो? आता मी घरी केव्हा जाऊ आणि जेवण केव्हा तयार होईल? माझी मुले! ओह.''

तो थोडासा वळला आणि सुबय्या गेला त्या दिशेने थोडा पुढे सरकला. पण त्याला कुठेच जाता आले नाही, कारण सुबय्याने जिकडे जातो असे दाखवले तिकडे तो गेलाच नाही. त्याला त्याचे गोडाऊन कुठे आहे ते कुणाला कळू द्यायचे नव्हते. त्याने एका दुसऱ्याच बाजूला जाण्याचे ढोंग केले होते. तो माणूस त्या शांत रस्त्यांमधून इकडून तिकडे, खाली वर अशा सारख्या चकरा मारीत होता. पुन्हा तो त्या दुकानापाशीच येत असे. न जाणो सुबय्या वापस आला असेल तर? पण तो आलाच नाही. त्याने आधी बघितले होते त्याप्रमाणे दुकानाला लावलेले कुलूप तसेच होते. तो खूपच गोंधळून गेला आणि उगाचच्या उगाच इकडे तिकडे भटकू लागला. थोड्या वेळानंतर तो सुबय्याच्या घरी गेला. त्याने दार वाजवले. सुबय्याच्या बायकोने दार उघडले.

''आज तुम्हाला यायला खूपच उशीर झाला.''

एकीकडे ती बोलतच होती, पण सुबय्याच्या ऐवजी दुसराच एक अनोळखी माणूस तिला समोर दिसला. त्याने विचारले, ''सुबय्या घरी आहे का?''

''नाही. ते अजून घरी आले नाहीत.''

तिला खूप काळजी वाटू लागली. सकाळचे सहा वाजले आणि मग ते सगळे खूपच घाबरून गेले. त्या वेळी ती एकदम हताश झाली आणि म्हणाली, ''तुम्ही त्यांना त्या दुसऱ्या गोडाऊनमध्ये बघितले का?''

''कुठे आहे ते?''

तिला सांगावेच लागले कारण ते कुठे आहे हे फक्त तिला एकटीलाच माहीत होते. ते दोघेही निघाले. एक-दोन गल्ल्या फिरून ते त्या गोडाऊन जवळ आले. दार आतून लावलेले होते. त्यांनी दार वाजवले. ते घर एवढे पक्के बांधलेले होते आणि एवढे सुरक्षित होते, की एखाद्या उंदराचासुद्धा आत शिरकाव होऊ शकणार नाही. शेवटी त्यांनी एका खिडकीची काच फोडली आणि एका मुलाला आत पाठवले. त्या मुलाने मुख्य दरवाजा उघडला. त्या फोडलेल्या खिडकीतून थोडासा प्रकाश आत येत होता. त्यांनी बघितले एका कोपऱ्यात बॅटरी पडली होती, तिथेच आठ आणे होते आणि एका तांदळाच्या पोत्यावर हाताचा थोडासा भाग पडलेला दिसला.

जेव्हा सगळ्या प्रकाराची चौकशी झाली तेव्हा असे निष्पन्न झाले की, 'वरून तांदळाची पोती अंगावर पडल्यामुळे त्याचा गुदमरून मृत्यू झाला.'

◆

उतारा

त्याचा दिग्दर्शक आधीच येऊन कामाला लागला होता. एका ऑफिसचे आतले दृश्य होते. मध्यभागी एक मोठे टेबल होते आणि त्याच्या बाजूलाच एक गोल फिरणारी खुर्ची होती. आधीच सांगितल्याप्रमाणे बुशशर्ट आणि जाड सुती कापडाची रेघारेघांची पँट घालून गोपाळ तयार होऊन बसला होता. त्याचा मेकअपही झाला होता. त्याने जवळ येऊन दिग्दर्शकाला नमस्कार केला.

दिग्दर्शक म्हणाला, ''जा तुझी जागा घे. खुर्चीपासून थोडा चार पावलांवर उभा राहा. लाईटचे काम चालू आहे. ते पूर्ण होईपर्यंत आपण थोडी तालीम करू या.''

''हो, सर.'' गोपाळ म्हणाला आणि त्याला दाखवलेल्या जागेवर गेला. आपण काय करायचे आहे आणि का करायचे आहे हे त्याला काहीच माहीत नव्हते. सगळी कथा दुसऱ्याला समजावून सांगायची दिग्दर्शकाला सवयच नव्हती. तो फक्त प्रत्येक कलाकाराला त्या त्या प्रसंगापुरते त्याने काय करायचे आहे, तेवढेच सांगत असे. जर त्यांनी काही प्रश्न विचारले तर तो म्हणे, ''मी काय सांगतो तेवढे ऐका. जास्त लक्ष घालू नका.''

कळसूत्री बाहुल्यांना स्वतःच्या मनाने विचार करण्याची गरज नसते.

आता त्याने गोपाळला हळूच खुर्चीकडे ढकलले आणि म्हणाला, ''हं. बस खाली आणि तुझ्या हाताचा कोपरा टेबलावर ठेव. हं... बरोबर... थांब, चेहरा थोडा आनंदी

कर, कारण आत्ताच तू तुझ्या व्यवसायातला एक मोठा करार चांगल्या रीतीने पूर्ण केला आहेस...''

त्याने गोपाळला पुन्हा एकदा पूर्णपणे न्याहाळले आणि तो म्हणाला, ''जेव्हा टेलिफोनची रिंग वाजेल, तेव्हा तुझ्या उजव्या हाताने फोन उचल आणि म्हण... पण एक गोष्ट लक्षात ठेव, खूप उत्सुकतेने फोन हातात गच्च धरून ठेवू नकोस, अगदी सहज पकड आणि त्याकडे एवढे लक्ष पण देऊ नकोस. जोपर्यंत फोनची रिंग तीन वेळा वाजत नाही, तोपर्यंत असाच सहज त्याच्यावर हात ठेवून बस. ज्याला सारखे टेलिफोनवर बोलायचे काम पडते ना, तो कधीच अशी फोन उचलायची घाई करत नाही.''

''हो, सर. समजले मला.'' गोपाळ म्हणाला.

''तुला फोनमध्ये एवढेच बोलायचे आहे, 'रामनारायण बोलतोय. ओह!... हॅलोऽ... असं कसं झालं?' ते सगळे ऐकून तुला खूपच धक्का बसलाय आणि आश्चर्य पण वाटतंय. ते तुझ्या आवाजातूनही व्यक्त झाले पाहिजे.''

''त्यानंतर मी फोन खाली ठेवायचा का?'' गोपाळने विचारले.

''ते मी तुला नंतर सांगेन... आता या प्रसंगापुरते हे एवढेच. आपल्याच मनाचे सगळे करत जाऊ नकोस. सहजपणाने घे.''

तीन वेळा टेलिफोनची बेल वाजली. गोपाळने त्याला जसे सांगितले होते तसे केले. त्याची तालीमही दहा वेळा झाली. कॅमेरा वेगवेगळ्या अँगलमध्ये धरून, लाईटचा परिणाम लक्षात घेऊन, खाली वर करून, सगळे प्रकार झाले. पण म्हणतात ना, 'गाढवापुढे वाचली गीता' तसा प्रकार झाला. गोपाळने त्याचे संवाद अगदी अचूक म्हटले, पण तरीसुद्धा कुठेतरी काहीतरी चुकत होते. ध्वनिमुद्रण करणारा माणूस सारखा आत डोकावून बघत होता आणि म्हणत होता, ''शेवटचे शब्द असे गिळून टाकू नकोस. त्यांची पातळी नीट लक्षात घे. तुला जर काही आक्षेप नसेल तर पुन्हा एकदा.''

जेव्हा आवाज ताजातवाना असतो, तेव्हा ध्वनिमुद्रण केले पाहिजे या गोष्टीवर त्यांचा विश्वासच नव्हता. आवाज घोगरा आणि न ऐकू येण्यासारखा झाला की तेच त्यांना आवडते.

गोपाळ सारखे सारखे तेच शब्द बोलत होता आणि तीच ती कृती करत होता. ते करून करून तो एवढा कंटाळला होता की शेवटी शेवटी त्याला आपण काय करतोय आणि काय बोलतोय हेही कळेनासे झाले होते. मधून मधून ओरडण्याचे आवाज येत होते. ''रेडी!'' ''स्टार्टऽऽ'' ''कटऽऽ'' ''अनादर मॉनिटर प्लीज!'' शेवटी एकदाचे सगळे प्रकार करून झाल्यानंतर तो शॉट ओके झाला. दिग्दर्शक थोडा समाधानी दिसत होता, पण तरी कुरकुरतच का होईना त्याने ते कबूल केले.

तो म्हणाला, "मला वाटते, सगळ्यात उत्तम काय आहे ते तुझ्याकडून काढून घेतले पाहिजे." पुन्हा वर म्हणाला, "आता तुझी जी जागा आहे ती बदलू नकोस. तसाच बस. आता हाच प्रसंग पुढे चालू होईल."

त्याने पुन्हा लाईट, कॅमेरा सगळ्यांना भराभर सूचना दिल्या. त्याने कॅमेऱ्यातून गोपाळकडे बघितले आणि म्हणाला, "टेलिफोनचा रिसिव्हर हातातून सोडू नकोस, पण तुझा उजवा हात थोडा सैल कर. असा ठोकळ्यासारखा उभा राहू नकोस, थोडा जिवंत माणसासारखा उभा राहा."

तो पुन्हा कॅमेऱ्यापासून दूर गेला. टेबलाजवळ उभा राहिला. त्याने गोपाळकडे बारकाईने बघितले आणि म्हणाला, "हं, आता ठीक आहे. आता फक्त कृती करायची. आता इथे संवाद नाहीत."

उजव्या हाताच्या बाजूला थोडा कॅमेरा वळला. गोपाळला हायसे वाटले. बरं झालं रे देवा, आता संवाद नाहीत, फक्त कृतीच. मला वाटते की आता तरी मला घरी लवकर जाता येईल.

दिग्दर्शक म्हणाला, "नीट ऐक. तुला आठवतेय ना तुझ्या वाक्यातला शेवटचा शब्द होता, 'हॅलो, असं कसं झालं?' आता हेच पुढे चालू राहणार. तू थोडा वेळ एकदम शांत होशील आणि तुझ्या हातातून टेलिफोन गळून पडेल. तू तुझ्या खुर्चीवर धपकन पडशील आणि तुझे डोके टेबलावर हळूहळू हलत राहील."

"का? का सर?" गोपाळने उत्सुकतेने विचारले. आता पहिल्यांदाच तो दिग्दर्शकाला असा उलट प्रश्न विचारत होता.

दिग्दर्शक म्हणाला, "कारण तू आत्ता टेलिफोनवर एक धक्कादायक बातमी ऐकली आहेस."

"ती काय आहे सर?"

"त्याबद्दल तू विचार करू नकोस. उगाचच फालतू प्रश्न विचारून तुझी शक्ती वाया घालवू नकोस."

"ही वाईट बातमी ऐकून मी बेशुद्ध पडतो का?" गोपाळने विचारले. त्याचे हृदय धडधडत होते. त्याला कुठेतरी एक छोटीशी आशा वाटत होती.

"नाही." दिग्दर्शक ठामपणे म्हणाला, "ती बातमी ऐकून तू मरतोस."

तो मग पुन्हा सगळे काही सविस्तर सांगू लागला. तो टेलिफोन त्याच्या हातातून कसा खाली गळून पडतो, त्याचे डोके टेबलावर कुठे गडगडायला पाहिजे, त्याच्या हाताला कसे झटके बसले पाहिजेत आणि असेच सारे काही. तो गोपाळच्या जवळ आला आणि त्याने त्याच्या कपाळावर थोपटल्यासारखे केले. तो त्याला एखाद्या लाकडाच्या ठोकळ्याप्रमाणेच समजत होता. त्याने गोपाळचे डोके थोडे मागे पुढे ढकलले. नंतर पुन्हा ते खाली वर वळवून बघितले.

"का बरे? तू खूश का दिसत नाहीस?" त्याने गोपाळला विचारले. उत्तर देण्यासाठी गोपाळला थोडा संकोच वाटला.

दिग्दर्शक थोडा वेळ थांबला. गोपाळला वाटले आपल्या मनातले सगळे विचार त्याला समजले असतील. दिग्दर्शक पुढे म्हणाला, "नाहीतर तू असे कर." गोपाळ अगदी मन लावून त्याचे बोलणे ऐकत होता. शेवटी याला आपली कीव आली तर!

पण दिग्दर्शकाने त्याचे वाक्य पूर्ण केले, "तू असा तोंडावर पड आणि तुझे दोन्ही हात असे पसरून ठेव."

"बेशुद्ध पडल्यावर होते तसे का?" गोपाळने पुन्हा विचारले.

"नाही. पूर्णपणे मेला आहेस तू. ती वाईट बातमी ऐकून तुला हार्ट अॅटॅक आलाय." दिग्दर्शक म्हणाला.

चुकून पटकन गोपालचा हात त्याच्या छातीकडे गेला. त्याचे हृदय अजूनही धडधडत होते. त्याने दिग्दर्शकाकडे बघितले. तो याच्या उत्तराची वाट बघत तसाच निर्ढावल्याप्रमाणे उभा होता. गोपाळला वाटले, हा माणूस यमासारखाच दिसतोय. त्याच्या म्हणण्याप्रमाणे जर मी मेलो नाही तर तो माझा गळा दाबून मारून टाकील. बाप रे! सहन होत नाही आता.

तो पुन्हा कळवळून म्हणाला, "कथानकात थोडा बदल करता येणार नाही का सर?"

त्याच्यासमोरच एक मोठ्ठा लाईट होता. त्याच्या प्रकाशाने तो होरपळून निघत होता. त्याच्या पलीकडे थोडासा अंधार होता. तिथे काही लोक जमले होते, अधिकारी माणसे, तंत्रज्ञ, लाईटमन वगैरे.

त्याची ही सूचना ऐकून दिग्दर्शक एकदम आश्चर्यचकित झाला.

"काय म्हणायचंय काय तुला? तुला जेवढे सांगितले तेवढे फक्त तू कर."

"नक्कीच सर. तसेच करीन, पण हे... हे मला थोडेसे आवडले नाही."

"तुला हे आवडले नाही, ते आवडले नाही असे म्हणणारा तू कोण?" दिग्दर्शक थोडा उर्मटपणेच म्हणाला. नशीब जसे क्रूर असते तसाच हा माणूस पण होता. कधी कधी प्रतिकूल असणारे ग्रहसुद्धा सौम्य होतील पण हा माणूस! तोंडावर रुमाल पांघरून घेतो. त्याला कुणाची दया येत नाही. परिणाम साधण्यासाठी तो एखाद्या लहान मुलाचासुद्धा गळा दाबून जीव घेईल.

त्याने गोपाळला विचारले, "गोपाळ, आज तुला काय झालंय? आज तू असे हास्यास्पद प्रश्न का विचारतो आहेस?"

"आज माझा वाढदिवस आहे सर." गोपाळ भीतभीतच म्हणाला.

"ओह! तुला वाढदिवसाच्या खूप खूप शुभेच्छा!" त्याने अगदी तत्परतेने त्याला शुभेच्छा दिल्या. "पण तुझा वाढदिवस असला तर काय झाले?"

"एक विशेष प्रकारचा वाढदिवस आहे सर." गोपाळ म्हणाला. "आज माझा एकोणपन्नासावा वाढदिवस आहे. सगळ्या जोतिष्यांनी सांगितलंय की मी काही आजचा वाढदिवस बघू शकणार नाही. आणि जर का मी जिवंत राहिलोच आणि आजचा वाढदिवस बघितला, तर मग काळजी करायचे काहीच कारण नाही. माझ्या आत्तापर्यंतच्या सगळ्या आयुष्यात या एका दिवसाची भीती घेऊनच मी जगलो. जेव्हा केव्हा मी माझ्या बायकोला आणि मुलांना बघतो, तेव्हा माझ्या शरीरात एक भीतीची लाटच येते. आता आपण त्यांना अनाथ करून जाणार, असा विचार मनात येतो. आज मला इथे यायला उशीर झाला कारण आज आम्ही घरी ग्रहांच्या शांतीची पूजा केली आणि माझ्या दीर्घायुष्यासाठी लोकांना जेवण दिले. माझ्या जोतिष्यांनी मला सांगितले की आज मी कुठलेही वाईट कृत्य करायचे नाही. म्हणून मला वाटते की सर, आजचा दिवस माझ्यासाठी खूप महत्त्वाचा आहे, मंगल आहे."

त्याच्या या बोलण्याची दिग्दर्शकावर छाप पडली. तो त्याच्या सहकाऱ्यांकडे वळला, जे सगळे सतत त्याच्या बरोबरच असायचे आणि आपापले सामान हातात घेऊन सावलीसारखे त्याच्या मागे मागे करायचे, त्याने त्यांना सांगितले, "जा रे त्या लेखकाला बोलावून आणा."

तेवढ्यात त्या कथानकाचा लेखक आलाच. पान खाऊन त्याचे तोंड लाल झाले होते. तो एक यशस्वी कथालेखक होता आणि जोरदार कथा लिहून त्याने निर्मात्यांना खूप पैसा मिळवून दिला होता. हिरोने सांगितलेली त्याची अडचण ऐकून तो जोरजोरात हसला. त्याला कधीही, काहीही प्रतिकूल सूचना दिल्या तरी तो रागात येत नसे. पण तो म्हणाला, "ते शक्य नाही. तो मरायचे कसे काय नाकारतो? ते जमणार नाही. मला दुसरी खूप कामे आहेत." एवढे बोलून तो जायला निघाला.

दारापर्यंत जाऊन तो पुन्हा थोडा वेळ थांबला आणि म्हणाला, "तरी पण एक काम करा. आमच्या साहेबांकडे जा आणि हे सगळे त्यांच्या कानावर घाला."

तेवढ्यात त्यांचे साहेबच पळत तिथे आले. त्यांनी काळजीने विचारले, "काय झाले? काय त्रास आहे? हे सगळे तुमचे काय चालले आहे?"

गोपाळ त्याच्या खुर्चीवर तसाच तटस्थ बसून होता. थोडीसुद्धा हालचाल करायला त्याला परवानगी नव्हती, नाहीतर मग त्या प्रसंगाची सुरळीतता नाहीशी झाली असती. त्याला वाटले, आपण खूपच बुरसटलेल्या विचारांचे आहोत. तो मोठ्ठा लाईट त्याचा चेहरा भाजून काढत होता. ते सगळे लोक त्याच्या भोवती उभे होते आणि त्याच्याकडे असे पाहत होते की तो जणू काही एखादा छंदीफंदी माणूस आहे. अंधारामुळे त्यांचे चेहरे नीट दिसत नव्हते. गोपाळ मनाशीच म्हणाला, "हे सगळे माझे यम आहेत आणि माझ्या मरण्यावर टपून बसले आहेत."

साहेब त्याच्या टेबलाजवळ आले आणि म्हणाले, "तू भानावर आहेस ना?"

गोपाळला वाटले की, ते बॉक्स ऑफिसबद्दल इतरांचा अभिप्राय सांगायला आले असावेत. तो म्हणाला, "लोकांना सहसा आनंदी गोष्टी पडद्यावर बघायला आवडतात. मी बघितलंय की अश्या मरणाच्या वगैरे घटना पडद्यावर बघितल्या की लोक निघून जातात."

"ओह!" साहेब म्हणाले. त्यांनी थोडा वेळ विचार केला आणि म्हणाले, "नाही. तू चुकतो आहेस." ते दिग्दर्शकाकडे वळले आणि म्हणाले, "बरोबर आहे लोकांना विनोदी आणि आनंदी गोष्टी बघायला आवडतात. पण आजकाल थोडी परिस्थिती वेगळी आहे. मी त्याची आकडेवारी बघितली. दुःखी शेवट असलेले चित्रपट, सुखान्त शेवट असलेल्या चित्रपटांच्या तुलनेत तीस टक्क्यांनी जास्त आहेत. तुम्ही मागच्या सहा महिन्यांचा आढावा घेऊन बघा. लोकांच्या मनाला विचार करायला लावणारे, सहानुभूतीचे, करुणाजनक असे आवडते... नाही, काहीही झाले तरी मी कथेत थोडीसुद्धा ढवळाढवळ करू देणार नाही."

दिग्दर्शकाने उगाचच नाटकीपणाने गोपालच्या पाठीवर थोडेसे थोपटल्यासारखे केले आणि ते म्हणाले, "अरे, हा एक अगदी छोटासा शॉट आहे. मी जास्त वेळ घेणार नाही. तूसुद्धा तुझ्या मनाची तयारी कर आणि सहकार्य कर."

एखाद्याला समजावून शांत करावे, असा स्वर त्यांनी काढला होता. ते गोडगोड बोलत होते. पण त्याने काय फरक पडणार होता? एखाद्या माणसाला गोडगोड बोलून 'सहकार्य कर, पण तू मर' म्हणणे म्हणजे, याला काय अर्थ होता? गोपालच्या लक्षात आले की आता आपले हे काम जाणार आणि आपले कुटुंब रस्त्यावर येणार. त्या चित्रीकरणाच्या खोलीतला कितीतरी अमूल्य वेळ त्याच्यामुळे वाया जात होता. आज जो काही संवेदनशील प्रसंग घडत होता, तो बघायला खूप लोक जमले होते.

दिग्दर्शकाने हळुवारपणे विचारले, "उद्या तरी तू हा सीन करायला तयार होशील?"

"नक्कीच सर, जरूर." गोपाळला एकदम सुटका झाल्यासारखे वाटले. "उद्या तुम्ही जे काय सांगाल ते मी करीन. अगदी दफनविधीसुद्धा."

त्याच वेळी काखेत बॅग दाबून धरलेला एक सहकारी एकदम पुढे आला आणि जोरात ओरडला, "हा सीन आपल्याला आजच पूर्ण करायचा आहे. उद्या आपल्याला ही जागा मिळणार नाही. उद्या ही जागा दुसऱ्या युनिटला पाहिजे आहे. त्यांना इथे राजवाड्याचा सेट बनवायचा आहे. ते फक्त आपला सीन पूर्ण होण्याची वाट बघत आहेत. त्यानंतर त्यांना हा सेट नाहीसा करायचा आहे. आपल्याला उशीर झाल्यामुळे आधीच ते कुरकुर करत आहेत. ते त्यांच्या ठरलेल्या गोष्टी करण्यासाठी मागेच लागले आहेत."

या किरकोळ माणसाने त्याच्या काखेत जशी बॅग धरली, तसेच माझे आयुष्यही त्याने त्याच्या काखेत धरले आहे. साधा कार्यक्रम पुढे ढकलायचा म्हटले तर ते पण ऐकायला तयार नाही तो.

दिग्दर्शकाने पुन्हा एकदा या गोष्टीचा विचार केला. बाहेर अंधारात सगळे लोक उभे होते तिकडे तो गेला आणि त्यांची काहीतरी कुजबुज झाली.

त्याने त्या सगळ्या लोकांना पुन्हा चिथवले आणि काम करायला सुरुवात केली. आता पुन्हा तो डुलत डुलत गोपाळकडे आला. सगळ्या गोष्टींचा विचार करून तो एका निर्णयाप्रत येऊन पोहोचला होता. गोपाळने त्यांना येताना बघितले आणि त्याला वाटले की या माणसाला टोपी घातली आणि त्याच्या हातात एक हंटर दिला की चित्र कसे परिपूर्ण होईल. गोपाळला माहीत होते की तो काहीतरी शिक्षा सुनावणार आहे. पंचांनी त्यांचा निर्णय दिला आहे. दिग्दर्शक त्याच्याजवळ येऊन काहीतरी सांगण्यासाठी तोंड उघडणार तोच गोपाळ म्हणाला, ''ठीक आहे सर. मी मरून जाईन.''

लाईट चालू झाले. कॅमेरामन कॅमेरा सरसावून उभा राहिला. दिग्दर्शक केकाटला, ''ॲक्शन.''

गोपाळने टेलिफोन ठेवला. तो खाली पडला, त्याची मान मागे गेली आणि थोडा वेळ इकडे तिकडे हलली. सगळी माणसे त्याच्याकडे टक लावून पाहत होती आणि त्याचा समाधानकारक मृत्यू बघत होती. पण दिग्दर्शक 'कट' असे म्हणून ओरडायच्या आधीच गोपाळने एक गोष्ट केली. त्याला वाटले की हे कोणाच्या लक्षात येणार नाही. जरी तो मेला असे वाटत होते, तरी त्याने त्याचे डोके पुन्हा हळूच हलवले होते आणि उजवा डोळा उघडून कॅमेऱ्याकडे बघून तो थोडासा मिचकावला. त्याला वाटले होते की हे असे केले म्हणजे तो ही जी अमंगल भूमिका करत होता त्याच्यावर उतारा होईल.

आणि दिग्दर्शक पुन्हा एकदा ओरडला, ''नाही! जमले नाही. पुन्हा करा, पुन्हा. रीटेक...''

◆

वडाच्या झाडाखाली

'सोमल' नावाचे ते खेडे म्हणजे मेम्पीच्या जंगलातले एक छोटेसे घरटेच असल्यासारखे होते. त्याची लोकसंख्या तीनशेपेक्षाही कमी होती. ग्रामीण भागात सुधारणा करण्यासाठी लागणाऱ्या खेड्याचे ते एक उत्कृष्ट उदाहरणच होते. गावाच्या मध्यभागी थोडे जास्त साचलेले पाणी म्हणजे त्या गावाचे तळे होते. त्याचेच पाणी पिण्यासाठी, अंघोळीसाठी, जनावरे धुण्यासाठी वापरले जाई आणि त्यातूनच मलेरिया, टायफाइडचे जंतू तर पसरतच; पण आणखी काय काय रोगराई निर्माण होत होती देव जाणे! गावातली घरे वेडीवाकडी पसरली होती. गल्लीबोळ तर कुठे कुठे वळले होते आणि गुंडाळले गेले होते. एखाद्या किड्यामकोड्याप्रमाणे खालीवर पसरून ते एकमेकांच्या नरडीचा घोट घेत आहेत असे वाटत होते. ज्या गोष्टी करू नयेत त्या गोष्टींसाठी मुख्य रस्त्यांचा उपयोग केला जात होता आणि प्रत्येक घराच्या मागच्या बाजूला हिरव्या रंगाचे पाणी साचलेले डबके होते.

तर असे हे गाव होते. त्या गावातले सगळे लोक मख्ख, मद्दड चेहऱ्याचे, भावनाशून्य असल्यासारखे वाटत होते. पण सगळ्यात जास्त अतिरेक म्हणजे त्यांना त्यांच्या आजूबाजूच्या कुठल्याच वातावरणाची दखल नव्हती. कारण ते सतत भारावल्यासारखे, मंत्रमुग्ध झाल्यासारखे जगत होते. आणि त्यांना भारावून टाकणारा होता नंबी, एक गोष्टी सांगणारा माणूस. तो साठ-सत्तर वर्षांचा असेल. का

तो ऐंशी वर्षांचा होता का एकशे ऐंशी? कुणाला माहीत होते? सोमलसारख्या एवढ्या आडवळणाच्या गावी (सगळ्यात जवळचा बसस्टॉप म्हणजे तिथून दहा मैल दूर होता.) चालू काळाप्रमाणे कालगणना क्वचितच होत असेल. जर नंबीला कुणी त्याचे वय विचारलेच तर तो एखाद्या दुष्काळाचा संदर्भ देत असे, नाहीतर मग एखाद्या राजाने केलेले आक्रमण किंवा एखादी इमारत किंवा पूल याचे उदाहरण देऊन त्या वेळी तो जमिनीवर उभा राहिल्यानंतर किती उंच दिसत होता, ते हाताने कृती करून दाखवत असे.

तो अशिक्षित होता. अशिक्षित अशा अर्थाने की कागदावर लिहिलेले शब्द म्हणजे त्याच्या दृष्टीने एक रहस्यमय कोडेच. पण त्याच्या डोक्यात मात्र छान छान गोष्टी असायच्या. दर महिन्याला एक याप्रमाणे तो गोष्टी सांगायचा आणि एक गोष्ट सांगायला त्याला साधारणतः दहा दिवस लागत.

त्याचे घर म्हणजे गावाच्या टोकाला असलेले एक छोटेसे देऊळ होते. तो त्या देवळाचा प्रमुख कधी झाला ते कोणालाही सांगता आले नसते. ते देऊळ खूप लहान होते. खरवडलेल्या लाल रंगाच्या भिंती आणि आतल्या गाभाऱ्यात देवीची एक मूर्ती. देवळाचा पुढचा भाग म्हणजे नंबीचे घर. त्याच्याजवळ काही सामानच नव्हते, त्यामुळे कोणतीही जागा म्हणजे त्याचे घर होऊ शकले असते. त्याच्याजवळ फक्त एक झाडू होता, ज्याने तो देऊळ झाडून काढीत असे. त्याच्याजवळ धोतराची एक जोडी होती आणि त्याच्यावर घालण्यासाठी एक बंडी होती. त्याचा दिवसाचा सगळा वेळ वडाच्या झाडाखाली जात असे. ते झाड देवळाच्या समोरच होते आणि सगळीकडे त्याच्या फांद्या विस्तारल्या गेल्या होत्या. जेव्हा त्याला भूक लागत असे, तेव्हा गावातल्या त्याला आवडणाऱ्या कोणत्याही एका घरी जाऊन तो त्यांच्याबरोबर जेवणात सामील होत असे. जेव्हा त्याला कपड्यांची आवश्यकता भासे, तेव्हा गावातले लोक त्याला आणून देत. तो स्वतः कधीच बाहेर किंवा कुणाशी गप्पा मारायला जात नसे. उलट ते वडाचे झाडच सगळ्या लोकांची निवांत बसण्याची जागा होती. तिथेच सगळे जमत. दिवसभर लोक नंबीला शोधत तिथे येत आणि तिथेच मांडी घालून बसत. जर तो चांगल्या मनःस्थितीत असला तर तो त्यांच्या गप्पा ऐके आणि त्याच्या स्वतःच्याही गोष्टी सांगून त्यांची करमणूक करी. पण जर त्याची मनःस्थिती चांगली नसेल, तर आलेल्या माणसाकडे तो कडवट चेहऱ्याने बघे आणि म्हणे, "तुला काय वाटले, मी कोण आहे? जर येत्या पौर्णिमेला तुम्हाला गोष्ट ऐकायला मिळाली नाही तर मला दोष देऊ नका. मी जर देवीच्या समोर बसून ध्यान केले नाही तर ती मला गोष्ट सांगायची बुद्धी कशी देईल? तुम्हाला काय वाटले, गोष्टी काय अशा वाऱ्यावर उडत येतात का?" आणि मग तो तिथून निघून जाई. जंगलात दूर कुठेतरी जाई, तिथे मांडी घालून बसे आणि एखाद्या झाडाचे

बारकाईने निरीक्षण करत बसे.

एका शुक्रवारी संध्याकाळी सगळे लोक पूजेसाठी देवळात जमले. नंबीने एक पणती लावली आणि त्यांना सगळ्यांना उंबरठ्याजवळ बोलावले. त्याने देवीची मूर्ती फुलांनी सजवली. ही फुले तिथेच देवळाच्या मागे झाडांवर फुललेली होती. देवीचा पुजारी असल्यामुळे त्याने गावकऱ्यांनी आणलेली फळे आणि फुले देवीला अर्पण केली.

संध्याकाळी तो लोकांना गोष्ट सांगणार होता. त्याने एक छोटासा दिवा लावला आणि वडाच्या झाडाच्या खोडात एक छोटासा कोनाडा होता त्यात ठेवला. संध्याकाळी जेव्हा लोक घरी वापस आले, तेव्हा त्यांनी हे बघितले.

ते आपल्या बायकांना म्हणाले, "चला, चला लवकर लवकर जेवणे करा. तो गोष्टी सांगणारा आपल्याला बोलावतोय.''

चंद्र हळूहळू टेकडीच्या वर येत होता. सगळे लोक बायको-मुलांसहित त्या वडाच्या झाडाखाली जमले. गोष्टी सांगणारा अजून आला नव्हता. तो देवीच्या गाभाऱ्यात देवीसमोर मांडी घालून आणि डोळे मिटून ध्यानमग्न बसला होता. त्याला जेवढा वेळ वाटेल तेवढा वेळ तिथे बसून तो बाहेर आला. त्याच्या कपाळावर भडक तांबड्या रंगाचे आणि पांढऱ्या रंगाचे भस्माचे पट्टे ओढलेले होते. देवळाच्या समोरच असलेल्या एका दगडावर तो बसला. त्याच्या गोष्टीची सुरुवातच त्याने प्रश्न विचारून केली.

हवेमध्ये कुठेतरी दिशाहीन आपली बोटे फिरवीत त्याने विचारले, "हजार वर्षांपूर्वी एक दगड ज्या दिशेने भिरकावला गेला होता, त्या ठिकाणी काय होते असे तुम्हाला वाटते? गाढवांना खेळण्यासाठी आता जसे गवत वाढले आहे तसे गवत तेव्हा तिथे वाढले नव्हते. आता जसा राखेचा खड्डा तिथे आहे तसा तिथे नव्हता. तिथे एका राजाची राजधानी होती...''

तो राजा दशरथ असेल, विक्रमादित्य असेल, अशोक असेल किंवा आणखी कुणीही, जो त्या म्हाताऱ्या माणसाच्या डोक्यात असेल तो. राजधानीचे नाव कपिला, कृद्पूर किंवा अजून काही. अशा प्रकारे सुरुवात करून मग तो म्हातारा जे चालू करी ते सतत तीन तास, एक क्षणभरही न थांबता बोलत असे. त्या राजाच्या दरबाराचे डोळे दिपवणारे वर्णन तो करी. त्या दरबारात कितीतरी मोठमोठे राजे, त्यांचे मंत्री आणि इतर दरबारी असत. राजवाड्याच्या दुसऱ्या एका भागात सगळे गायक जमा होऊन गाणी म्हणत असत. ही सगळी गाणी नंबी स्वतः म्हणून दाखवत असे. राजवाड्यातल्या भिंतींवर लावलेल्या ढाली, तलवारी, विजयाची प्रतीके... या सगळ्यांचे तो वर्णन करून सांगे.

ती कथा एखाद्या महाकाव्यावर आधारलेली असे. पहिल्या दिवशी फक्त कथेची

सुरुवात होई आणि आता गोष्टीत पुढे काय काय होणार आहे, कोण येणार आहे हे नंबीच्या श्रोत्यांना माहीत नसे. जेव्हा मेम्पीच्या जंगलातल्या झाडाच्या मागे चंद्र आडोशाला जाई, तेव्हा नंबी म्हणे, "आईने सांगितले की आज एवढेच पुरे."

तो एकदम उठून आत जाई, आडवा होई आणि बाहेरच्या लोकांचा गलबला कमी व्हायच्या आत झोपूनही जाई.

दोन-तीन दिवसांनंतर त्या कोनाड्यातला दिवा लावलेला पुन्हा दिसत असे. आणि मग त्या पंधरवड्यात तो सारखा लावलेला दिसत असे. राजे आणि नायक, खलनायक, सुंदर सुंदर बायका, माणसांच्या वेषातील देव, साधू आणि मारेकरी, त्या वडाच्या झाडाखाली सगळे एकमेकांना ढकलीत, धक्काबुक्की करीत. नंबीचा आवाज एका ठरावीक लयीत चढत असे, खाली उतरत असे आणि तो चंद्रप्रकाश, ती वेळ, एका जादूने भारावून जात असे. गावातले लोक नंबीबरोबर हसत, त्याच्याबरोबर रडत, त्यातल्या नायकांची पूजा करीत, खलनायकांना शिव्या देत, कष्ट करणाऱ्या माणसांबद्दल त्यांना यश मिळावे म्हणून प्रार्थना करीत आणि सगळ्या गोष्टी सुखात, आनंदात पार पडाव्यात म्हणून देवाची प्रार्थना करीत...

ज्या दिवशी गोष्टीचा शेवट होई, त्या दिवशी जमलेले सगळे लोक आत देवीच्या गाभाऱ्यात जात आणि देवीसमोर साष्टांग नमस्कार घालीत...

पुढच्या पौर्णिमेला जेव्हा पुन्हा टेकडीच्या मागून चंद्र वर येई, तेव्हा दुसरी गोष्ट घेऊन नंबी तयारच असे. एकाही गोष्टीची त्याने पुनरावृत्ती केली नाही. किंवा एका गोष्टीतले कथानक, त्यातले लोक हे पुन्हा दुसऱ्या गोष्टीत आले नाहीत. जमलेल्या लोकांना ही सगळी जादू वाटे. त्याचे शब्द विद्वत्तापूर्ण वाटत. आणि त्यांचे आयुष्य कितीही कठीण, कंटाळवाणे असले तरी ते सगळे एका उच्च पातळीवर वास्तव्य करीत असल्यासारखे जगत.

हे सगळे वर्षानुवर्षं असेच चालत आलेले होते. एका पौर्णिमेला त्याने कोनाड्यात दिवा लावला. सगळे श्रोते जमले. त्या म्हाताऱ्या माणसाने त्याची जागा घेतली आणि गोष्ट सांगायला सुरुवात केली.

"जेव्हा राजा विक्रमादित्य राज्य करत होता तेव्हा त्याचा मंत्री..."

तो थांबला. तो पुढे जाऊच शकला नाही. त्याने पुन्हा नवीन सुरुवात केली, तो म्हणाला, "एक राजा होता..."

तो पुन्हा पुन्हा तेच सांगू लागला आणि त्याचे शब्द फरपटत जाऊ लागले. तो उगाचच काहीतरी निरर्थक बडबड करू लागला. केविलवाणे होऊन त्याने विचारले, "हे मला काय झाले आहे? हे देवी, हे माते, मी असा का अडखळतोय? मी असा का चाचरतोय? माझा आत्मविश्वास का कमी झालाय? मला काय झाले तेच मला समजत नाही. मला गोष्ट माहीत आहे. थोड्या वेळापूर्वी ते सगळे मला

आठवत होते. ते सगळे कुठे गेले? काय होतंय ते मला काहीच समजत नाही.''

तो असाच काहीतरी बडबडत होता. तो अतिशय दुःखी दिसत होता. त्याला खूप क्लेश होत होते.

शेवटी त्याचे श्रोतेच त्याला म्हणाले, ''ठीक आहे. तुम्ही तुमचा वेळ घ्या. विचार करा. तुम्ही खूप थकलेले दिसता.''

''चूप बसा.'' तो ओरडला. ''मी थकलो आहे? थोडे थांबा. मी आत्ता तुम्हाला सगळी गोष्ट सांगतो.''

त्याबरोबर तिथे एकदम सगळी शांतता पसरली. सगळे चेहरे उत्सुकतेने त्याच्याकडे बघू लागले.

''माझ्याकडे असे बघू नका.'' तो भडकला.

कुणीतरी त्याला एक पेलाभर दूध दिले. श्रोते शांत राहून वाट बघत होते. हा एक नवीनच अनुभव होता. काही लोक मोठ्या आवाजात त्यांची सहानुभूती बोलून दाखवत होते. काही लोक आपापसात बोलत होते. जे लोक बाहेरच्या गर्दीत बसले होते, ते हळूच तिथून निघून गेले. हळूहळू मध्यरात्र होऊ लागली. दुसरे लोकही निघून जाऊ लागले. नंबी खाली जमिनीकडे बघत बसला होता. तो मान खाली घालून विचार करत होता. पहिल्यांदाच त्याला असे वाटले की तो म्हातारा झालाय. त्याला वाटू लागले की पुन्हा तो असा विचार करू शकणार नाही आणि प्रभावीपणे ते लोकांसमोर मांडू शकणार नाही. त्याने वर बघितले. सगळे लोक निघून गेले होते. फक्त त्याचा एक मित्र थांबला होता. मारी लोहार.

''मारी, तूसुद्धा का गेला नाहीस?''

मारीने सगळ्या लोकांच्या वतीने माफी मागितली. ''त्यांना तुला त्रास द्यावा वाटला नाही म्हणून ते लोक निघून गेले.''

नंबी उठला. ''तू बरोबर आहेस. उद्या मी चांगली तयारी करीन. वयऽऽ वय! माझे वय किती आहे? ते आता असे अचानकच आले आहे.'' त्याने त्याच्या डोक्याकडे निर्देश केला आणि म्हणाला, ''हे म्हणत आहे, 'मूर्ख माणसा, इथून पुढे मी तुझा गुलाम होईन असा विचार करू नकोस. आता यापुढे तू माझा गुलाम आहेस.' हे अवज्ञा करणारे आणि विश्वासघातकी आहे.''

दुसऱ्या दिवशी त्याने पुन्हा झाडाच्या कोनाड्यात दिवा लावला. विश्वासाने सगळे लोक पुन्हा वडाच्या झाडाखाली जमले. पूर्ण दिवसभर नंबी ध्यानमग्न होऊन बसला होता. तो अगदी कळकळीने देवीची प्रार्थना करीत होता की मला सोडून जाऊ नकोस. त्याने गोष्ट सांगायला सुरुवात केली. न थांबता एक तासभर तो बोलत होता. त्याला थोडे हायसे वाटले. मधेच थांबून तो म्हणाला, ''मित्रांनो, देवी नेहमी दयाळू असते. मीच मूर्ख आहे. माझ्या मनात भीती बसली होती...''

आणि त्याने पुन्हा गोष्ट चालू केली. पण थोड्याच वेळानंतर तो विसरला. तो सारखा प्रयत्न करीत होता. ''आणि नंतर... आणि नंतर काय झाले?'' तो अडखळत बोलू लागला. त्यानंतर तो एकदम गप्प बसला. एक तासभर तो शांत बसला होता. काहीही न बोलता लोक उठून आपापल्या घरी गेले. तो म्हातारा माणूस, सकाळी कोंबडा आरवेपर्यंत तसाच खाली मान घालून बसला होता. ''मी त्यांना यासाठी दोष देणार नाही.'' तो स्वतःशीच म्हणाला. ''ते काय रात्रभर इथेच बसून माझी कीव करत बसणार...?''

दोन दिवसांनंतर त्याने पुन्हा गोष्टीचा पुढचा थोडा भाग सांगितला. पण तोसुद्धा थोडाच वेळपर्यंत चालला. लोकांची गर्दी हळूहळू कमी होऊ लागली. कोनाड्यात ठेवलेल्या दिव्याची नोंदही खूप कमी लोक घेऊ लागले. जे येत होते, ते फक्त काहीतरी कर्तव्य म्हणून येत होते. नंबीने विचार केला की आता हे सगळे असेच चालू ठेवण्यात काही अर्थ नाही. त्याने त्याची गोष्ट घाईघाईने संपवून टाकली.

काय घडत होते ते त्याला कळत होते. आपल्या अपयशाच्या विचारांनी त्याला यातना होत होत्या. ''मी जर खूप वर्षांपूर्वी मेलो असतो तर सुखी झालो असतो.'' तो स्वतःशीच म्हणाला. ''हे माते, तू मला असा धक्का का दिलास? मला मुके का केलेस...? त्याने त्याला स्वतःला गाभाऱ्यात बंद करून घेतले. तो क्वचितच जेवण घेत होता आणि सगळा वेळ शांतपणे ध्यानस्थ बसून घालवीत होता.

पुढच्या पौर्णिमेला जेव्हा चंद्र डोंगराच्या वर आला, तेव्हा त्याने कोनाड्यात दिवा लावला. लोक घरी येऊ लागले तेव्हा त्यांनी तो दिवा बघितला, पण फक्त मूठभरच लोक रात्री जमा झाले. ''बाकी सगळे कुठे आहेत?'' म्हाताऱ्याने विचारले. ''आपण वाट बघू.'' त्याने वाट बघितली. चंद्र वर आला. ते मूठभर लोकही सहनशीलतेने त्याच्याबरोबर इतर लोकांची वाट बघत थांबले.

त्यानंतर तो म्हातारा म्हणाला, ''मी आज गोष्ट सांगणार नाही, उद्या पण नाही. सगळे लोक जोपर्यंत इथे येत नाहीत, तोपर्यंत मी गोष्ट सांगणार नाही. मी त्या गोष्टीवर खूप ठाम आहे. ती एक खूप बलशाली गोष्ट आहे. प्रत्येकाने ती ऐकायलाच पाहिजे.''

दुसऱ्या दिवशी तो गावात सगळीकडे फिरला. खाली, वर रस्त्यात उभे राहून जोरजोरात ओरडू लागला. ''मी आज संध्याकाळी एक खूपच आश्चर्यकारक गोष्ट सांगणार आहे. सगळे जण एकदाच या. ही गोष्ट चुकवू नका...''

त्याच्या व्यक्तिगत बोलावण्याचा खूप परिणाम झाला.

रात्री वडाच्या झाडाखाली खूप गर्दी झाली. गोष्ट सांगणाऱ्याला त्याची शक्ती पुन्हा प्राप्त झाल्यामुळे सगळ्यांना आनंद झाला होता. नंबी देवळातून बाहेर आला तेव्हा सगळे आपापल्या जागेवर बसले होते. त्याने बोलायला सुरुवात केली.

"देवीनेच ही देणगी दिली आहे आणि तीच ती देणगी पुन्हा वापसही घेते. नंबी म्हणजे एक बिंदू आहे. जेव्हा देवीला काही बोलायचे असते तेव्हाच तो बोलतो. जेव्हा तिला काहीच सांगायचे नसते तेव्हा तो मुका होतो. पण जाईच्या फुलांना जर सुगंधच नसेल तर त्याचा उपयोग काय? दिव्यातले सगळे तेलच संपून गेले तर दिव्याचा काय उपयोग? मी देवीचा आभारी आहे... हे माझे या भूतलावरचे शेवटचे शब्द आहेत. आणि हीच माझी सगळ्यात मोठी गोष्ट आहे.''

तो उठला आणि पुन्हा गाभाऱ्यात गेला. तो काय म्हणत होता ते त्याच्या श्रोत्यांना कळायला थोडेसे अवघडच होते. त्यांना कंटाळा येईपर्यंत ते तिथेच बसले. त्यानंतर काही लोक उठले आणि गाभाऱ्यात गेले. तिथे तो गोष्ट सांगणारा डोळे बंद करून बसला होता.

"तुम्ही आम्हाला गोष्ट सांगणार नाहीत का?'' त्यांनी विचारले.

त्याने डोळे उघडले, त्यांच्याकडे बघितले आणि मान हलवली. त्याच्या हावभावांनी त्याने असे दाखवले की त्याचे शेवटचे शब्द केव्हाच बोलून झाले होते.

जेव्हा भूक लागेल तेव्हा तो कुणाच्याही घरी जातो आणि शांतपणे जेवायला बसतो. जेवण झाल्याबरोबर पुन्हा चालायला लागतो. या पलीकडे त्याचे कुणाकडेही काहीही मागणे नव्हते. त्याचे उर्वरित आयुष्य (त्यानंतरही काही वर्षं तो जिवंत होता.) म्हणजे शांततेचे, पूर्ततेचे एक उत्तम उदाहरण होते.

◆